ചാവൊലി

chavoli

•

p a uthaman

•

first chintha edition
may 2016

•

second edition
march 2017

•

third edition
october 2018

•

published
chintha publishers, thiruvananthapuram

•

typesetting
star communications, thiruvananthapuram

•

printed
repro india ltd, mumbai

•

cover
midas

•

വിതരണം

ദേശാഭിമാനി ബുക്ക് ഹൗസ്

H O തിരുവനന്തപുരം–695 035
phone: 0471-2303026, 6063026
www.chinthapublishers.com
chinthapublishers@gmail.com

ബ്രാഞ്ചുകൾ

ഹെഡ്ഡാഫീസ് ബ്രാഞ്ച് കുന്നുകുഴി • സ്റ്റാച്ച്യു തിരുവനന്തപുരം • കെ എസ് ആർ ടി സി ബസ് സ്റ്റേഷൻ ആലപ്പുഴ • കെ എസ് ആർ ടി സി ബസ് സ്റ്റേഷൻ എറണാകുളം • മച്ചിങ്ങൽ ലെയിൻ തൃശൂർ • ഐ ജി റോഡ് കോഴിക്കോട് • മാവൂർ റോഡ് കോഴിക്കോട് • എൻ ജി ഒ യൂണിയൻ ബിൽഡിങ് കണ്ണൂർ • സെൻട്രൽ ബസ് ടെർമിനൽ കോംപ്ലക്സ് താവക്കര കണ്ണൂർ

CR - 1911 / 4748
ISBN - 978-93-86112-17-0

ചാവൊലി

(നോവൽ)

പി എ ഉത്തമൻ

ചിന്ത പബ്ലിഷേഴ്സ്
തിരുവനന്തപുരം-695 035

പി എ ഉത്തമൻ

1961 ഒക്ടോബർ 2 ജനിച്ചു. ടൗൺ എൽ പി എസ്, ബി എച്ച് എസ് മഞ്ച ഗവ: ആർട്സ് കോളേജ് തിരുവനന്തപുരം എന്നിവിടങ്ങളിൽ പഠനം.

പ്രധാനകൃതികൾ: *സുന്ദരപുരുഷന്മാർ, കവാടങ്ങൾക്കരികിൽ, കറുത്ത കുരിശ്, തുപ്പത്തുപ്പ, ചാവൊലി*യുടെ കുറച്ചുഭാഗവും പുല്ലറുപ്പോത്തിയുടെ കഥയും ഇംഗ്ലീഷിലേക്ക് വിവർത്തനം ചെയ്തിട്ടുണ്ട്. *ചാവൊലി*ക്ക് കേരള സാഹിത്യ അക്കാദമി അവാർഡ് ലഭിച്ചു.

2008 ജൂൺ 10 ന് അന്തരിച്ചു.

ഉള്ളടക്കം

പ്രസാധകക്കുറിപ്പ്

പി എ ഉത്തമൻ എന്ന എഴുത്തുകാരൻ ഇന്ന് നമ്മോടൊപ്പമില്ല. എന്നാൽ അദ്ദേഹത്തിന്റെ കൃതികൾ ഈ എഴുത്തുകാരന്റെ സർഗ്ഗശേഷിയെ അടയാളപ്പെടുത്തി ഇന്നും ജീവിച്ചിരിക്കുന്നു. ഉത്തമന്റെ രണ്ടാമത്തെയും അവസാനത്തെയും നോവലാണ് *ചാവൊലി.* 2007 ലാണ് ഇതിന്റെ ആദ്യപതിപ്പ് പ്രസിദ്ധീകരിക്കപ്പെടുന്നത്. മരണാനന്തര ബഹുമതിയായി കേരള സാഹിത്യ അക്കാദമിയുടെ അവാർഡ് പി എ ഉത്തമന് നേടിക്കൊടുത്ത കൃതി. തിരുവനന്തപുരം ജില്ലയിലെ നെടുമങ്ങാട് ദേശത്തെ കീഴാള ദളിത് മനുഷ്യരുടെ ജീവിതമാണ് *ചാവൊലി* എന്ന നോവലിലൂടെ ഉത്തമൻ ആവിഷ്കരിക്കുന്നത്. ദളിത് സമൂഹത്തിന്റെ സവിശേഷ വാമൊഴി ഭാഷയുടെ ശക്തിയും സൗന്ദര്യവും *ചാവൊലി*യിൽ ദർശിക്കാനാവും. ചരിത്രത്തിൽനിന്നും സമൂഹത്തിൽനിന്നും തിരസ്കൃതരായ ദളിത് മനുഷ്യരുടെ അനുഭവരേഖകൾ തെളിഞ്ഞു കിടക്കുന്ന ഈ നോവലിന്റെ പുതിയ പതിപ്പ് പ്രസിദ്ധീകരിക്കുന്നതിൽ ഞങ്ങൾക്ക് സന്തോഷമുണ്ട്.

ചിന്ത പബ്ലിഷേഴ്സ്

മുൻമൊഴി

തായ്തന്തവഴി മുൻപേർ ഏറ്റിവെച്ച ചെമ്മപ്പേച്ച് കാതറിഞ്ഞ് നാവറിഞ്ഞ് എന്നിടമെത്തി. തിരിഞ്ഞതും തെളിഞ്ഞതും അല്പാല്പം കുത്തിക്കുറിച്ചു.

കലക്കംകൊണ്ട കാലം ചേറ്റിലാഴ്ത്ത്യോർ. ചേറ്റിലാണ്ടോർ തലകിളിർക്കാത്തോർ. (തോനപ്പേർ)

എവിട? എങ്ങന? എന്നൊക്കെ അറിഞ്ഞോരെത്ര? അറിയാത്തോരെത്ര?

അറിഞ്ഞോർ അറിവിൻ വഴി മൂന്നുമടച്ചോർ, കണക്കരെത്ര കുറിച്ചു?

ഏതിനും
മണ്ണിലാണ്ടമരങ്ങളായ്ത്തീർന്നോർക്ക്
ഈ മുൻകുറി.
എന്നെ വാക്കുരിയാടാൻ കല്പിച്ചോർക്കും.
വാക്കുരയ്ക്കാൻ വഴി തെളിച്ചോർക്കും

•

1986 ജനുവരി 10. എന്റെ ആദ്യകഥാസമാഹാരത്തിന്റെ അവതാരികയിൽ കഥാകൃത്ത് ശ്രീ. വി പി ശിവകുമാർ, കഥാകൃത്ത് സി അയ്യപ്പനെ പരാമർശിക്കുന്നു. ഇതേ സാഹചര്യത്തിൽ നിന്നുതന്നെ വന്ന ഒരു മികച്ച കഥാകൃത്ത് എന്റെ സുഹൃത്തായുണ്ട് സി അയ്യപ്പൻ. വളരെക്കുറച്ച് കഥകളേ അയ്യപ്പൻ എഴുതിയിട്ടുള്ളൂ. വായിച്ച കഥകൾകൊണ്ടു പറഞ്ഞാൽ ശക്തമായ ഒരു കഥപറച്ചിൽ രീതിയാണ് അയ്യപ്പന്റേത്. കഥയ്ക്കു വേണ്ട മെറ്റീരിയൽസ് തന്റെ യഥാർത്ഥ ചുറ്റുപാടുകളിൽനിന്നാണ് അയ്യപ്പൻ എടുത്തിരിക്കുന്നത്. വെട്ടിയാൽ വെട്ടേല്ക്കാത്ത സ്നേഹത്തെപ്പറ്റി അയ്യപ്പൻ

പറയുമ്പോൾ ആ സ്നേഹത്തിന് മെറ്റഫർ നല്കുന്ന വിശ്വാസ്യത കൂടുകയാണ്. ആ പ്രയോഗം അവരുടെ ട്രൈബൽ ജീവിതത്തിലേക്ക് ഒരു സീൽക്കാരത്തോടെ കടന്നു ചെല്ലുന്നു.

'താൻ എന്തല്ലയോ അതിനെയല്ല, താൻ എന്താണോ അതിനെ ആവിഷ്കരിക്കുവാനാണ് ഓരോ ഗോത്രത്തിലും സമൂഹത്തിലും നിന്നു കടന്നു വരുന്ന സാഹിത്യകാരന്മാർ ശ്രദ്ധിക്കേണ്ടത്. അപ്പോൾ മാത്രമേ അവരെഴുതുന്ന സാഹിത്യത്തിന് അതിന്റേതായ തനിമ അവകാശപ്പെടാൻ കഴിയൂ. നമ്മുടേതുപോലെ വർണ്ണവെറിയും ജാതിഭ്രാന്തും പിടിച്ച ഒരു സമൂഹത്തിൽ സാഹിത്യകാരൻ അവന്റെ ഐഡന്റിറ്റി കണ്ടെത്തിയേ പറ്റൂ. വി പി ശിവകുമാർ എഴുതുന്നു.

മേൽവാചകം എന്റെ തിരിച്ചറിവിന്റെ വഴിയിലേക്ക് പകർന്ന വെളിച്ചം ചെറുതല്ല. സ്വന്തം സ്വത്വാന്വേഷണത്തിന്റെ ഭാഗമായി അന്നും തുടർന്നും നേടിയെടുത്ത കണ്ടെത്തലുകൾ.

അച്ഛനമ്മമാരും അച്ഛന്റെ സഹോദരന്മാരും അനുഭവക്കലവറയായിരുന്നു; അവരുടെ പിതൃക്കളും.

എങ്കിലും ഞാൻ ജീവിതത്തെ തിരിച്ചറിയുന്ന ഘട്ടത്തിൽ അനുഭവങ്ങൾ പങ്കുവയ്ക്കാൻ ആളില്ലാതായി. അവരുടെ ജീവിതങ്ങൾ കേട്ടുകേഴ്വികളായി. അന്നേരം തോന്നിയതാണ്, ഒരിക്കലും നാവാകാൻ കഴിയാതെ മണ്ണടിഞ്ഞു പോയ മനുഷ്യരെ പുറംലോകം അറിയേണ്ടതുണ്ട്.

നാലാൾ കൂടുന്നിടത്ത് വൃദ്ധരോടൊപ്പം കൂടി അവരിൽനിന്നും ചികഞ്ഞു ചികഞ്ഞ് ചിലത്.

ഒരു പകൽ മുഴുവൻ സംസാരിച്ച് ഒരു വാക്ക് മാത്രം തന്നു മരിച്ചു പോയ നീലിഅമ്മൂമ്മ. മൂത്തുനരച്ചിട്ടും കൊമരിയായി ജീവിച്ചു കൊതി തീരാത്ത കൊച്ചു അമ്മൂമ്മ. സ്വന്തം ജീവിതം തുറന്നുപിടിച്ചു എപ്പോഴും സഹായിച്ച കവിയും അദ്ധ്യാപകനുമായ എള്ളുവിള വിശ്വംഭരൻ. കാക്കാരിശ്ശിനടൻ കാക്കാൻ ഗോവിന്ദൻ. അങ്ങനെ അങ്ങനെ ഒരുപാടുപേർ.

പഴമയുള്ള നെടുമങ്ങാടൻ നാട്ടുമൊഴി വഴക്കമാണ് *ചാവൊലി*യിൽ എഴുത്തുഭാഷ. അതാകട്ടെ വർത്തമാനകാല അക്ഷരത്തെറ്റുകളാണ്. ജീവിതം പുറമ്പോക്കും അനുകരിക്കാൻ പാടില്ലാത്തതും ആർക്കും പകർത്തി വയ്ക്കാൻ സ്വയം നിവർത്തിയിടാത്തതും. സ്വയം നാവായതുമില്ല. ഭൂമിയിൽ എവിടെയും അതിരു ജീവിതമുണ്ട്. അതിനാൽ സമാനതയും. പ്രകൃതിയെ ഒരു നുള്ളുപോലും നോവിക്കാതെ സ്വയം വേദനകളായിത്തീരുമ്പോഴും മണ്ണിനെ നെഞ്ചേറ്റിയോർ. ചരിത്രത്തിൽ അവരില്ല. 'മനുഷ്യ' സമൂഹത്തിൽ അവർക്കിടമില്ല. സ്ഥലകാലങ്ങളില്ലാതെ ഗതികിട്ടാ ചാവുകൾ.

കൊച്ചേമ്പി, വെളുത്ത, നീലമ്പി, ആതിച്ചൻ, തേയി, കുറുമ്പൻ, ചിന്നൻ, പെരുമാൾ, കുഞ്ഞിരാമൻ.. കാലങ്ങളിൽ നിന്നും കാലങ്ങളിലേക്ക് അവർ നടന്നുപോകുന്നു. നാവിലൂടെ കേട്ടുകേഴ്വിയിലൂടെ, വിഗ്രഹങ്ങളാവാതെ. അവരുടെ ജീവിതക്കാഴ്ചകളിലൂടെ എരിഞ്ഞുപോകുമ്പോൾ

തുള്ളിത്തെറിച്ച വെളിച്ചത്തുണ്ടുകൾ കണ്ടെടുത്ത ചെറുചെറുജീവിതങ്ങൾ. പതുക്കെ പതുക്കെ കുറിച്ചുവച്ചു, ഭയപ്പാടോടെ. ഏതൊരു തെറ്റിന്മേലാണ് വേലിപ്പത്തലുമായി അവർ ശാസനാപൂർവ്വം മുന്നിലെത്തുക..

വായനയ്ക്കും എഴുത്തിനും വഴി തൂത്തുതന്ന തൂപ്പുകാരിയായ അമ്മ.

22–11–1999 ലാണ് *ചാവൊലി* എഴുതിത്തുടങ്ങിയത്. മാറ്റെഴുത്തുകളിലൂടെ 2007 വരെ.

എഴുത്തിന് പിൻശക്തിയായി ഭാര്യ.

മുൻകുറിപ്പ് എഴുതിയ പ്രിയസുഹൃത്ത് പി കെ രാജശേഖരൻ

എഴുത്തിന്റെ ഓരോ ഘട്ടത്തിലും വായനയും നിർദ്ദേശങ്ങളുമായി എന്നെ സഹായിച്ച സുഹൃത്തുക്കൾ. കഥാകൃത്തുക്കളായ ഉദയൻ, പി കെ സുധി, വി വിനയകുമാർ, നടരാജൻ ബോണക്കാട്, അദ്ധ്യാപകൻ ബി ബാലചന്ദ്രൻ, നിർണ്ണായക വഴിത്തിരിവിലെത്തിച്ച ഡോ. ബി എസ് രാജശേഖരൻ, അവസാനവട്ട വായനയിൽ മനസ്സു തുറന്ന ശ്രീ. കുരീപ്പുഴ ശ്രീകുമാർ, ശ്രീ. ദേശമംഗലം രാമകൃഷ്ണൻ, ശ്രീ. കെ സി നാരായണൻ ശ്രീ. വത്സൻ പിലിക്കോട് തുടങ്ങി ഒട്ടനവധി പേർ. ആരോടും വെറുതെ നന്ദി പറയുന്നില്ല.

നന്ദി, ഉണർവ്വിലും ഉറക്കത്തിലും സ്വന്തം കഥപറച്ചിലുമായി എഴുതാൻ പ്രേരിപ്പിച്ചുകൊണ്ട് എന്നോടൊപ്പമുണ്ടായിരുന്ന ജീവിച്ചിരിപ്പില്ലാത്തോർക്ക്.

പി എ ഉത്തമൻ
(ഒന്നാം പതിപ്പിനെഴുതിയത്)

അവതാരിക

നിങ്ങളുടെ സാത്വികങ്ങളായ നിവേദ്യങ്ങളെയും ആമന്ത്രണങ്ങളെയും സഭ്യതയുടെ കസവുകരയുള്ള ഭാഷയെയും ഞെട്ടിപ്പിക്കുന്ന ഒരു കൊടുതിയിലേക്കാണ് പി എ ഉത്തമൻ ക്ഷണിക്കുന്നത്. പരേതാത്മാക്കൾ സംസാരിക്കുകയും സഞ്ചരിക്കുകയും ചെയ്യുന്ന ആ കൊടുതിത്തറ വ്യവസ്ഥാപിത സമൂഹത്തിന്റെയും ഭാഷയുടെയും വേലിക്കു പുറത്തു നില കൊള്ളുന്നു. പുറം. പുറമ്പോക്ക്. അവിടെയിരുന്നുകൊണ്ട് ഒരു പെരച്ചൻ (മന്ത്രവാദി) മറുഭാഷയിൽ ഇങ്ങനെ ഉരിയാടുന്നു.

"തലയ്ക്കുമ്മീതെ ഓടിവിളയാടുന്നോരേ, വാക്കിലും
നോക്കിലും ഓടിയണയണോരേ നല്പതില്പ്
തെള്ളിവെളിച്ചം പോല തെളിഞ്ഞേവരണം
ചാവ്തോസം, ചെയ്തോസം ഏതെന്ന്
എന്തരെന്ന് ഈയല്പപ്രാണിക്ക് കണ്ണീകാണിച്ച്
മുന്നിറുത്തിത്തരണേ. അപ്പം... ഈ കുഞ്ഞുവെളുത്ത
എന്ന പേരുകാരി കൊച്ചിന്റെ മേത്ത്
ഏത് ചാവ്, ഏത് മനിചൻ വിളിപ്പോരും
കേപ്പോരുമില്ലെന്നു നെനച്ച് ആക്രയപ്പെട്ട്
വന്നണഞ്ഞതെന്ന് മക്കക്ക് തിരിയണം."

വ്യാകരണത്തിന്റെയോ ഭാഷാശാസ്ത്രത്തിന്റെയോ ഭാഷയിൽ ഈ ഉരിയാടൽ ഉച്ചാരണവൈകല്യമോ ഭാഷാഭേദമോ ആണ്. അമാനകമായ അനാഗരികമായ പേച്ച്. നാഗരികമായ മാനകഭാഷയിൽ അത് ഇങ്ങനെ വിവർത്തനം ചെയ്യാം.

"ശിരസ്സിനുമേൽ സദാ വാഴുന്നവരേ, വാക്കിലും നോക്കിലും ഓടിയെത്തുന്നവരേ, ശുഭാശുഭങ്ങളായ തെളിവെളിച്ചംപോലെ വെളി

വായി വരണേ. പ്രേതപീഡ, കൂടോത്രം ഏതെന്നുമെന്തെന്നും ഈ അല്പബുദ്ധിക്ക് വ്യക്തമാക്കി മുന്നിൽ നിർത്തിത്തരണേ. അപ്പോൾ... കുഞ്ഞുവെളുത്ത എന്നുപേരുള്ള ഈ ബാലികയുടെ ശരീരത്തിൽ ഏത് പ്രേതം, ഏതു മനുഷ്യൻ ചോദിക്കാനും പറയാനും ആരുമില്ലെന്നു കരുതി മോഹിച്ചു വന്നു കയറിയതെന്ന് മക്കൾക്ക് അറിയണം."

എന്നാൽ, മാനകഭാഷയുടെ വിനിമയസൗകര്യവും സ്വീകാര്യതയും ഉത്തമൻ സ്വീകരിക്കുന്നില്ല. മറിച്ച് അതിനെ ചെറുത്തു നില്ക്കുന്ന തന്നാട്ടുതൻ ജാതിമൊഴിയിലാണ് ഉത്തമന്റെ *ചാവൊലി* മുഴങ്ങുന്നത്. വിളിപ്പോരും കേപ്പോരുമില്ലാതിരുന്ന ഒരു വംശത്തിന്റെ മൊഴി വിളികൊണ്ട, കേൾവികേട്ട മറ്റൊരു മൊഴിയിൽ പറയുകവയ്യ എന്ന തീരുമാനം ഇവിടെ തീവ്രമായി മുഴങ്ങുന്നു. രണ്ടു ഭാഷകൾ തമ്മിലുള്ള ഈ ഏറ്റുമുട്ടൽ രണ്ടു സാമൂഹികസ്ഥലങ്ങൾ തമ്മിലുള്ള ഏറ്റുമുട്ടൽ കൂടിയാണ്.

ദളിതന്റെ ഇടവും അദളിതന്റെ ഇടവും

ദളിതന്റെ ഇടത്തെക്കുറിച്ച് അനുഭവത്തിന്റെ പദകോശംകൊണ്ടു നിർമ്മിച്ച ഈ നോവൽ ദളിതത്വത്തെയും ദളിത് സാഹിത്യത്തെയും കുറിച്ച് ഇന്നു മലയാളത്തിൽ രൂപപ്പെട്ടിട്ടുള്ള പ്രബലവാദങ്ങളുടെ വഴിയിലല്ല സഞ്ചരിക്കുന്നത്. മറ്റൊരു മൂശയിൽ നിർമ്മിച്ചതല്ലാത്ത, സ്വന്തം മൂശയിൽ സ്വന്തം ചൂളയിൽ വേകിച്ചെടുത്ത ഈ അനുഭവപാത്രം മലയാളത്തിലെ യഥാർത്ഥ ദളിത് സാഹിത്യത്തിന്റെ സ്വഭാവം രേഖപ്പെടുത്തുന്നു. 'ദളിത്നോവൽ' എന്ന സാഹിത്യ സൗജന്യം *ചാവൊലി*ക്ക് ആവശ്യമില്ല. ദളിതത്വം എന്ന അവസ്ഥയെ ശാശ്വതീകരിച്ചു നിർത്താൻ ശ്രമിക്കുന്ന പ്രത്യയശാസ്ത്രമായ ദളിതവാദത്തിന്റെ വ്രണിതമനസ്ഥിതിയില്ലാത്ത ഉത്തമൻ *ചാവൊലി*യിൽ എഴുതുന്ന ദളിതത്വം ഒരു വംശത്തിന്റേതു മാത്രമായിരുന്നില്ല. കേരളത്തിൽ മറ്റേതെങ്കിലും അളവിൽ അദളിതരിലെ നൂറുകണക്കിനു ദരിദ്രർ പങ്കുവച്ചിട്ടുള്ള ഭ്രഷ്ടിന്റെ പീഡയാണത്. സ്ഥലമോ സമ്പത്തോ ഒക്കെയായിരുന്നു അതിന്റെ നിയാമകങ്ങൾ.

ഇരുപതു വർഷം മുമ്പ് പി എ ഉത്തമന്റെ ആദ്യത്തെ ചെറുകഥാസമാഹാരമായ *സുന്ദരപുരുഷന്മാർ* പ്രസിദ്ധീകരിക്കുമ്പോൾ അവതാരികാകാരനായ വി പി ശിവകുമാർ എഴുതിയ ചില കാര്യങ്ങൾ അന്ന് തിരുവനന്തപുരം യൂണിവേഴ്സിറ്റി കോളേജിൽ ശിവകുമാറിന്റെ വിദ്യാർത്ഥികളും എന്റെ സഹപാഠികളും കൂടിയായിരുന്ന ചില യുവ എഴുത്തുകാരെ പെട്ടെന്നു ക്ഷോഭിപ്പിച്ചത് ഓർമ്മയുണ്ട്. ഹരിജനായ ഒരു എഴുത്തുകാരന്റെ പ്രശ്നങ്ങളെക്കുറിച്ചാണ് ശിവകുമാർ അവതാരികയിൽ പറഞ്ഞത്. "ഒരു ഹരിജൻ കുടുംബത്തിലാണ് ഉത്തമൻ ജനിച്ചത്. ഒരു ഹരിജൻ സാഹിത്യകാരന് എന്തുകൊണ്ട് അവന്റേതുമാത്രമായ ഒരു ശൈലി രൂപപ്പെടുത്തിക്കൂടാ. അവന്റേതുമാത്രമായ കാര്യങ്ങൾ അവതരിപ്പിച്ചുകൂടാ.

ഇതു സാഹിത്യമായി അംഗീകരിക്കപ്പെടുമോ എന്ന ഭയംകൊണ്ടാണോ. ആണെങ്കിൽ ആഫ്രിക്കൻ സാഹിത്യം ആ ഭയം തെറ്റാണെന്നു തെളിയിച്ചിരിക്കുന്നു." – ഇങ്ങനെയാണ് ശിവകുമാർ എഴുതിയത്. ദളിത് എന്ന വാക്ക് അദ്ദേഹം ഉപയോഗിച്ചിരുന്നില്ല. എൺപതുകളിലെ ആ വർഷങ്ങളിൽ ദളിത് സാഹിത്യത്തിന്റെ സന്ദേശങ്ങൾ എത്തിയിരുന്നുമില്ല. ആധുനികത അതിന്റെ സായാഹ്നശോഭയിൽ പ്രതാപത്തോടെ വിളങ്ങിയിരുന്ന ആ സമയത്ത് ദളിതരുടേതായ സാഹിത്യം എന്ന പരികല്പന ഉൾക്കൊള്ളാനും മലയാള സാഹിത്യം വേണ്ടത്ര തയ്യാറായിരുന്നില്ല. ടി കെ സി വടുതലയെപ്പോലും ആരും അങ്ങനെ പരാമർശിക്കാൻ തുനിഞ്ഞിരുന്നില്ല. ക്ഷുഭിതരായ എന്റെ സഹപാഠികൾ തങ്ങളുടെ *പക്ഷിക്കൂട്ടം* എന്ന ലിറ്റിൽ മാഗസിൻവഴി ശിവകുമാറിനോടു കലഹിച്ചു. തികച്ചും സോദ്ദേശ്യമായിരുന്നു അത്. സാഹിത്യത്തെ ജാതിതിരിച്ചു കാണുന്ന വരേണ്യതയായി ശിവകുമാറിന്റെ വാക്കുകളെ തങ്ങളുടെ പാരായണ നിഷ്കളങ്കതകൊണ്ട് അവർ തെറ്റിദ്ധരിച്ചു. ജാതിപോലുള്ള സാമൂഹിക സ്ഥാപനങ്ങൾക്ക് തൊടാനാവാത്തതും അത്തരം വൈരുദ്ധ്യങ്ങളെ പ്രതിഫലിപ്പിക്കുന്നതിനുപകരം ഇല്ലാതാക്കുന്നതുമായ ഒരു ഏകാത്മക സത്തയായി അവർ സാഹിത്യത്തെ സങ്കല്പിച്ചിരുന്നിരിക്കണം. ഇന്നാണെങ്കിൽ ആ ക്ഷോഭം ഉണ്ടാവില്ലെന്നു തീർച്ച.

ആധുനികതയ്ക്കപ്പുറത്തേക്കു നീങ്ങുന്നതിനെപ്പറ്റി കിനാവു കണ്ടുകൊണ്ടിരുന്ന ചെറുപ്പക്കാരെ ഒരു അവതാരിക അരിശംകൊള്ളിച്ചുവെങ്കിലും ഉത്തമൻ അക്ഷോഭ്യനായിരുന്നു. തന്റെ ഉത്തമബോദ്ധ്യങ്ങളിലാണ് ഉത്തമൻ പിന്നെയും എഴുതിയത്. ചാവൊലിയിലെത്തുമ്പോഴാണ് അവ ഏറ്റവും തെളിവുള്ള രൂപബോധവും ദർശനവും ആർജ്ജിക്കുന്നത്. ദളിതന് സവർണ്ണ സമൂഹം കല്പിച്ചു നല്കിയ ദളിതത്വം എന്ന സാമൂഹിക പിന്നാക്കാവസ്ഥയെയും വിഭവാധികാരശൂന്യതയെയും ശാശ്വതീകരിച്ചുകൊണ്ട് ദളിതസ്വത്വം നിലനിർത്തുക എന്ന ലക്ഷ്യം ഉത്തമന്റെ സാഹിത്യദർശനത്തിലില്ല. ദളിതത്വത്തിന്റെ ശാശ്വതീകരണം മാത്രമല്ല ഇന്ത്യയിലെ മറ്റു പല മേഖലകളിലും ദളിതർ നേരിട്ടുകൊണ്ടിരിക്കുന്ന വിവേചനങ്ങളുമായി കേരളീയ ദളിതരുടെ സ്ഥിതിയെ സമാനീകരിച്ച് ഒരു ഇര മനോഭാവം സ്ഥിരീകരിക്കലും ഉത്തമന്റെ എഴുത്തിലില്ല.ദളിത് സാഹിത്യത്തെപ്പറ്റി സമീപകാലത്ത് ഉയർന്നുവന്ന സംവാദങ്ങളിൽ പി എ ഉത്തമൻ എന്ന പേരു കാണാത്തതിന്റെ ഒരു കാരണവും അതാണ്. കേരളബാഹ്യമായ ദളിതജീവിതത്തെ മുൻനിർത്തി കേരളീയ ദളിതജീവിതത്തെ നിർവ്വചിക്കുകയും ഐക്യപ്പെടുകയും ചെയ്യുന്ന ദളിതവാദം ഉയർത്തുന്നില്ല എന്നതാണ് ഈ നോവലിസ്റ്റിന്റെ ഏറ്റവും വലിയ പ്രത്യേകത. *ചാവൊലി*യെ മലയാളത്തിലെ ദളിത് സാഹിത്യത്തിലെ മൗലികത്വമുള്ള രചനകളുടെ കൂട്ടത്തിൽ ഉയർത്തിനിർത്തുന്ന മുഖ്യഘടകങ്ങളിലൊന്നും അതാണ്.

കാലത്തെയെന്നപോലെ സ്ഥലത്തെയും എഴുതുന്ന നോവൽ എന്ന സാഹിത്യരൂപം വായനയുടെയും ഓർമ്മയുടെയും ആഖ്യാനത്തിന്റെയും

ഒരു സാമൂഹികസ്ഥലമാണ്. മതനിരപേക്ഷമായ പൊതുസ്ഥലങ്ങളെ സാഹിത്യത്തിലേക്കു കൂട്ടിക്കൊണ്ടുവന്ന നോവൽ ഉണ്ടായതും നിലനില്ക്കുന്നതും ഒരു സാമൂഹികസ്ഥലത്താണ്. നമ്മുടെ നോവലിന്റെ ചരിത്രം നോക്കിയാൽ ആ പൊതുസ്ഥലം വരേണ്യമായ ഒന്നാണെന്നു കാണാം; വരേണ്യമായ കേന്ദ്രവും അതല്ലാത്ത പ്രാന്തവും ഉൾപ്പെടുന്ന സാമൂഹിക സ്ഥലം. പാർശ്വസ്ഥലങ്ങളിലേക്ക് അപൂർവ്വമായി നീങ്ങിയ നോവലിസ്റ്റുകൾ പോലും കേന്ദ്രം/പ്രാന്തം എന്ന ദ്വന്ദ്വം കൃത്യമായി പാലിച്ചിരുന്നു. വരേണ്യവും ശ്രേണീബദ്ധവുമായ കേന്ദ്രത്തെ ആധാരമാക്കി നില്ക്കുന്ന ഇതിവൃത്തത്തിന്റെ പുറമ്പോക്കായാണ് മിക്കവാറും സന്ദർഭങ്ങളിലും പ്രാന്തജീവിതങ്ങൾ നോവലിലേക്കു കടന്നുവന്നത്. പ്രാന്തങ്ങളെ ഇതിവൃത്തമാക്കിയ നോവലുകളിൽപ്പോലും സാമൂഹിക ശ്രേണീഘടന ശക്തമായി നിലനിന്നു. തകഴിയുടെയും പൊറ്റക്കാട്ടിന്റെയും നോവലുകളിൽ ഇതു കാണാം. അതൊന്നും അവരുടെ വ്യക്തിപരമായ വീഴ്ചകളായിരുന്നില്ല. അവർ ജീവിച്ച കാലവും അതിന്റെ പ്രത്യയശാസ്ത്രവും സൃഷ്ടിച്ച വീക്ഷണമായിരുന്നു അത്. പുറമ്പോക്കിന്റെ ജീവിതം എഴുതുന്ന ഇന്നത്തെ നോവലിസ്റ്റിന് ആ ഘടനയുമായി ഏറ്റുമുട്ടിയേ പറ്റൂ. ഘടനയോടു മാത്രമല്ല അതിന്റെ എല്ലാ രൂപാവിഷ്കാരവിദ്യകളോടും യാത്ര പറഞ്ഞേ പറ്റൂ. *ചാവൊലി*യിൽ അതിനുള്ള കടുത്ത യത്നമാണ് ഉത്തമൻ നിർവ്വഹിക്കുന്നത്.

ഇതിവൃത്തം, രൂപഘടന, കാലാവിഷ്കാരം, ആഖ്യാനരീതി, ഭാഷ എന്നിവയിലെല്ലാം ദളിത ജീവിതവുമായി ഐക്യപ്പെട്ടുകൊണ്ടും വ്യവസ്ഥാപിത നോവൽ രീതികൾ ലംഘിച്ചുകൊണ്ടും *ചാവൊലി* നാം പരിചയിച്ചതല്ലാത്ത മറ്റൊരു നോവലായി മാറുന്നു. വ്യവസ്ഥാപിത നോവലിന് എതിരെ നില്ക്കുന്ന മറുനോവൽ. 'മണ്ണിലാണ്ടമരങ്ങളായ്', 'അമരവാഴ്വുകളിങ്ങനെ' എന്നീ രണ്ടുഭാഗങ്ങളിലായി *ചാവൊലി*യിൽ ഉത്തമൻ ശ്രമിക്കുന്നത് മറുനോവലും മറുചരിത്രവും സൃഷ്ടിക്കാനാണ്. ഒട്ടും എളുപ്പമല്ല ഈ കർമ്മം. നിലവിൽ നോവലിന്റെ രൂപത്തിലും ഭാഷയിലും ബാധിച്ചിട്ടുള്ള ഒരുപാടു ചാവുദോഷങ്ങളും ചെയ്‌വന ദോഷങ്ങളും ഉച്ചാടനം ചെയ്തുകൊണ്ടു മാത്രമേ മറുപ്രകൃതി തെളിയൂ.

തിരുവനന്തപുരം ജില്ലയിലെ നെടുമങ്ങാട് താലൂക്കിലെ കുറവരുടെ ജീവിതം പ്രമേയമാക്കി തിരുവനന്തപുരത്തെ നാട്ടുപേച്ചിൽ എഴുതപ്പെട്ട *ചാവൊലി*യിൽ ആഖ്യാനത്തിന്റെ കാലാനുസ്യൂതി സങ്കല്പങ്ങൾ നെടുകെ പിളർന്നുകൊണ്ട് ദളിതജീവിതത്തിന്റെ ഭൂതവർത്തമാനങ്ങൾ കൂട്ടിക്കലർത്തി പുതിയൊരു ആഖ്യാനപ്രകാരം സൃഷ്ടിക്കുകയാണ് ഉത്തമൻ. ബോധധാരയായോ ഫ്ളാഷ്ബാക്കായോ ഒക്കെ നാം പരിചയിച്ച കാലാവിഷ്കാരതന്ത്രങ്ങളിൽനിന്നു ഭിന്നമായ മറ്റൊരു കാലമാണിത്. ഓർമ്മയും വർത്തമാനവും അവിടെ കൂടിക്കുഴഞ്ഞു കിടക്കുന്നു. ഓർമ്മയ്ക്ക് കലാവിഷ്കാര പദവി നല്കിയ വരേണ്യരുടെ സമൂഹത്തിന്റെ പുറമ്പോക്കിലേക്കു മാറ്റപ്പെട്ട മനുഷ്യരുടെ ഓർമ്മയായതിനാൽ *ചാവൊലി*യിലെ

സ്മൃതിധാരകൾക്ക് പരമ്പരാഗത ഓർമ്മാവിഷ്കാരങ്ങളുമായി ബന്ധുത്വമില്ല. മറുപാതിയുടെ ഓർമ്മകളാണവ. മണ്ണിലാണ്ടുപോയ മരങ്ങളുടെ ഓർമ്മ. മണ്ണിലാണ്ട് അമരങ്ങളായവരുടെ ഓർമ്മകളായും അവയെ വായിക്കാം.

സമൂഹത്തെ നിലനിർത്തുന്ന ഉല്പാദനത്തിന്റെ ആധാരശക്തിയായിരിക്കുമ്പോഴും വിഭവാധികാരമില്ലാതെ അതിന്റെ പാർശ്വങ്ങളിലേക്ക് ഒതുക്കപ്പെട്ട ദളിതരുടെ സ്ഥലഭ്രഷ്ടതയുടെ കഥയാണ് *ചാവൊലി* പറയുന്നത്. ഗ്രാമത്തിൻ പുറത്തു വസിക്കുന്ന ചാമറുകളുടെ ജീവിതം. തങ്ങൾ പൊന്നു വിളയിച്ചിട്ടും ഉടമസ്ഥാവകാശമില്ലാത്തതിനാൽ സ്വന്തം ഇടത്തിൽ നിന്ന് അവർ വീണ്ടും വീണ്ടും കൂടുതൽ അകലെയുള്ള പാർശ്വങ്ങളിലേക്ക് ആട്ടിപ്പായിക്കപ്പെടുന്നു. നിരന്തരമായ കുടിയിറക്കും ഉടമസ്ഥാവകാശമില്ലായ്മയും ഇടമില്ലായ്മയുടെ ജനതയാക്കിയാണ് ദളിതരെ മാറ്റിയത്. *ചാവൊലി*യുടെ ഒന്നാംഭാഗം പറയുന്ന കഥയും ഇടമില്ലായ്മയുടേതാണ്. കേന്ദ്രം/പ്രാന്തം എന്ന വ്യവച്ഛേദത്തിനിടയിൽ സ്വന്തം സ്ഥലം നിർവ്വചിക്കാൻ കുറവർ നടത്തുന്ന യത്നങ്ങൾ ഓരോ ഉപാഖ്യാനത്തിലും കാണാം. കുടിയിറക്കപ്പെടുന്ന നീലമ്പിയും നാടോടിയായി അലയുന്ന ആതിച്ചൻ വൈദ്യനും കാക്കാരിശ്ശി കളിക്കുന്ന കറുമ്പനും ചിന്നനും ദളിതന്റെ ഇടങ്ങളാണു തേടിക്കൊണ്ടിരിക്കുന്നത്. ഇടമില്ലായ്മയെക്കുറിച്ചുള്ള തീവ്രബോധം അവരെ ഭരിക്കുന്നു. അതിൽനിന്നാണ് കാക്കിരിശ്ശിത്തറയും രാപ്പള്ളിക്കുടവും ഉണ്ടാകുന്നത്. ആ സ്ഥലബോധം വിമോചനബോധമാണ്. സ്വത്വനിർവ്വചനത്തിന്റെ ആ രാഷ്ട്രീയ ബോധം തുടങ്ങിയിടത്തുവച്ച് നോവലിന്റെ ആദ്യഭാഗം അവസാനിക്കുന്നത് യാദൃച്ഛികമല്ല.

നിർവ്വചിക്കപ്പെട്ട ആ ഇടത്തിന്റെ പരിണാമകഥയാണ് രണ്ടാം ഭാഗമായ 'അമരവാഴ്വുകളിങ്ങനെ'. മറുനോവൽ എഴുതാനുള്ള ശ്രമത്തിൽ വ്യവസ്ഥാപിത നോവലിന്റെ രീതിശാസ്ത്രവും സങ്കല്പങ്ങളും ഉത്തമനെ രണ്ടാം ഭാഗത്ത് പിടികൂടുന്നതു കാണാതിരിക്കാൻ വയ്യ. ദേശത്തേക്കുള്ള മടങ്ങിവരവ് എന്ന സങ്കല്പത്തിൽപോലുമുണ്ട് അത്. ജന്മിത്വത്തിന്റെ കാലത്തെ പാടം, പുറമ്പോക്ക്, മലവാരം തുടങ്ങിയ പ്രാന്തങ്ങൾ മുതലാളിത്തത്തിന്റെ കാലത്ത് കോളനി, ചേരി, ചന്ത, പുനരധിവാസകേന്ദ്രം, കവല തുടങ്ങിയ പുതിയ പ്രാന്തങ്ങളായി മാറിയിരിക്കുന്നതായി രണ്ടാംഭാഗത്തു കാണാം. വഴി നടക്കാനുള്ള അവകാശത്തിനായി സമരം ചെയ്തുകൊണ്ട് ഇടമില്ലായ്മയിൽ നിന്ന് ദളിതരെ ഇടത്തിലേക്കു നയിക്കാൻ ശ്രമിച്ച അയ്യൻകാളിയുടെ സ്മൃതിയിൽ നിന്നു ബഹുദൂരം പോന്നു കഴിഞ്ഞ ഈ കാലത്ത് കോളനിയിലെത്തുന്ന രഘുത്തമൻ പുതുകാലത്തിന്റെ ചിത്രം അവതരിപ്പിക്കുന്നു. "ടി വി കിയോസ്ക് തുറന്നിരിക്കുന്നു. തെറിവിളി, അടിപിടി, ലഹള, കൂട്ടിക്കൊടുപ്പ്, പ്രേമം, പൈപ്പിൻചുവട്, ഒറ്റിക്കൊടുക്കൽ കള്ളവാറ്റ്..." ഒരു അപരിഷ്കൃത കോളനി സമൂഹത്തിനു നല്കുന്ന തെറ്റിദ്ധാരണകൾ എങ്ങനെ നീക്കം ചെയ്യാം എന്നു ചിന്തിച്ചാണ് രഘുത്തമൻ അവിടെയെത്തുന്നത്. (നോവലിസ്റ്റിന്റെ ആത്മപ്രതിനിധാനമോ പ്രതിനി

ധിയോ ആയിത്തീരുന്നതുകൊണ്ട് വ്യവസ്ഥാപിത നോവലിന്റെ പാരമ്പര്യമുള്ള കഥാപാത്രമാണ് രഘുത്തമൻ. ഇങ്ങനെയൊരു പ്രതിനിധാനസ്വഭാവമില്ലെങ്കിലും *ചാവൊലി*ക്കു കേടൊന്നും പറ്റില്ലായിരുന്നു) മാറ്റങ്ങൾ അയാൾ കാണുന്നു. കിട്ടിയ മണ്ണ് വിറ്റു തുലച്ച് ജനം ചേരികളിലേക്കു വിവേകശൂന്യമായി ചേക്കേറുന്നതും മുൻകാല കർമ്മങ്ങൾ വെടിഞ്ഞ് ദൈവങ്ങളിൽ നിന്നു മനുഷ്യദൈവങ്ങളിലേക്കു മാറുന്നതും സഭകളും സമാജങ്ങളും സംഘകോലാഹലങ്ങളുയർത്തി തൻകാര്യം നേടി മടങ്ങുന്നതും ആ കാഴ്ചകളിലുണ്ട്. ഒന്നും മറച്ചുവയ്ക്കാൻ ഉത്തമൻ ശ്രമിക്കുന്നില്ല. വിമർശനാത്മകമായ ഈ ധീരത *ചാവൊലി*ക്ക് മലയാളത്തിലെ ദളിത് സാഹിത്യത്തിൽ സവിശേഷമായ ഇടം നേടികൊടുക്കുന്നതിനൊപ്പം ദളിത് മൗലികവാദികളുടെ കടുത്ത വിരോധവും നേടിക്കൊടുക്കും.

ബ്രാഹ്മണശത്രുവിനെ തേടുകയും അതിന്റെ അടിസ്ഥാനത്തിൽ ദളിത പ്രശ്നത്തിന്റെ വർത്തമാനകാലസ്ഥിതിയെ വ്യാഖ്യാനിക്കുകയും ചെയ്യുന്ന സമകാലിക ദളിതവാദത്തിന്റെ വർഗ്ഗസങ്കല്പത്തിലും സ്വത്വരാഷ്ട്രീയത്തിലും നിന്ന് വിമർശനാത്മകമായി വേറിട്ടു നില്ക്കുന്ന ഉത്തമന്റെ സത്യസന്ധത എന്നെ അമ്പരപ്പിക്കുന്നു. അനുഭവത്തിന്റെ വെളിച്ചത്തിൽ രൂപപ്പെട്ടതാണ് ആ സത്യസന്ധത. ഉത്തരേന്ത്യൻ മൂശയിൽ വാർന്നുവീണ സമകാലിക ദളിതവാദസിദ്ധാന്തങ്ങൾ ബ്രാഹ്മണ്യം എന്ന ചത്ത കുതിരയെപ്പറ്റി പറഞ്ഞുകൊണ്ടിരിക്കുകയാണെന്നുകൂടി ഓർക്കണം. *ചാവൊലി*യിൽ പീഡകരായി ഒരു ബ്രാഹ്മണൻ പോലുമില്ല. നായന്മാരും പിന്നാക്കക്കാരായ മുസ്ലീങ്ങളും നാടാന്മാരുമെല്ലാമുണ്ടുതാനും. ദളിത്-പിന്നാക്ക ഐക്യമുന്നണി സ്വപ്നം കാണുന്ന കക്ഷിരാഷ്ട്രീയമല്ല ഇവിടെ. ഉത്തരേന്ത്യൻ ദളിതനോടുള്ള വ്രണിത താദാത്മ്യവുമില്ല. തന്റെ മണ്ണിൽ തന്റെ വാസ്തവങ്ങളിൽ അവയുടേതു മാത്രമായ സങ്കീർണ്ണതകളിൽ ഉറച്ചു നില്ക്കുകയാണ് ഉത്തമൻ. അതാണ് എഴുത്തിലെ ഉത്തമത്വവും.

സാമൂഹികാധികാരഘടനയുടെ നിർമ്മിതിമാത്രമായ ദളിതത്വത്തിൽ നിന്ന് ജീവിതം നിരന്തരസമരമാക്കിക്കൊണ്ടു പുറത്തു കടന്ന രഘുത്തമൻ ദളിതത്വത്തിന്റെ ശാശ്വതീകരണത്തെയാണ് എതിർക്കുന്നത്. സമകാലിക ദളിത് സിദ്ധാന്തങ്ങളിൽ പലതിൽ നിന്നും വ്യത്യസ്തമാണ് ഈ നിലപാട്. ദളിതത്വത്തെ ശാശ്വതീകരിച്ച്, അധികാരം സൃഷ്ടിച്ച ആ നിഷ്ഠുരതയെ അതേപടി നിലനിർത്തുന്നതാണ് ദളിത സ്വതനിർമ്മിതി എന്ന സ്വത്വരാഷ്ട്രീയം *ചാവൊലി*യിലില്ല. ഞാൻ ദളിതനാണ് എന്നു പറയുന്നതിലെ അധമബോധമില്ലാത്ത സ്വത്വബോധവും ദളിതത്വത്തെ ശാശ്വതീകരിക്കുന്ന സ്വത്വരാഷ്ട്രീയവും ഒന്നല്ല. ശാശ്വതീകരണത്തിൽ വോട്ടുബാങ്കിന്റെയോ സിദ്ധാന്തവല്ക്കരണത്തിന്റെയോ ദുഷ്ടലാക്കുണ്ട്. പ്രാന്തീയതയുടെ സ്ഥിരീകരണം ദളിതരും അദളിതരുമായ സൈദ്ധാന്തികർ പലരും ദളിതത്വത്തെ സ്വത്വബോധമാണെന്നു പറഞ്ഞ്. സ്ഥിരീകരിച്ചുകൊണ്ട് ദളിതപ്രശ്നങ്ങളെ തമസ്കരിക്കാൻ ശ്രമിക്കുന്നു. അകം/പുറം എന്ന ദ്വന്ദ്വത്തെ നിലനിർത്തി പുറത്തെ പുറമായി ശാശ്വതീകരിക്കാൻ ശ്രമിക്കുന്നു.

സിദ്ധാന്തങ്ങൾക്ക് പ്രയോഗത്തറ വേണമല്ലോ എന്നും. പരീക്ഷണശാലകൾക്ക് എന്നും വെള്ളെലിക്കുഞ്ഞുങ്ങൾ നിലനില്ക്കണം.

സ്ഥിരീകരണത്തിന്റെ സിദ്ധാന്തത്തെ രൂക്ഷമായി വിമർശിക്കുന്നുണ്ട് *ചാവൊലി* ഇടമില്ലായ്മയിൽ നിന്ന് കോളനി, ചേരി തുടങ്ങിയ ഇടങ്ങളിലേക്കെത്തിയ ജനത വീണ്ടും കുടിയിറക്കപ്പെടാൻ പോകുന്നതിന്റെ സൂചനയായി. അന്താരാഷ്ട്ര മാർക്കറ്റ് വരുന്നതിന്റെ വാർത്തയിലാണ് നോവൽ അവസാനിക്കുന്നത്. കോളനിയും ചേരിയുമൊക്കെ യഥാർത്ഥത്തിൽ ഇടത്തിന്റെയല്ല ഇടമില്ലായ്മയുടെ സ്ഥാനങ്ങളാണ്. മനുഷ്യ, പ്രകൃതിക്രമങ്ങൾ തമ്മിലുള്ള സംലയനമാണ് ഇടങ്ങൾ. അവ അമൂർത്തതകളോ, സങ്കല്പങ്ങളോ അല്ല മറിച്ച് അർത്ഥപൂർണ്ണവും നാം ജീവിക്കുന്ന ലോകത്തിലെ നേരിട്ടനുഭവിക്കാവുന്ന പ്രതിഭാസങ്ങളുമാണ്. വ്യക്തിപരവും സാമുദായികവുമായ സ്വത്വങ്ങളുടെ പ്രധന സ്രോതസ്സുകൾ ഓരോരുത്തർക്കും വൈകാരികവും മാനസികവുമായ ഗാഢബന്ധങ്ങളുള്ള മനുഷ്യാസ്തിത്വകേന്ദ്രങ്ങളാണവ. കോളനികളും ചേരികളും പാർക്കും രൂപപ്പെടുത്തുമ്പോൾ അത്തരം ഇടങ്ങളാണ് ഇല്ലാതാക്കപ്പെടുന്നത്. വ്യതിരിക്തതയുള്ള സ്ഥലങ്ങൾ തകർത്ത് വൈവിദ്ധ്യത്തിനു പകരം ഐകരൂപ്യം സൃഷ്ടിക്കുന്ന പുതുനാഗരികത അങ്ങനെ ഇടമില്ലായ്മയിലേക്ക് മനുഷ്യരെ നയിക്കുന്നു. തകർന്ന പാറമേടുകളും മണ്ണടർന്ന കുന്നുകളും കണ്ടുനില്ക്കുന്ന രഘുത്തമനോട് കുഞ്ഞിരാമൻ തങ്ങളുടെ ഇടമില്ലായ്മയെപ്പറ്റി ഇങ്ങനെ ഖേദിക്കുന്നുണ്ട്. "അതാ .. വയലും തോടും നെമത്യേത്... നെറച്ച് മീനൊണ്ടാരുന്ന തോട്, ങ്ങള് എമ്പാടും മീമ്പിടിച്ച തോട്. പ്പം മണ്ണിൻടിക്കുട അവുത്തുങ്ങള് ഓടേരിക്കും. ആളനക്കം കേട്ട് പിന്നെ ആണ്ടാണ്ട് തിന്നാത്തീരാത്ത നെല്ലൊള്ള വയല്." ഖനനം പുറത്തെടുക്കുന്നത് മനുഷ്യരാശിയുടെ പ്രത്യാശയല്ല. കുന്നുകൾ അടർത്തിമാറ്റുന്നതും പാറകൾ തകർക്കപ്പെടുന്നതും നന്മകളിലേക്കുള്ള വാതിലുകളല്ല. മൺമറയുന്നതോ വരുംകാല മനുഷ്യന്റെ മണം, വിശ്വാസം, സംസ്കൃതി എന്ന് നോവലിസ്റ്റ് പറയുന്നു. നഗരാസൂത്രകരും വമ്പൻ കമ്പനികളുമെല്ലാം ചേർന്നു സൃഷ്ടിക്കുന്ന ഇടമില്ലായ്മയിലേക്കു നീങ്ങുകയാണ് *ചാവൊലി*യിലെ ജനതയുടെ വർത്തമാനകാലം. ഇടമില്ലായ്മയുടെ ഏറ്റവും പുതിയ പ്രതീകമാണ് വരാൻ പോകുന്ന അന്താരാഷ്ട്ര മാർക്കറ്റ്. പുതിയ ഇടമില്ലായ്മയെ ചെറുത്തുനില്ക്കാൻ സ്വത്വരാഷ്ട്രീയത്തിനു കഴിയുമോ എന്ന സന്ദേഹം ചാവൊലി ഉയർത്തുന്നുണ്ട്. വിശദാംശങ്ങളിലേക്കും പ്രഭാഷണത്തിലേക്കും ഉത്തമൻ നീങ്ങുന്നില്ല. മണ്ണിലാണ്ടുപോയ മരങ്ങളായിത്തീർന്നവരുടെ ഓർമ്മയിലേക്ക് ആഖ്യാനം കുഴച്ചുമറിച്ചുകൊണ്ട് വിരമിക്കുകമാത്രം.

*ചാവൊലി*യിലെ ഭാഷയെപ്പറ്റി പറഞ്ഞുകൊണ്ടാണ് ഈ പ്രവേശകം തുടങ്ങിയത്. താൻ അവതരിപ്പിക്കുന്ന കുറവസമുദായത്തിന്റെ പൂർവ്വകാലം മുതൽ വർത്തമാനകാലംവരെ നെടുമങ്ങാട്ടു നിലവിലിരുന്ന നാട്ടുഭാഷയെന്ന് ഉത്തമൻ പറയുന്ന ഈ നാട്ടുപേച്ച് തിരുവനന്തപുരത്തിന്റെ സ്വന്തം മൊഴിയാണ്. നെടുമങ്ങാട്, നെയ്യാറ്റിൻകര, തിരുവനന്തപുരം, ചിറയിൻകീഴ്

താലൂക്കുകളിലായി വ്യാപിച്ചുകിടക്കുന്ന ഒരു ഭാഷയുടെ ഉൾപ്പിരിവാണത്. തിരുവനന്തപുരത്തുകാരിൽ അത് ഇന്നും സൗന്ദര്യക്കുഴമ്പുകൾ പൂശിയ തൊലിക്കുള്ളിലെ പച്ചമാംസംപോലെ നിലകൊള്ളുന്നു. പ്രാദേശികമായ ചില സവിശേഷ പ്രയോഗങ്ങളും ഈണങ്ങളും ഒഴിവാക്കിയാൽ എല്ലാ ജാതികളും അത് ഒരുപോലെ പങ്കുവയ്ക്കുന്നു. എന്നാൽ സി വി രാമൻപിള്ളയ്ക്കുശേഷം അധികമാരും സാഹിത്യത്തിൽ അതെഴുതിയിട്ടില്ല. വള്ളുവനാടനും ഏറനാടനും കോലത്തുനാടനുമായ നാട്ടുമൊഴികൾ അഭിജാതമായി ഉച്ചരിക്കപ്പെട്ട മലയാള നോവലിൽ തിരുവനന്തപുരം പേച്ചിന് എന്നും ദളിതത്വമായിരുന്നു. തിരുവനന്തപുരത്തുകാരായ നോവലിസ്റ്റുകൾ തന്നെ അതെഴുതിയില്ല. തങ്ങളുടെ പൊൻനാണയം ചെമ്പുനാണയമാണെന്ന് തെറ്റിദ്ധരിച്ച അവർക്ക് അതെഴുതുന്നതിൽ ലജ്ജയുണ്ടായിരുന്നിരിക്കണം. തിരുവനന്തപുരത്തു ചേക്കേറി വേരുറപ്പിച്ച് തിരുവനന്തപുരത്തുകാരായ നോവലിസ്റ്റുകളും എഴുതിയില്ല. തിരുവനന്തപുരത്തിന്റെ എല്ലാ നാഗരികസൗകര്യങ്ങളും അനുഭവിക്കുകയും എന്നാൽ തിരുവനന്തപുരത്തുകാരെയും ഭാഷയെയും നിരന്തരം അപഹസിക്കുകയും ചെയ്തു ജീവിച്ചുകൊണ്ടിരിക്കുന്ന ഒട്ടേറെ മദ്ധ്യവർഗ്ഗക്കാരെപ്പോലെ അവരും ഈ ഭാഷയിൽ എഴുതുന്നതിൽ ലജ്ജിച്ചു. എഴുതിയപ്പോഴാകട്ടെ തിരുവനന്തപുരം മൊഴി പരിഹാസത്തിനു വേണ്ടിയുള്ളതായി. ജനപ്രിയ സിനിമയിൽ ഈ ഭാഷ ഇങ്ങനെ അപഹസിക്കപ്പെടുന്നതു കാണാം. എന്തിന് ജി അരവിന്ദന്റെ *ഒരിടത്തിൽ*പ്പോലും അത് അങ്ങനെയായിരുന്നു. എന്നാലോ ആരും തിരുവനന്തപുരം വിട്ടുപോയതുമില്ല.

ആ നാട്ടുമൊഴി എഴുതിക്കൊണ്ട് ഉത്തമൻ തന്റെ പൊൻനാണയം വീണ്ടെടുക്കുന്നു. ഒരു നിഘണ്ടുവും ഉൾക്കൊള്ളാത്ത വാക്കുകളുടെ താരാവലിയിൽ പരവയിൽ തിരകളായി വന്തു തിങ്കിനിറയുകയാണ് *ചാവൊലി*യിൽ. അടിക്കുറിപ്പുകളിലെ മാനകഭാഷയുടെ സഹായമില്ലെങ്കിൽ മറ്റു പ്രദേശങ്ങളിലെ വായനക്കാർക്ക് വിനിമയം അസാദ്ധ്യമാകുന്ന ഈ ഭാഷണഭേദം നോവലിന്റെ വായനയിൽ തടസ്സങ്ങൾ സൃഷ്ടിച്ചേക്കാം. എന്നാൽ മറുനോവൽ എഴുതുന്ന നോവലിസ്റ്റിന് മറുഭാഷയും എഴുതാതിരിക്കാൻ ആവില്ല. ആ വാക്കുകളിൽ മാത്രമേ മണ്ണിലാണ്ട മരങ്ങളുടെ ലോകം ഉയിർത്തുവരൂ.

പി കെ രാജശേഖരൻ
(ഒന്നാം പതിപ്പിനെഴുതിയത്)

ഭാഗം ഒന്ന്
മണ്ണിലാണ്ടമരങ്ങളായ്

ആത്തറ[1] കല്ല്വെളക്കിനും നെറം കെട്ട പട്ടുചീന്തിനും മുന്നീ താണു വീണു. മണ്ണിച്ചേന്നു മനം പ്നാറ്റി. കണ്ണീര് നനച്ചു, ചങ്കരൻ.

ചെളുക്കനെ[2] ചാടിയെണീച്ചു; ചങ്കരൻ.

ആത്തറ വലംവെച്ച്, തായ, ചെമ്പകം, എലഞ്ഞി..

തായമ്പു കാറ്റെടുത്ത്, മുള്ളോല ആട്ടിയാട്ടി ആര്? എന്തര്? എങ്ങന? എന്നോതി.

എന്തര് വേണ്ടീ എന്നുള്ളു കുമറി, ചങ്കരൻ ഒണന്നുനോക്കി. മുന്നീ നെട്ടന നിക്കണ തെങ്ങിമ്മണ്ടേ, പത്തല്ല നൂറല്ല എമ്മടങ്ങ് കാച്ച് കെടക്കണ്.

ഇളീക്കെട്ടിയ[3] തോർത്തയിച്ച് ത്ലാപ്പാക്കി[4]. കേറി.

ഒന്ന് ഒരേ ഒരെളംകരിക്ക് പിരിച്ചെടുത്ത് കടിച്ചെടുത്ത് എറങ്ങി

ചോട്ടിലെത്തി, പിച്ചാത്തി അരേന്നെടുത്ത് മോട് 'ചീക്കെ'ന്നു ചെത്തി.

കണ്ണീരുപോലത്തെ വെള്ളം തൂവി.

ആത്തറ, തെക്കുകെയക്കുമ്മൂലേ, കരിക്ക് മൂടൊറപ്പിച്ചു.

ചങ്കരൻ തൊയ്തു കണ്ണടച്ചു

ആരത്? ആളറിയാ കണ്ണീ സംശ്യേം.

കണ്ണു തൊറന്നപ്പോ തെങ്ങിഞ്ചോട്ടീ കൈയ്യള് പിന്നീ പെണച്ച് അവന്റെ ത്ലാപ്പീ കെട്ടി നിക്കണ്.

കള്ളന കാണാൻ ആള് വന്ന്. ആരവം വന്ന്. ചെത്തൻ വന്ന്. ചെകിടൻ വന്ന്.

വെളുത്തമുത്തി മാത്തറം വന്നില്ല.

---

1. ആൽത്തറ. 2. പെട്ടെന്ന് 3. അരയിൽ കെട്ടിയ 4. തളപ്പ്

മുത്തിക്ക് ചെത്ത്[1]മില്ല വെട്ടോമില്ല.

എള്ളു കട്ടാലും കള്ളൻ. നാട്ടുനടപ്പ്, തെങ്ങിൻകൂരൽ പൊട്ടി. പൂവു മാറ്റി കായ ഉരുവം നാണിച്ച കരിക്കാകുമ്പോ പെരുങ്കള്ളൻ.

തേങ്ങയല്ല. വെറും പൈതൽ; എളങ്കരിക്ക്.

അവനോ കള്ളൻ! തലനിവർക്കന തെങ്ങീ തുഞ്ചി തൊടുവിച്ച് കാല്ക്കീയിൽ എറുമ്പെന കണക്ക് ആളും പൊരുളും എതിരിട്ടു.

ആളുയർച്ച കടന്ന് കള്ളനൊപ്പം തലനീർത്തി, കുഞ്ഞിരാമൻ ചോദിച്ചു:

"നീയാര്?"

ചങ്കരൻ ഉളുപ്പേലാത[2] പറഞ്ഞു: "ഇത്തറ കാക്കും പഞ്ചമിപ്പെണ്ണൊരുത്തി, പണ്ടുകാലം മണ്ണ് തെടമ്പോറ്റിയോൾ. അവളോട് ചോദിക്ക് ഞാനാരെന്ന്."

കുഞ്ഞിരാമന് കള്ളനിൽ എയപിരിയിട്ട താടിയും കുമിഞ്ഞ മുടിയും തെളിഞ്ഞു കാണായി.

കുഞ്ഞിരാമൻ പിറുപിറുത്തു. "അങ്ങെന്തരോ ഏതോ? നാട്ടാരി കള്ളൻ. ഈ മണ്ണീ കള്ളൻ നല്ലപ്പം. അതും പകലെടുത്ത് പെരുമാള്[3] വരുമ്പയ്."

"കുഞ്ഞിരാമാ." കള്ളൻ വിളിച്ചു.

"എന്തോ?" കുരുടനെപ്പോലെ കുഞ്ഞിരാമൻ.

ആരിവൻ. അവന്റെ നേർപേര് വിളിച്ചനുസരിപ്പിക്കണ്

"ഞാനാരന്ന്, എന്തരന്ന് എവുത്തുങ്ങളെ നെനക്കറിയിക്കണം."

"അങ്ങന കടുംപിടുത്തം ഇല്ലങ്കിലും.."

"നിന്നോടായി പറയാം. എന്റപ്പന് ഒരു കരിക്ക് വെക്കാൻ, ഈ മണ്ണീ, ഞാൻ ആരോടെരക്കണം."

"ഞങ്ങക്കൊരെത്തും പിടീം കിട്ടണില്ല."

"എനിക്ക് വെളുത്ത മുത്ത്യേ കാണണം."

ചിക്കന്ന്[4] വെളുത്ത മുത്തിക്ക് കണ്ണി വെയ്ല് പൊട്ടി. കാതീ തേനൊലി നെറഞ്ഞു. ഇരുള് വാതില് തൊറന്ന് തത്തോം പിത്തോം വരാന്ത്യോളം[5] മുത്തി നാക്കാലി[6]യായി. പകല് പൊരുളില് തെങ്ങിന്തറയിലോയന്ന ചെത്ത മർമ്മരങ്ങളും വെളിപ്പെട്ടു.

കുഞ്ഞിരാമൻ അമ്പരപ്പിന്റെ ചേറ്റിലാണ്ടു. അവന്റെ കൈയേൽ ത്ലാപ്പിന്റ കെട്ടയിക്കേ വയുവയക്കന[7] ഒരു മുക്കൻ[8] ചീറിച്ചാടി.

"മതി കൈയെടുക്ക്" കള്ളൻ പറഞ്ഞു.

ആളാരവം തിടുക്കത്തി നെലച്ച് എളഞ്ചൂടി ഒരു കാറ്റടന്ന് വീശി. പയമെട്ടി[9] വട്ടപ്പെട്ടീല[10] കൈതപ്പൂമണമേറ്റി കള്ളനൊപ്പം കാറ്റുനീങ്ങി.

വെളുത്ത മുത്തി മുറ്റത്തു നിന്നു.

---

1. ശബ്ദം 2. സങ്കോചം കൂടാതെ. 3. സൂര്യൻ, 4. പെട്ടെന്ന്, 5. വരാന്തയോളം, 6, നാല്ക്കാലി, 7. വഴുവഴുക്കനെ. 8. മൂർഖൻ, 9. പഴയ പെട്ടി. 10. ചതുരപ്പെട്ടി–വേ കൊണ്ടു മെടഞ്ഞത് അടപ്പോടുകൂടിയത് (വേ- ഈറ്റ)

മാളോരുട കണ്ണീ അതിശ്യേം തെറമാടി.[1]

എറാത്തു[2]പോലും എയഞ്ഞേ എത്തൂ. മുത്തി, വെട്ടം കാണാത, മുറ്റം കാണാത അടയിരിക്കാൻ തൊടങ്ങിട്ട് വെയിലെത്തറ മറഞ്ഞ്, മയയെത്തറ ഒയിഞ്ഞ്. കണ്ണറിഞ്ഞില്ല. കാതറിഞ്ഞില്ല. പാങ്കെടപ്പല്ല

മുത്തി എറങ്ങാതായപ്പം ആത്തറ കേറി നെരങ്ങി, മൂതേവി.

അന്തിത്തിരിക്ക് ആളും പേരുംല്ല.

മുത്തീട വെളക്കിന്റെ നെറകിട്ടാതാര്.

പിന്നെപ്പോണ്, പൊരുന്നയിരുപ്പായത്.

മാളോരുട ഉള്ളാന്തി.

മുത്തി, കള്ളന നെറുക പൊണന്നു, അവനോ ചെടാപാരാത്ത മുത്തിക്ക് കാല് തൊടച്ച് മുത്തീട കണ്ണേൾ ഒറന്ന്.

"നീയും അപ്പനപ്പോലെ നാട് തെണ്ടി..."

മുത്തിക്ക്, കള്ളൻ, തന്ന നേതിക്കേണ്

മുത്തീട കൈ പിടിച്ച് നെഞ്ഞമത്തി അയാള് പറഞ്ഞ്.

"മുത്തി പൊറുക്കണം. ഈ മണ്ണു കാക്കും മുത്തപ്പമ്മാര് പൊറുക്കണം. ആളും പേരുമില്ലെന്ന് നെനച്ച ഈയുള്ളോന വെറുക്കല്ല്. മനതാരില് നിങ്ങള നേരറിവ് കിട്ടീട്ടേ ഞാൻ ഒരു എളതടത്തൊള്ളൂ. അതോ.."

അയാള കണ്ണ് നെറയണ്. "അതോ.."

"ചങ്കരാ നിറുത്തപ്പീ." വെളുത്ത മുത്തി തടഞ്ഞു.

മുത്തി ഇരുകാലി, ചങ്കരന അകത്തേക്ക് നയിച്ചു.

വീടിന ചുറ്റി കള്ളന്റെ കാണ്യോൾ[3].

കുഞ്ഞിരാമൻ പറഞ്ഞു. "ഇങ്ങള് പോയീം. ഇത്തേം മുത്തീട ആളാ. തെറ്റ് എന്റേതാ. മാപ്പാക്കീം."

വെന്തുവെലം[4] വന്നപ്പം കള്ളന മറക്കണകാലം. അവര്ക്കത് തീര പിടിക്കണില്ല. എങ്കിലും കൊറക്കെയിഞ്ഞപ്പം അവടം തരിശ്.

വെളുത്ത മുത്തി കുഞ്ഞിരാമനോട് മുനിഞ്ഞു. "ചങ്കരൻ... പെരുമാളിന്റെ തനിപ്പകർച്ച. പെരുമാള്.." മുത്തീട കണ്ണെറമ്പി വെള്ളിവെളിച്ചങ്ങള് തെമർത്തു.

"എന്റപ്പൻ." ചങ്കരൻ തെളിച്ചു. "അപ്പന്റമ്മച്ചി മുത്തീട മോള്."

"തേയി.." വെളുത്ത മുത്തി പറഞ്ഞു. "പെരുമാള് നാല് കാലില് എയയണ പരുവം. തേയി, കൊച്ചീക്കേം[5] അരീവെച്ച് നെല്ല് പാറ്റേണ്. കൊറച്ച് കയിഞ്ഞ് ഉമ്പിട്യേ[6] കാണണൂംല്ല. എറയത്ത്ന്ന് എറങ്ങ്യാ പാടോണ്ട്. ചാണാം കണ്ടാ അറ്യാം. മുറ്റത്ത് ചെല്ലമ്പം...."

മുത്തിക്ക് നേർക്കാണലിന്റെ നെറവ്. അന്നേരം ചിരിച്ചുരുളയിഞ്ഞു. എടനെര തെറ്റാ പല്ലുകാട്ടി.

"മുറ്റത്ത് മൂത്തറം കൊയച്ച് നെമ്മണി കുയിച്ച് വെക്കേണ്. തേയി എന്ന വിളിച്ച് നോക്കീം അമ്മച്ചി ഇങ്ങള കൊച്ചപ്പി[7] കാണിക്കണ ചേല്.."

---

1. തിറയാടി. 2. ഇറയത്ത്. 3. കാഴ്ചക്കാർ. 4. ബന്ധുബലം. 5. കുഞ്ഞ്. 6. കുഞ്ഞ്. 7. കുഞ്ഞ്.

"ഇക്കണ്ട മണ്ണിലൊക്കേം പെരുമാള് വിത്തുനട്ടു. മണ്ണിന്റെ താളോം ചവിട്ടും അറിഞ്ഞ് അവനോളം നിച്ചം[1] ഇമ്മണ്ണി ആക്കൊണ്ട്. ഇന്നൊള്ള മരച്ചോല മുയ്യോൻ പെരുമാളിന്റെ നെറുക നെയൽ. ഇപ്പം കിട്ടണ കായും കനിയും അവന്റെ വേർപ്പ്. ആ പൊടിക്കൊച്ചി[2]ന് ഒര് കരിക്ക് നേതിക്കണോൻ കള്ളൻ.... വല്ലോരേം മണ്ണി, അവന്റെ മുത്തപ്പന്റെ കുയിമാടത്തി ഒരു തേങ്ങ് കുയിച്ച് വെച്ച്. അങ്ങേര നെഞ്ചുങ്കൂട് പൊട്ടി എലവീശി വന്നേണ് ആ തെങ്ങ്."

മുത്തി മാനം കാണും മട്ടി, കുടിലിന്റെ മോന്തായം നോക്കി ഇരുന്ന് കുഞ്ഞിരാമൻ എന്തോ ആവലാതി പറയാൻ തുനിയുമ്പം[3] മുത്തി നാല് കാലില് ഇരുള് മുറീലമർന്നു. വാതിലടഞ്ഞു.

"ചങ്കരൻ മുത്തപ്പൻ ഈ അറിവില്ലാപൈതലോട് പൊറുക്കണം. എന്ത് പൊറുതി ചെയ്യണം. മുത്തപ്പൻ പറയീം."

"വേണ്ട കുഞ്ഞിരാമാ. ഒന്നു ചെയ്യുംമുമ്പ് ചെയ്യണതെന്തര് എന്ന റ്യേണം."

"ചെരി, എനി മുത്തപ്പൻ പറേമ്പോല."

"ഞാനെറങ്ങേണ്."

"മുത്തപ്പൻ, പോവല്ല്. പിന്നങ്ങക്കാര്. മുത്തീം ഞാനും."

"നിന്റപ്പനുമമ്മേം."

"അപ്പനല്ല. അപ്പന്മാര്"

അവനിപ്പം ചെറുതായി ചെറുതായി ചീരവിത്തോളം. ചങ്കരന്റെ കാച്ചോട്ടില് കാലക്കാറ്റില് കെടന്നുരുളണ്.

•

നാക്കീ, കൊതികുളിപ്പിച്ച ചാമ്പോരിക്ക പയമാങ്ങാച്ചൂരും മയച്ചാലും[4] എറാത്തേക്ക് ഒന്നിച്ചെത്തി. വെളുത്തമുത്തിക്ക് നനച്ചിൽ പുത്തരിയല്ല. എറമ്പില[5] മയ പാറ്റി വീയണ്. എറയം ചോരണ്.

കുഞ്ഞിരാമൻ ഈമ്പിയെടുത്ത ചാമ്പോരി മാങ്ങാച്ചൂര് മുത്തിക്ക് പതം നെറയ്ക്കണ്. വടക്കേവെളേല ചാമ്പോരി മാഞ്ചോട്ടില് മയ, വെളുത്തേ ഒലിച്ചെടുത്ത്.

കെയക്കുമ്മാനത്ത കരിമ്പടക്കൂരാപ്പ് മണ്ണിന പൊതയ്ക്കുമ്പോ, മേക്ക് മാനത്തിന്നെടയിലൂട വെളിച്ചക്കെട്ട് പായിച്ച് എടയ്ക്കെടെ കതിരോൻ തല നീട്ടുമ്പോ. മണ്ണിനു കുളിരും കൊണ്ടൊരു കാറ്റുവീശി. അയാന്ത[6]വിത്തേൾ കറുത്ത മേലാപ്പില് വെള്ളി അലുക്ക് പിടിപ്പിച്ച് പാറുമ്പോ, കാറ്റ് മാന്തല[7] പിടിച്ചു കുലുക്കുമ്പോ, വെളുത്ത എങ്ങനെ കണ്ടിരിക്കും.

അവള് ആകായം നെറഞ്ഞ മാഞ്ചോട്ടില് കല്ല് വാരി എറിയുമ്പോല മാങ്ങ വാരിക്കൂട്ടുമ്പോ ആരോ പെറക്കയുണ്ട്. മാവിന മത്തനാക്കണ,

---

1. നിശ്ചയം. 2. തീരെ ചെറിയ കുഞ്ഞ്. 3. തയ്യാറാകുമ്പോൾ. 4. മഴച്ചാൽ. 5. ഇടമ്പ്. 6. അഴാന്ത (ഒരു മരം). 7. മാവിന്റെ തല.

സൊകമുള്ള വാതന. തായമ്പുവല്ല. മന്താരോം ചെമ്പകോം, ല്ല; അറിയുന്ന പൂമണമേ അല്ല. വെളുത്തേ കാറ്റിഞ്ചൊയ[1]ലീ തളച്ച്.

വേലായ്വൻ കുഞ്ഞ് കുഞ്ഞല്ല തമ്പ്രാൻ. പട്ടാളം ആളേക്കൊല്ലി. നെന വിൽ മുത്തപ്പങ്കാവില കതിനമണം ഓ, ഒന്നുംല്ല. മണമേ, എന്തര് മണമേ നീ ചൂരെന്നോ, വാടേന്നോ അല്ല. മണം.

"ആരാടീ."

"വെളുത്ത."

അയാള് ചിരിച്ചു.

കാറ്റടങ്ങി മാവനക്കമറ്റ്. തായേക്ക് ഊർന്ന മാങ്ങേൽ മാവിലും മണ്ണിലും ല്ല

"പേരു പോലെതന്ന. എന്തിന് വന്നെടീ?"

"................................."

"എന്തെടീ, ചെവി ഓട്ടെ."

"കേക്കാമേ... ങ്ങക്ക്.. മാങ്ങ..."

"മാങ്ങ അത്രക്കിഷ്ടോ."

വെളുത്ത മിണ്ടീല്ല.

പിന്നാല വന്നോരൊക്കേം മാങ്ങേയി പോയി. വെളുത്ത ആരേം കണ്ടില്ല. വേലായ്വന്നാരും.

"മത്തടിക്കണ്."

"എന്തര്."

"തമ്പ്രാന്റെ വാതന."

മയയടങ്ങി. മാവ് മാങ്ങ പൊയിക്കാതായി.

"മാങ്ങേല്ലാത ചെന്നാ, അപ്പൻ.."

"നീ പേടിക്കണ്ടെടീ."

അയാള് മാവിക്കേറി ഉള്ളം കുലുക്കി മാങ്ങ വീത്തി പറക്കിക്കൂട്ടി തോർത്തുമുണ്ടി അറ്റം തെറുത്തു കെട്ടി, വെളുത്തേട തലേവെയ്ക്കുമ്പം മൊലക്കുമ്പില കരിങ്കണ്ണേൾ അയാള ഒരിക്കക്കൂടി തൊട്ട്.

•

"കുഞ്ഞിരാമാ.." വെളുത്തമുത്തി വിളിച്ചു. വെള്ളച്ചുറ്റ് മുത്ത്യേ തുരുത്താക്കി. എറയത്ത് അനക്കം കെട്ട് ഇരിക്കുമ്പം മുത്തിക്ക് മാങ്ങാച്ചൂര് തകിക്കണില്ല.

"മുത്തി, മുത്തീ" കുഞ്ഞിരാമൻ വിളിച്ചു.

"എന്തരപ്പീ, മുത്തേ."

മുത്തി കൊതി കുടിച്ചെറക്കി

"എന്നേ, കെളവീ, ങ്ങളീ പാണ്ടി[2]ക്ക് കൂട്ടുപോയിട്ട് വരീം."

പാണ്ടിയെറിഞ്ഞ് ഉടുത്തോർത്തീ ചൊനേം[3] നീരും തൊടച്ച് അവൻ മുത്ത്യേ നോക്കി ഇളിച്ചു. കാരണോ[4]നായി.

1. ചുഴലി. 2. മാങ്ങയണ്ടി. 3. കറ. 4. കാരണവൻ.

മുത്തി ഉള്ളം തേട്ടിത്തേട്ടി പറഞ്ഞോയി "അപ്പീ, പൊന്നേ, ക്ക്. ഒരു പൂള്'[1] പാമ്പോരിക്ക താ."

കുഞ്ഞിരാമൻ തറയെളകിച്ചാടി. ചിരിച്ചുചിരിച്ചു മണ്ണുകപ്പി. "ദാണ്ട കെളവി, ചാമ്പോരി തിന്നോല തന്ന. യ്ക്ക് ഒരു മാങ്ങ കിട്ടാൻ എന്തെല്ലാം തൊന്തരവ് കാട്ടീന്നാ. ആ പരട്ടനായന്മാര് കാണാതേണ് ഒരു മാങ്ങ തപ്യേത്. അതുംല്ല. എനി മാങ്ങ കിട്ട്യോലതന്ന."

"എന്തപ്പീ."

"അവുത്തുങ്ങള് വടക്കേ വെള്ളേല മാവും മരോം മുയ്യോൻ വെട്ട്ലേല്ലേ."

"എന്തരിന്" വെളുത്ത മുത്തി ഉള്ളുരുക്കി.

കുഞ്ഞിരാമൻ അവിടങ്ങുംല്ല.

•

കൊച്ചേമ്പിക്ക് അത്ര പോതിക്കണില്ല. മോള ഊര് ചുറ്റല് മാങ്ങ പറക്കാൻ. പറഞ്ഞാ കേക്കാത പുലിപ്പാറ കേറ്റം. തെരണ്ട[2] പെണ്ണല്ലേ. നാട്ടാര് പറയും. ഒന്നേ ഒള്ള് തലേക്കേറ്റി കൊടോടയ്ക്കല്ലേ.

പുലിപ്പാറ കേറീട്ട് വന്നു കാണുംവര പേടി കുമറണ്. പച്ചേ എത്തുമ്പം ഒരു വല്ലാത്ത.... കന്നാലിച്ചൂരല്ല. മാങ്ങ പറക്കാൻ പോയിറ്റ് വന്നാ വേറൊന്ന്. മാങ്ങാച്ചൂരല്ല. ചൊരുക്കണ ഒരു...

കൊച്ചേമ്പി ആട്ടിന മേയ്ക്കാൻ പുലിപ്പാറ കുന്നുകേറി.

മരങ്ങള്. പാറകള്. കുറ്റിച്ചേട്യേള്. ആടിന തീറ്റാൻ വിട്ടാ മരച്ചോട്ടീ ഇരിക്കാം. പാറ അപ്പില്[3] ഇരിക്കാം. കെടക്കാം.

മോന്തിയാവുമ്പോ ആട്യേള് മേഞ്ഞെറങ്ങി കൂടണയും. ങ്കിലും ഒരു കണ്ണ് വേണം. പുലിയൊണ്ട്, കുറുനരി ഒണ്ട്. പുലിയെ കണ്ടോരില്ല; ഇക്കാലം. കുറുനരി മുച്ചൂടും ഒണ്ട്. മലവായും മുത്തപ്പനാണെ അവറ്റെ പേടിച്ചേ പറ്റൂ. കൂട്ടം തെറ്റ്യാ ചാടിവീയും. കറുംമുറും കറുംമുറും. കൊമ്പും കൊളുമ്പും കിട്ട്യാലായി.

പെണ്ണൊരുത്തി കരുത്യാലും മതി; വെളുത്ത. അവള ഒറ്റയ്ക്ക് വിടാൻ മനതില്ല. മനതേയില്ല. മനതൊണ്ടാവല്ലേ എന്നൊണ്ട്. കൊച്ചല്ലേ. തെരണ്ട ങ്കിലെന്ത്. ആളും പേരും തിരിച്ചറിയാൻ കാലോം ആയില്ല.

ആട്പറ്റം ചൂരെടുത്താണ് ഓട്യേത്. അതാരാണ് അത്തറപരിച്യേം. തൊടുത്ത് വിട്ട് കൂട ഓട്യേതോണ്ട് അവുത്തങ്ങള അടുത്തെത്തി. പുലി മട! അവറ്റേ പിടിക്കാൻ തുനിയമ്പം എവിടെയോ മണത്ത ചൂര്. അതേ അത്ന്ന.

പുലിമടേന്ന് ചൂര് തേളതള്ളി തേളതള്ളി പൊങ്ങണ്. ആളേക്കൊല്ലി പട്ടാളം. വടക്കേവെള്ളേല വലായ്യൻ കൊച്ചമ്പ്രാൻ ഉടുതുണി വാരിച്ചുറ്റി അലറി. "ഫ നശൂലം പിടിച്ച പുണ്ടച്ചിമോനേ.. ആടിനത്തീറ്റാൻ ഇവിടേ സ്ഥലോള്ളോടാ."

---

1. കഷണം. 2. ഋതുമതിയായ. 3. പാറമട, പാറവിടവ്.

കൊച്ചേമ്പി, ആടിന പൂണ്ടടങ്ങി പിടിക്കുമ്പം, പുല്ലീ, പെറന്നപടി.... ഒന്നേ കണ്ണീക്കൊണ്ടോള്ളൂ. ഒരുപറ്റം ആട്ടിന ഒറ്റ പാറവള്ളീ[1] കെട്ടി. കൊച്ചേമ്പി കുന്നെറങ്ങി.

•

പെരച്ചൻ[2] ചമ്മണംപൂട്ടി ഇരുന്നു. തിരുന്നൂറിട്ടു.

പെരച്ചൻ ചങ്കെറിഞ്ഞു; ആയിമൊയങ്ങണ ചങ്ക്[3]. വിത്തെടുത്തു നെരത്തി; ചെമ്മങ്ങ്[4]ളെല്ലാം വിത്തിലൊളിഞ്ഞ് കെടപ്പ്.

“ആയിരം കതിരോമ്മാരേ, ആയിരവല്ലി തമ്പുരാക്കന്മാരേ, തിക്കെട്ടും കാപ്പോരേ, ന്റെ മാടമ്മറുത ബ്രഹ്മരച്ചസ്സേ, തലയ്ക്കുമ്മീത ഓടിവിളയാടുന്നോരേ, വാക്കിലും നോക്കിലും ഓടിയണയണോരേ, നല്പ്തില്പ്[5] തെള്ളിവെളിച്ചം പോല തെളിഞ്ഞേ വരണം. ചാവ്തോസം[6], ചെയ്തോസം[7], ഏതെന്ന്, എന്തരന്ന് ഈയല്പപ്രാണിക്ക് കണ്ണീകാണിച്ച് മുന്നിറുത്തിത്തരണേ...

അപ്പം.. ഈ കുഞ്ഞു വെളുത്ത എന്ന പേരുകാരി കൊച്ചിന്റെ മേത്ത് ഏത് ചാവ്, ഏത് മനിചൻ, വിളിപ്പോരും കേപ്പോരുമില്ലന്ന് നെനച്ച് ആക്രയ[8]പ്പെട്ട് വന്നണഞ്ഞതെന്ന് മക്കക്ക് തിരിയണം... ല്ലേ..

അങ്ങനെ തിരിഞ്ഞാ, നീ, യ്ക്കെന്തര് തരും. വാക്ക് വാക്കാവണം. വാക്കൊത്ത വാക്ക് മനതിലായ.”

പൊലരും വര പെരച്ചൻ തുള്ളി[9]. ചങ്കെറിഞ്ഞും വിത്തെറിഞ്ഞും വെളിപ്പെട്ടു.

“കൊടുതിക്ക് തിമ്മാൻ പടുക്ക.[10] നാലും കൂട്ടിമുറുക്കാൻ. കുടിപ്പാൻ കള്ള് കരിങ്കോയിച്ചോര. ഉടുപ്പാൻ ചെമ്പട്ട്.”

തെള്ളിയെറിഞ്ഞ് പന്തം തെളിച്ച് പെരച്ചൻ തുള്ളിയടങ്ങി.

നേരം വെളുത്തും പോയി.

ആത്തറ കൊടുതിക്ക് തുള്ളിയൊറഞ്ഞ്, കോയിരുതിരം മോന്തി നെണ തീർത്തം[11] കൊച്ചേമ്പീട നെറുകേത്തൂവി നാലാള് കേക്കെ പെരച്ചൻ പറഞ്ഞു. “നെന്റെ കന്നിക്കൊറുമ്പ് കന്നി. അത് ഞാന്തെളീക്കാം. അന്ന് നീയെന്നെ മറക്കല്ല്. സത്ത്യോള്ള തൈവങ്ങളേ നീങ്ങ സാസ്സി[12] നെന്റ് കായ്ച്ചേള്[13] കയ്പറ്റണ്. ഇതിന് ഞാം മറുകൃതി ചെയ്യാം. ന്താ താന്തോയായില്ലേ.” തിരുന്നൂറ്[14] നെറ്റീലിട്ട് നെറുകേപാറി; കൊച്ചേമ്പിക്ക്.

പെരച്ചൻ തുള്ളിയോടി

ഒരു കെടുമ്മതിക്കാരൻ[15] മുന്നീ തലകുമ്പിട്ട്.

•

1. ഒരുതരം കാട്ടുവള്ളി. 2. പ്രശ്നം നോക്കുന്നയാൾ. മന്ത്രവാദി. 3. ആഴിമുഴുങ്ങുന്ന ശംഖ്. 4. ജന്മം. 5. നല്ലതും ചീത്തയും. 6. ചാവുദോഷം (ചാവ് – ആത്മാവ്) 7. ചെയ്ത ദോഷം (ചെയ്വന) 8. ആഗ്രഹം. 9 വെളിപ്പെട്ടു. 10. പഴം. പൊരി (മലർ) അവില്, തിരി, വിളക്ക്, ശർക്കര, ചാണകളുരുള ഗണപതി ഇത്രയും തൂവനിലയിൽ നേദിക്കാൻ വയ്ക്കുന്നത്. 11. തീർത്ഥം. 12. സാക്ഷി, 13. കാഴ്ചദ്രവ്യങ്ങൾ. 14. ഭസ്മം. 15. ആവലാതിക്കാരൻ.

അരുവിക്കരേന്ന് നീലമ്പി വന്ന്. നീലമ്പ്യേ കൊണ്ട് വന്ന്. മൂന്നുപറ പൊലി[1] അവന്റെ കാക്ക അളന്നിട്ട് കുഞ്ഞ്യേങ്കരന്നാര് മൂത്തമ്പ്രാൻ കല്പിച്ചു.

"കൊച്ചേമ്പി, എന്റെ പണിക്കാരൻ. അവന്റെ ക്ടാത്തി ഒരുത്തി. അവക്ക് പോരൊണ്ടോടാ."

"ഒണ്ടേ."

"പേരൊണ്ട് അല്ലേ.. ങാ, ഈ പൊലി കയ്യേറ്റ് നീലമ്പി അവക്ക് പൊടവ കൊട്. ഇക്കണ്ടായ മണ്ണീ കൊറച്ച് അവക്ക് കൊടുക്കാം. നീയാ മണ്ണിനേം പെണ്ണിനേം വെച്ച് വാഴിക്ക്."

തൊന്തം മണ്ണീ പണിയെടുത്തു തയച്ച കൈയാൽ നീലമ്പി പൊലി യേറ്റു. വെളുത്ത വട്ടീല് പൊലി ചൊമന്നു.

മോന്തിക്ക് മരോട്ടിഎണ്ണ നെറച്ച് വെളക്ക് തെളിച്ച്. നാലുംകൂട്ടി തിമ്മാൻ വെച്ച്. കള്ളുംവെച്ച്.

"കുരുകാരണോമ്മാര്. ചത്തുമലന്ന് നെറുകന്തലേ നിക്കണോര്. വിളിച്ചാ വിളികേക്കണോര്. തിക്കെട്ടും കാപ്പോര്. മണ്ണീ ചൊവടൊറപ്പിച്ച് നടത്തിക്കണോർ. എല്ലാരും കേക്കണം. കൈയേക്കണം. അനുമതിക്കണം. തലേ കൈവച്ച് തമ്മതോം തരണം."

കാരണോമ്മാരും പ്ടാകേം[2] കൂടി

"എപ്പയ്, പെടോട."

കൊച്ചേമ്പി അല്ല്യേനോട് പറഞ്ഞ്. "നീട്ടണ്ട."

"നാളും പക്കോം കൊള്ളാം മോന്തീം കയിഞ്ഞ്"

"എന്നാ നീലമ്പ്യേ വിളിക്കീം."

നീലമ്പി പറഞ്ഞു. "ഞാം പണിക്കെന്നേ നെനച്ചോളൂ. തമ്പ്രാന്റെ ആളേള് വിളിച്ചപ്പം. കെളച്ചോണ്ട് നിക്കുമ്പം മൂന്നാലാളേള് എടു[3]പിടീന്ന് വരണോംന്ന് പറഞ്ഞ്. ന്ന കുട്ടി. ഒയത്ത്യ[4] മമ്മട്ട്യേ താത്താൻപോലും തമ്മ[5]തിച്ചുംല്ല. കൊറേനാളത്തെ കെളേലൊണ്ടാ[6]വോന്ന് അവര് പറഞ്ഞ്. യ്ക്കാണെങ്കി, ന്റെ വെളേല പണി കയിഞ്ഞിറ്റ് നേരോംല്ല. തമ്പ്രാനാണ് വിളിക്കണതെന്ന് കേട്ടപ്പം ഉള്ളം പെടഞ്ഞ്. അങ്ങനെ മമ്മട്ടി ഇറ്റിറ്റ് പൊന്നേണ്. പിന്ന.. പെടോട... ആളും പേരും ഒണ്ട്. കാരണോമ്മാരും പ്ടാകയും അറ്യണം."

"അയിനെന്ത്.. ഞ്ഞീ, തരം പോലെ പോയി വന്നോ. നെന്റെ അമ്മാനേം അപ്പനേം, ങ്ങള് കൂടവന്നറീക്കാം. ന്നാലും ഇപ്പം... ഞ്ഞീ, അക്കൊച്ചിന് പൊടവ കൊടുക്കണം."

"ങ്ങള് പറേണ ചെരി. പക്കേ കൊടുക്കാൻ പൊടവയില്ലല്ലോ."

"അയിനെന്ത്..."

---

1. നെല്ല് സമ്മാനം. 2. ഉറ്റബന്ധുക്കളല്ലാത്ത വിശിഷ്ടർ. 3. ധൃതഗതിയിൽ. 4. ഉയർത്തിയ. 5. സമ്മതിച്ചില്ല. 6. കിളയൽ

വെളുത്തോട അമ്മാവൻ തലക്കേട്ടയിച്ച് തോർത്തെടുത്ത്. "രന്നാ പൊടവ. നീ ഇതങ്ങ് കൊട്."

"അത്ന്ന." കാരണോമ്മാര് തീർപ്പ് മൂളി

"അരുവിക്കര തേയത്ത കേയവന്റേം പാറൂന്റേം ക്ടാവ് നീലമ്പി, കൊടിപ്പൊറം തേയത്ത കൊച്ചപ്പീടേം ചക്കീടേം കന്നി, വെളുത്തയ്ക്ക് പൊടവ കൊടുക്കണേന് ആക്കെങ്കിലും എതിരൊണ്ടാ.. മൂവട്ടം."

കടംകൊണ്ട് മച്ചമ്പി[1]പ്പണം പെമ്പണം[2] കൊടുത്തു. ഈരെയ തോർത്തീ[3] നീലമ്പി വെളുത്തയ്ക്ക് പെടോട നടത്തി.

പൊടവ കൈയേറ്റു. മിറ്റത്തൂന്നും വരാന്തേ കാലെടുത്തുവയ്ക്കേ വെളുത്തയ്ക്ക് അടിവയറ്റീന്ന് ഒരു തീക്കിടാരം വെന്തുകേറി.

പൊടവ അപ്പന്റേ കൊടുത്ത് വെളുത്ത ഓടി.

പ്ടാകക്കാരുട മുന്നീ തോന നിർത്താത നീലമ്പ്യേ, അകത്ത മുറീല് മൊളങ്കട്ടിലീ ഇരുത്തി കൊച്ചേമ്പി.

പുതുച്ചെറുക്കന മുറീലാക്കി മുറുക്കാന്റെ മുന്നീ കൊച്ചേമ്പി നെല വിളിച്ചു. അളിയൻ വന്നു. "എനീം ചിരിക്കേല്ലേ നല്ലത്." എന്നുറക്കെ ചിരിച്ചു.

തീണ്ടാരിക്കുടിലീ[4] വെളുത്ത ചിരിക്കാനും കരയാനും പാങ്ങില്ലാത നിന്നു.

ചേന, കാച്ചിൽ, നനകെയങ്ങ്, നടുതെനങ്ങളൊത്തു. മൂപ്പുനോക്കി തൊലി ചെത്തി കലങ്ങളിലാക്കി, പെണ്ണുങ്ങൾ.

ഇരുട്ടൊറച്ചപ്പോ, പിന്നേം കള്ളുങ്കൊടങ്ങളുമായി കാരണോമ്മാരെത്തി. ഒണക്ക കാട്ടുകുവേല മടീന്നെടുത്തു. മൂപ്പെടുത്ത കഞ്ചാവയിച്ചു തെറുത്തു പൊകയെടുത്തു. തമ്മീ മാറ്റം ചെയ്തു. ഉള്ളം നെറച്ചു തന്തോയിച്ചു. പാട്ടുപാടി.

കൊച്ചേമ്പി മരുമോന വിളിച്ചെറക്കി. നാലാള മുമ്പീ നിറുത്തിപ്പറഞ്ഞു. "മരുമോൻ ഇക്കണ്ടാളേമനതീ വെക്കണം. ന്റേം, നെന്റേം കാരണോമ്മാര്. വെന്തുക്കള്. പ്ടാക. ഞാനേടെങ്കിലും വീണുപോയാ തല താങ്ങേണ്ടോര്. നെനക്ക് കൈത്താങ്ങാകേണ്ടോര്. ഇന്നാ, ഇത് പിടിച്ചോ." എന്നറീച്ച് ഒരു ചെരട്ടക്കള്ളും ഒരു കവിള് പൊകേം പുതുച്ചെറുക്കന് നീട്ടി.

•

ഏയും കുളിച്ച് ഏയുതിരി[5] വെളക്കുപോൽ വെളുത്ത തീണ്ടാരിക്കുടില് വിട്ട്.

ഒറക്കറ; മൊളഞ്ചീളി കട്ടിലീ നീലമ്പി ഇരിപ്പൊണ്ട്, ചെറ്റമറ മാറ്റി അവള്. നീലമ്പി കണ്ടു. മുള്ളെലവിൻ തളിപ്പ്. മുറിയില് തെള്ളി വെളിച്ചം. നൊടിയിൽ അവന്റെ ഉള്ളീ പയുക്കാ[6] തേട്ടിപ്പയം ചവർത്തു. അവള് അരു

---

1. പെണ്ണിനെ കൈയേല്ക്കുന്നതിന് അളിയനു കൊടുക്കേണ്ടുന്ന പണം. 2. പെണ്ണിന് പണം നല്കിയാണ് സ്വീകരിക്കുക. 3. ഈരിഴത്തോർത്തിൽ. 4. മാസമുറ. പ്രസവം തുടങ്ങിയ അശുദ്ധകാലങ്ങളിൽ സ്ത്രീകൾ താമസിക്കുന്ന കുടിൽ. പുരുഷപ്രവേശനമില്ല. 5. എഴുതിരി. 6. പഴുക്കാത്ത

മയോട ഒരു കന്നൂട്ടീട എളുക്കത്തോടെ അവന്റെ നേർക്കണെഞ്ഞു. ചെടിപ്പോട നീലമ്പി ചാടിയെയിച്ചു.

"ന്തേ, ങ്ങക്ക്"

"ഉം ഒന്നൂല്ല."

"പിന്നെന്തരിന് എയിച്ചത്."

"ഞീ, മറുത്ത് വിശാരപ്പെടല്ല്."

"ങ്ങള് മടിക്കാതെ പറയീം."

"നെനക്ക് ചോരക്കറ മാറ്യാ..."

വെളുത്ത പനയെച്ചിപ്പോൽ ചിരിച്ചു.

അവന് ചാവ് കൂടി. "അങ്ങന ചിരിക്കല്ല് വെളുത്തേ, അമ്മാനും അപ്പനും ഒണ്ടപ്രത്ത്."

"ങ്ങള് നോക്കീം. ചുട്ടെടുത്ത ഓടുപോല കാഞ്ഞുകെടക്കേല്ലേ."

തീയാളുന്ന ഒരുപെറപ്പരുവം നീലമ്പ്യേ കെടക്കേലേക്ക് എരിച്ചെടുത്തു.

•

നാലാള് കൂടി കെളയ്ക്കുമ്പം ചെളിവരമ്പത്തൂട, പട്ടാളം കൊച്ചമ്പ്രാൻ തിടുക്കത്തി വന്നു. കൊച്ചേമ്പി കെള നിർത്തി.

വേലായ്യന്നാര് അലറി; വയലില ചെളി എളകുമ്മട്ടി. "ഇവിടെ വാടാ."

ആരേന്നറിയാത മറ്റുള്ളോരും മമ്മട്ടി ചേറ്റിലിട്ടു.

"എടാ കള്ളക്കഴുവേറി നിന്നത്തന്ന."

"കൊച്ചേമ്പി. നെന്നേണ്."

ചേറി കുമിഞ്ഞ് കാലേൾ വലിച്ചെടുക്കുമ്പം 'പ്ലും പ്ലും' ഒച്ചേൽ കൊച്ചമ്പ്രാന് ഏറ്റുവെള്ളമേക്കാത നാലാളകലം കൊച്ചേമ്പി തല ചൊറിഞ്ഞു.

"വെളുത്തേപ്പറ്റി എന്താണ്ടാ നിന്റെ വല്യമ്പ്രാനോട് പറഞ്ഞത്. എന്റെ തന്തയോട്."

"ങ്ങളൊന്നും പറഞ്ഞില്ലേ മ്പ്രാ." കൊച്ചേമ്പി വാ പൊത്തി.

"നീ പറയാത അറിയാൻ, കുഞ്ഞ്യങ്കരൻ ആരാ ദൈവോ. എടാ നീയല്ല നിന്റെ തമ്പുരാൻ തടഞ്ഞാലും വെളുത്തേ വേണാന്ന്വെച്ചാ ഞാങ്കെട്ടും."

"മ്പ്രാ ങ്ങള് പെയച്ചോട്ടേ..." കൊച്ചേമ്പി ചെളിയിൽ കുമ്പിട്ടു.

"അവള.. എന്തര് ചെയ്തെടാ?"

"പെടോട കയിഞ്ഞ്. വല്യമ്പ്രാനാണേ ചെറുക്കനെ കൊണ്ടന്നത്."

"ഞാനറിയോ."

"ക്കറിയില്ലേ."

"നാടേതാ."

"അരുവിക്കര."

വേലായേന്നാര് വരമ്പ് താണ്ടി. തെങ്ങിൻതോപ്പുമറയുമ്പയേ, കൊച്ചേമ്പി ചേറ്റീന്നെയിച്ചോള്ളൂ. മമ്മട്ടി കൈയിലെടുത്തോള്ളൂ. കൂട്ടര

പ്പോയേക്കും വയല് പാതി കടന്നു. കൊച്ചേമ്പി കൂടെച്ചേന്നു. ആരും മിണ്ടണില്ല.

•

നീലമ്പി, പൊലി കൊണ്ട വിത്തീ, പാതി കരിക്കോമാ[1]ക്കി.

കാലനാട്ടി[2] നല്ലമൊള[3]വിട്ടു. വായ, ചേന, കാച്ചിൽ, ചെറുകെയങ്ങ്, നനകെയങ്ങ്, മുക്കെയങ്ങ്, നടുതെന, തെനചാമ വെതച്ച്. കമുമൊളപ്പിച്ച്. വെറ്റക്കൊടികേറ്റി. മണ്ണീമണ്ണായി.

നീലമ്പിക്കും നേരോല്ല. വെളുത്തെയ്ക്കും നേരോല്ല.

പൊലരുമ്പോ മമ്മട്ടി തോളീക്കേറ്റി നീലമ്പി എറങ്ങി. പച്ചപ്പൊടി നെല്ലാം ആവലാതിയൊണ്ട്. നീലമ്പി ചെന്നേ പറ്റൂ.

പുലിപ്പാറ ആടിന പായിച്ച് വെളുത്ത തിരിച്ചെത്തി. ഒരുപിടി നെല്ലെടുത്ത് മൂപ്പിച്ചിടിച്ച് അരിയാക്കി. കഞ്ഞിയാക്കി ചട്ടീ പാർന്നു. രണ്ട് കാന്താരി പറിച്ച്, വെളുത്ത, നീലമ്പ്യേ തെരഞ്ഞെറങ്ങി. ഇന്നേടത്ത് എന്നല്ല, യേത് പച്ചപ്പിന്റെ ചോട്ടിലും നീലമ്പിയൊണ്ട്.

വെളുത്ത ചെല്ലമ്പം നെല്ലിനോട് കിണ്ണാണം ചൊല്ലണ്.

"ങ്ങള്, ആരോടാണപ്പാ തമതാരം."[4]

"ഈത്തുങ്ങളോട്."[5]

"അയിന് കാതൊണ്ടാ കേപ്പാൻ, നാവൊണ്ടാ ചൊല്ലാൻ."

"പുല്ലും പൂച്ചെടീം അതിന്റെ തങ്കടം പറ്യേം. കിളീം കീടോം അതിന്റ വെസ്മം[6] പറ്യേം. മ്മക്ക് കേപ്പാൻ കാതും അറ്യാൻ അലിയണ മനതും ബേണം."

"ങ്ങള്, പറീം നെല്ലെന്തരാണ് പറേണത്."

നെഞ്ചീപ്പറ്റി നിക്കണ നെല്ലിന തടവി നീലമ്പി ചിരിച്ച്; മനത്തെളിച്ചത്തോട.

"അയിന് വയറ്റിലൊണ്ട്."

"അയിന് മാത്തറം."

"അയിനും അയിനും അയിനും"

നെല്ലേൾ ചിരിച്ചു; അടക്കാൻ വയ്യാത.

കഞ്ഞിച്ചട്ടീം എടുത്ത് വെളുത്ത നടന്നു.

പുലിപ്പാറ പോണം. ആടേള കൂട്ടണം. വെയ്ല് ചായണമുമ്പ് അവടന്നെറങ്ങണം. കൊയ[7] ഒടിക്കണം. അല്ലങ്കി കെടക്കപ്പൊറുതി തരൂല്ല അവറ്റ. മേത്ത് മുട്ടി, മോന്ത നക്കി വിളിക്കും. "വല്ലോം തായോ അമ്മച്ച്യേ...."

കരിക്കോം കൊയ്ത്തടുത്തു.

തെന ചാമ പൊലി കൊണ്ടു.

നടുതിനങ്ങൾ മൂത്തു

വായ കൊലച്ചു

---

1. കാടെരിഞ്ഞ് യോഗ്യമാക്കുന്ന കരകൃഷി. 2. കമ്പ് നാട്ടി. 3. കുരുമുളക്. 4. സംസാരം. 5. ഇവരോട്. 6. വിഷമം 7. കൊഴ (ആടിനു തിന്നാനുള്ള പച്ചിലകൾ)

നല്ലമൊളവ് തിരിയിട്ടു
ആറ്റേളേത്തി. മൈന മാടപ്രാവ് പച്ചികെണം.
വായത്തോപ്പില് അണ്ണാൻ, വവ്വാൽ. മരപ്പട്ടി.
രായ്ക്കുരാമാനം കുറുക്കനെത്തി
മണ്ണിനും വിണ്ണിനും ഊട്ട്
"കരിക്കോം കൊയ്യുമ്മുമ്പ് തമ്പ്രാന കാണണ്ടേ..."
"പിന്ന, ബേണ്ടേ."

കെള കയിഞ്ഞ് നീലമ്പി എത്ത്യേപ്പം വെളുത്ത പറഞ്ഞു. "ങ്ങളും കുടീം. ത്തിരി അവലൊണ്ടാക്കാൻ."

വെളുത്ത വട്ടപ്പെട്ടി സൂസിച്ച നെല്ലെടുത്ത്, നനച്ച് ചൂടാക്കി. മര ഒരലി.. കോരിയിട്ട് നീലമ്പി ഇടിച്ച് അവലാക്കി. പാറ്റിപ്പറക്കി പാളേക്കെട്ടി വെന്തവസ്സാക്കി വെച്ചപ്പം പരപരാ വെളുക്കണ്.

"തമ്പ്രാന കണ്ടേച്ച് മതി, കെളയ്ക്കാൻ പോക്ക്."
നീലമ്പി തലകുലുക്കി
തമ്പ്രാന്റെ മിറ്റത്ത് കെയക്കേമൂലയ്ക്ക് ഓരം അവര് നിന്ന്.
കോയിന്നാര് കാര്യത്തൻ കണ്ടിറ്റും കാണാത നടന്ന്.
കുഞ്ഞ്യങ്കരന്നാര് വല്യമ്പ്രാൻ എറേത്ത് ഉതിച്ച്.
"എന്തെടാ നീലമ്പീ."
"അട്യേൻ"
"മണ്ണീനേം പെണ്ണിനേം നീ എന്ത് ചെയ്തു."
"അട്യേൻ പൊലത്തണേ.."
"എന്താണ് വിശേഷിച്ച്.."
"ഒന്നൂല്യേ.."
"ഒരു കാണിക്ക്യ ഒണ്ടേ." വെളുത്ത തിരുത്തി.
വല്യമ്പ്രാന്റെ മുമ്പീ പാളപ്പൊതി വെച്ച്.
"എന്താണ് തൊറക്ക്."
"ഇത്തിരിപ്പൂലം അവലാണേ.."
"അവട പയന്നെല്ലവല് മണത്തു.
"ങാ, വടക്കേമ്പൊറത്ത് ചെല്ല്."

നെറയ പയിഞ്ഞീം കുടിച്ച് വയറ് വീത്ത് വരുമ്പോ വെളുത്ത ചോദിച്ച് "ങ്ങള് കരിക്കോം കൊയ്യണ പറയാത്തേന്ത്."

"തമ്പ്രാൻ ചോയിച്ചില്ലല്ലാ." പോരാംനേരം തമ്പ്രാൻ കൊടുത്ത പൊയില മണത്തോണ്ട് നീലമ്പി പറഞ്ഞു.

"ങ്ങളൊരു പാവന്തന്ന."

വാ തൊറന്നാ മുറുക്കാൻ കോളാമ്പി. മുട്ടിനിന്നാ കന്നിക്കൊറുമണം. ആ മണം വെളുത്തയ്ക്കിശ്റ്റോണ്. എല്ലാ മണോം ഉള്ളിലെടുത്ത് ഉള്ളി ലെടുത്ത് വെളുത്ത നീലമ്പീട മേനിയോടൊട്ടി.

പെടോട കയിഞ്ഞേപ്പിന്ന നീലമ്പി തേയത്ത് പോയില്ല. ആരും തെരക്കി വന്നൂല്ല. "തമ്പ്രാൻ കൊണ്ടോയേന്റ ചിട്ടോന്തര്* അങ്ങന

നെനയ്ക്കും ആത്തുങ്ങള്" നീലമ്പി പറയും.

ഇരുവരും മണ്ണീ വളക്കൂറ് പോല കെടക്കുമ്പം നീലമ്പി, വെളുത്ത്യേമട് പറയും.

"നീ, പാറമോളില് തേങ്ങ ബെക്കണം. തായ നടുതെന നെറകൊണ്ട് കെടക്കുമ്പോല മലമോളീല് തെങ്ങുംതോപ്പാക്കും. പിന്ന മ്മക്ക്, ആര പേടിക്കണം. കൊയ്യട്ട് കൊലവെട്ടട്ട്. വിത്തെടുക്കട്ട് പിന്ന.."

"പിന്ന... ങ്ങളെന്ത് ചെയ്യും."

അത് കേക്കേ നീലമ്പി കണ്ണടയ്ക്കും.

"അവറ്റേക്കും കൊടുക്കണ്ടെ.."

"ആക്ക്?"

"കിളിയേക്ക്. അണ്ണാൻ, മരപ്പട്ടി. കള്ളഊളനും.. അതുങ്ങള് തിമ്മട്ട്[1] മിച്ചം മതി."

"അവറ്റേണാ മണ്ണിന്റെ യമ്മി."

"ങാ."

•

നീലമ്പി കെളയ്ക്കാൻ പോയി.

വെളുത്ത ആടിന മേപ്പാൻ പുലിപ്പാറമേടെത്തി. ആത്തുങ്ങള മേയാൻ വിട്ട് പറമടേ ഇരുന്നു. തണല്. മേട്ടില കാറ്റ്. പാതി മയക്കം.

പാറമട. വെളുത്തയ്ക്ക് നെനവുണ്ട്. മറക്കോ, മറക്കൂല. ഞൊടിനേരം കാറ്റടങ്ങി. മേട്ടില പച്ചപ്പിന്റെ ചൂര് നെലച്ചു. ഇപ്പം, അതേ, അതേ മണം. ചാമ്പോരിച്ചോട്ടില്. പിന്നിവിട..

വെളുത്ത, മാറില് നോക്കി. വയറിന്റ തളിരില്. അടിവയറ്റിലേക്ക് കൈ പതറി നീങ്ങി.

തിരുക്കത്തി പാറ അടന്ന് പോണ്. പുല്ലീ മലന്നു വീണ്. പാറേല് തലമുട്ടി. ആക്രാന്ത[2]മണമയ. കൺതൊറക്കുമ്പോ, ഉച്ചവെയിലിനു കീയെ. മേത്ത് കരിമ്പാറ കണക്ക് വേലായ്യന്നാര്.

ഉടുതുണി അയാള് വലിച്ചയിച്ചു.

അവള് കൊതറി.

കനക്കെ പിടിച്ചമർത്തി ആഞ്ഞ് തുള്ളിത്തുള്ളി കരിങ്കുറ്റി തറയ്ക്കണ്. അയാള് കെതച്ചെയുന്നേറ്റ്.

വെളുത്തയ്ക്ക് ചാമ്പോരി മാഞ്ചോടും പാറമേടും ഞൊടീ കെട്ടകന്നു.

അതേ കെടപ്പീ അവള് പറഞ്ഞു.

"കൊച്ചമ്പ്രാൻ ത്തറ, അക്കിത്ത്റാണം[3] കാട്ടണ്ടാരുന്നു. ഞാം എപ്പയും ങ്ങക്ക് അടിപ്പെട്ടോളല്ലേ. ഞാമയിക്കൂലേ,ന്റ തുണിത്തുണ്ട്. യിനി ങ്ങളന്റ മേത്ത് തൊടല്ല്. യ്ക്ക് ങ്ങള കാണേ... ബേണ്ട."

തേയിയ പെറ്റേ പിന്നേം കന്നാലിപ്പിള്ളെര് പറഞ്ഞതെന്തരെന്ന്

* ബാക്കിയെന്ത്. 1. തിന്നിട്ട്, 2. ആക്രമണം. 3. അത്യാഗ്രഹം.

നീലമ്പി വെളുത്ത്യോട് പറഞ്ഞില്ല.

ഒരിക്കല്, ഒരിക്കല് മാത്ത്റം തേയിക്ക് അവള, അപ്പന, നീലമ്പി കാട്ടിക്കൊടുത്തു.

അതും കൊശവര്കോട് വിടുമ്മുമ്പ്

•

കുഞ്ഞ്യങ്കരന്നാര് വല്യമ്പ്രാൻ കുടിലിന്നു പത്തടി അകലം നിന്നു.

മിറ്റത്ത്, തേയി ഈൗക്കീക്കിത്തമ്പരം[1] കളിക്കണ്

നീലമ്പി, ഓടിക്കെതച്ചെത്തി. നട്ടെല്ല് വളച്ച് കെതപ്പൂതി.

"പാറമോളിൽ തെങ്ങ് പിടിക്കും അല്ലേടാ."

"കൊല പിടിച്ചൊടങ്ങി."

"രണ്ട് കരിക്കെട്."

നീലമ്പി കുന്നുകേറി എളനീര്[2] വന്ന്

രണ്ടു തുമ്പെല[3] കണ്ടിച്ചു.

കാര്യത്തൻ തമ്പ്രാൻ കയർത്ത് "എന്തിനെടാ എലവെട്ടിക്കളയണത്. മോട് ചെത്തി, തുമ്പെലേൽ വല്യമ്പ്രാന്റെ കാക്കവെച്ച്.

"ഉം, കരിക്കൊന്ന് നീയെട്."

"വേണ്ടമ്പ്രാ."

"എന്തെടാ, ഞാമ്പറഞ്ഞാ കേക്കൂല്ലേ."

"തമ്പ്രാൻ പൊറുക്കണേ വെവരക്കേട്."

"കൊശവര്കോട് എവടേന്നറിയോ നെനക്ക്"

"കേട്ടറിയേ, മ്പ്രാ."

"ശരി നല്ലത്. എന്ന വന്ന് കാണണം. വെള്ളം കുടിച്ച് കരിക്ക് നെന്റെ കൊച്ചിന് കൊട്."

കുഞ്ഞ്യങ്കരന്നാരും കാര്യത്തനും പോയേപ്പിന്ന വെളുത്ത മിറ്റത്തെറങ്ങി.

"തമ്പ്രാൻ എന്തര് പറഞ്ഞ്"

"ചെന്ന് കാമ്മാൻ"

"എന്തരിനാണപ്പാ."

"യ്ക്കറീല്ല."

നീലമ്പി തമ്പ്രാന കണ്ടും കൊണ്ടും വന്നു. രണ്ട് ചാപ്പാണം പൊയില. ഒരു കൊടം കള്ള്.

നീലമ്പി കുടിക്കണത് വെളുത്ത നല്ലപ്പം കണ്ട്. തടഞ്ഞില്ല. തന്തോയം. തമ്പ്രാന കണ്ടേല്ലേ. തമ്പ്രാൻ കൊടുത്ത തമ്മാനം.

കള്ള് പൊലമ്പുന്നതാവാം നീലമ്പി രാത്ത്രി, കൃശ്യേട[1]ത്തില് നെല വിളിച്ച് നടന്നു.

---

1. നീളത്തിൽ പുഴി കൂട്ടി ഈൗർക്കിൽതുണ്ട് ഒളിപ്പിച്ചുകളി. 2. ഇളനീർ, കരിക്ക്, 3. തൂശനില.

മുമ്പും അതങ്ങനേണ്. നടുതിന നട്ടേച്ചുവന്നാ ഒറക്കത്തിലും ഒണ ന്നിരിക്കും.

നീലമ്പി ഒറങ്ങ്യോ ഒണന്നിരുന്നോ

പകല് വെട്ടം തിരിയുമ്മുമ്പ് നീലമ്പി വെളുത്തേ വിളിച്ചെറക്കി തേയ്യേം.

അപ്പൂപ്പന വിളിക്കാൻ തേയ്യേ ചട്ടംകെട്ടി.

"കെട്ടിയെടുക്ക്."

"അയാള് പറേണതെല്ലാം ഒച്ചത്തിലാണ്.

"ങ്ങക്കെന്ത് പെണഞ്ഞ്. കരിക്കോം കൊയ്തെടുത്തോണ്ട് പോയപ്പം ങ്ങള് പറഞ്ഞ് 'തമ്പ്രാന്റെ വിത്തല്ലേ. തമ്പ്രാന് തൊന്തം, നടുതെനേള് മണ്ണ് മറിച്ചെടുത്തപ്പം 'തമ്പ്രാന്റെ മണ്ണിന്റേതെന്ന്'. 'പാക്കും തിളുന്തു വെറ്റേം തമ്പ്രാന്റെ മണ്ണീ മൊളച്ചത്.' പറഞ്ഞത് ങ്ങള് തന്ന. 'പച്ചേ, മ്മക്ക് ഒര് കൂങ്ങാ പാക്കെങ്കിലും തിമ്മാങ്കിട്ടൂല്ലേ. ഒര് മുറ്റൻ വെറ്റേങ്കിലും കിട്ടൂല്ലേ. തന്തോയം കൊണ്ട് പറഞ്ഞതും ങ്ങള്. എന്നിറ്റിപ്പം."

"തമ്പ്രാന്റ മണ്ണ്. തമ്പ്രാനൊള്ളത്."

കുട്ടയെടുത്ത്. കുട്ടേല് തേയ്യേ ഇരുത്തി. മമ്മട്ടീം കുന്താലീം കുട്ടേ വെച്ച് "അപ്പി[2] പിടിച്ചോ" തലച്ചൊമടൊറപ്പിച്ച്.

അവര് കൊശവര്കോട്ടേയ്ക്ക്

പൊലരികൊണ്ട ആറ്റേൾ ചെലച്ച്.

അണ്ണാൻ വിളിച്ച്.

പച്ചിക്കൂട്ടമൊക്കേം പൊറകേയെത്തി.

"നീയെങ്ങോട്ട് നീലമ്പീ.."

"മണ്ണൊള്ളേടത്തേക്ക്."

"പിന്നിവിട ഞങ്ങക്ക്."

"മണ്ണ് ഞാ, യാകും വര ഇങ്ങന."

കുന്നെറങ്ങി ഊരാന്ത വയി കിള്ളിയാറ്റീ ചെന്നെറങ്ങി. കരവാരം ചെന്ന് കയമൊയിഞ്ഞ്, മുട്ടെടം വെള്ളം തള്ളി അക്കരപ്പറ്റി. പിന്നും കുന്നു കേറി ഉളിയൂരെത്തി. കാടെരപ്പ് ഊന്നുമാറ്റി ചെല്ലാം കോട്ടേലാ[3] കണ്ട്, വരമ്പെടം താണ്ടി, നീങ്ങി നീങ്ങി..

കൊശവര്കോട്ടെ മലമേട് കാണായി.

●

നീലമ്പി ഉരിയാടി

"കള്ളവല് മലര് പൊയില നേത്യ[4]ങ്ങളെല്ലാം നെങ്ങക്ക്[5]. കുരുകാര ണോമ്മാരേ ഇത്തറ കാക്കും മലമുത്തപ്പമ്മാരേ, മലതൈവങ്ങളേ, മാടമ്മ റുതമൂപ്പുതൈവങ്ങളേ, വാക്കുംനോക്കും തെളിഞ്ഞിറ്റില്ലാത്ത, ങ്ങട തെറ്റും കുറ്റോം കണ്ടറിഞ്ഞും കേട്ടറിഞ്ഞും തിരുത്തിക്കുറിച്ച് നല്ല നടപ്പ് നടത്തി പൊറുപ്പിക്കണം. ഇക്കാണിക്ക കുറവോ കൂടോലോ. ക്കറിയില്ല. ഈ മൊട്ട ക്കുന്നും പാറപ്പടപ്പും ങ്ങട കൈവെള്ളേല് നീര് പോല അലിഞ്ഞു ചേരണേ

1. കൃഷിസ്ഥലത്ത്. 2. കുഞ്ഞ് കുട്ടി 3. വയൽ, പാടം, 4. നിവേദ്യം. 5. നിങ്ങൾക്ക്,

പെരമ്മാവേ, പൊന്നൊടയോത്തുങ്ങളേ.."

നീലമ്പീട ഉള്ള് തുള്ളിമറിഞ്ഞ്, കണ്ണ് കലങ്ങിച്ചോന്ന്. ഏതുരുക്കടിച്ചെറക്കിവേണം ഈ മണ്ണിന കൈ പിടിച്ചുപൊക്കാൻ. മനം നീറി.

മരുമോന്റ ചേതോല്ലാത്ത കാര്യം നടത്തിപ്പ്. 'ബേണ്ടന്ന' കൊച്ചേമ്പി മനക്കുറിയെയ്തി. അവനാണൊരുത്തൻ. അവന്റ മുമ്പീ കെടന്നു കൊടുക്കാത്ത മണ്ണേത്. പെണ്ണേത്.

അമ്മാച്ചന്റ മുമ്പീ മാറിനിന്ന് നീലമ്പി "പുത്തെനെടം മണ്ണിനും കാരണോമ്മാരിക്കും കൊടുത്ത് അവര് കൈയേക്കട്ട്"

"ങും അതേന്ന...." കൊച്ചേമ്പി തലകുലുക്കി.

വലങ്കൈ മണ്ണീതൊട്ട് ചങ്കീ[1] വെച്ച്. നെറുകേതൂളി[2] തർപ്പിച്ചു. കൊച്ചേമ്പീട അനുവാതം[3] കൊണ്ടു. നീലമ്പി കുടിലുകെട്ടി. കാട്ടുകല്ലടിത്തറ. കാട്ടുകമ്പ് കയുക്കോലുത്തരം. കൊച്ചേമ്പി പുല്ലരിഞ്ഞ്. വെളുത്ത പിടികെട്ടി. മോന്തിക്ക് വെന്തമങ്കലം കണക്ക് പകല് പെരുമാള്. തെറുത്ത വട്ടത്തീ, കെയക്കമ്മേട്ടില് രാത്രിയേമ്മാന്റ വെള്ളിത്തേര്. വെളുത്താവ്[4] വെട്ടത്തീ വെളുത്ത കഞ്ഞിവെച്ച്. കഞ്ഞി ചട്ടീ പാർന്നു. മേക്കൂര കമത്താൻ പുല്ലെറിഞ്ഞ് കീറി തെണത്ത പൊറത്തോടെ തേയി പുത്തങ്കുടുലീ ഒറങ്ങിപ്പോയി.

നീലമ്പി വിളിച്ചു. "കൊച്ചേ, എണീക്കീം."

കൊച്ചേമ്പി കൊഞ്ചിച്ചു. "മുത്തപ്പന്റെ ഉമ്പിട്യല്ലെ എയുന്നേറ്റ് കഞ്ഞി കുച്ചീം."[5]

വെളുത്ത ഒച്ച വച്ചു. "തേയി. എയ്ക്ക്, വെയന്ന് കെടന്നാ തളന്നൊണരും. തേളപാറ്റി[6] കെടക്കണ്ട. പൊടിക്ക എയ്ക്കീം."

തേയി കൊശവര്കോട്ടെ. പുതുക്കുടിലീ ഒറക്കംതന്ന ഒറക്കം.

പൊലരുമ്പോ നീലമ്പി എറങ്ങി. മോന്തിക്ക് തിരിച്ചെത്തി. കെയക്കും മേക്കും പൊലച്ചക്കും അന്തിക്കും രാപകല് പെരുമാക്കമ്മാരെത്തി.

മേടിരുത്തി. കരിമ്പാറ ഒടച്ചുമാറി. കല്ല്കെട്ട് കരിങ്കെട്ട് കെട്ടി. മണ്ണ് നൊളച്ച് കെണറ് കുത്തി. പൂമാതനുമതിക്ക് പൊങ്കാല നേതിച്ച്. നല്ല മൊളവ് വായവെറ്റ ഇഞ്ചി ചേന കാച്ചില് ചെറുകെയങ്ങ് നനകെയങ്ങ് പീണ്ടി നടുതെനയെറിഞ്ഞ്. തേങ്ങ പാക്ക് വിത്ത് മൊളപ്പിച്ച്. കുന്നെറങ്ങി പണതാണ്ടി പാള പറക്കി പാത്തറം കുത്തി. തെങ്ങ് കമൂന് വെള്ളം പാർന്നു നെറച്ച് ഒയികയൊയിക പിന്നേം പാത്തറം നെറഞ്ഞു. കാക്കോട്ടപ്പാളേം[7] തോളിക്കേറ്റി നീലമ്പി തൊടീല കൊളത്തീപ്പോയി വെള്ളം നെറച്ചു കമുകീറി ഓവ് പാത്തിയിട്ട് നടീനങ്ങക്കെങ്ങും വെള്ളമെത്തി.

കൊടിപ്പൊറം തേയത്തിൻ ഐമ്മടങ്ങ് തളിപ്പ് കണ്ടു.

"കൊച്ചിക്ക കണ്ടാ ഇക്കണ്ടായ പച്ച." തേയ്യേ തോളിക്കേറ്റി കൊച്ചേമ്പി നടന്ന് നടീനങ്ങക്കോടേ നിന്ന് കൊച്ചേമ്പി പറഞ്ഞ്.

---

1. നെഞ്ചിൽ 2. ധൂളി. പൊടി,. 3. അനുവാദം. 4. വെളുത്തവാവ്. 5. കുടീക്കീം. 6. വയറൊട്ടി വിശന്ന്. 7. പാളകൾ തുന്നിച്ചേർത്ത് ഒരു കമ്പിനു രണ്ടും കയറിൽ കെട്ടിത്തൂക്കി വെള്ളം കോരി കമ്പ്. തോളിലെടുക്കുന്നു. വെള്ളം നിറഞ്ഞ പാളപ്പാത്രം രണ്ടറ്റത്തും തൂങ്ങിക്കിടക്കും.

"ഇതക്ക നമ്മളേണ് ന്റ, മുത്തപ്പൻ പറയോരുന്നു. കുഞ്ഞ്യങ്കര ന്നാര്യമ്മീന്റേം വല്യയെമ്മി ഈ തേയത്ത് വെരുമ്പം ബ്ടെല്ലാം വങ്കാട്, പെരുങ്കാട്. അക്കാട്ടീ മ്മള് മാത്തറം. മ്മള് മുത്തപ്പമ്മാരും മുത്ത്യേളും മ്മള മണ്ണ് മ്മള മരം. മ്മള പൂവും കായും. മ്മള വെയില്. മ്മള കാറ്റ്. മ്മള വെള്ളം. തന്തോയം തന്ന തന്തോയം. വേണുന്നത് മാത്തറം മണ്ണീന്നെടുക്കും. മരത്തീന്നെടുക്കും അന്നന്ന് കയ്യും. എടേം പോവാം. എന്തരും ചെയ്യാം. ചിരീം കളീം കെട്ടീം പിടിച്ചും. പെറ്റും പൊലന്നും മണ്ണീത്തൊള്ളായിരത്തി ഒരു കെണം."

"അയ്യെങ്ങനേര്ന്ന്"

"വെല്ല്യൊരു പൊര. ഓലപ്പൊര. ആണ്ടോടാണ്ട് പൊലച്ചേ പൊളിച്ചെറക്കി. മോന്തിയാവും മോള് കമത്തി സൂചികുത്തണ വെല്യ പൊര. മഞ്ചൊമര്. എമ്പാടും മുറ്യേള്. ചുറ്റും കയ്യാല. അതിനേം ചുറ്റി ചുറ്റുകയ്യാല. മുറീലൊക്കെം ആളേള്. അപ്പനും അമ്മേം മുത്തീം മുത്തപ്പനും കൊച്ചുങ്ങളും വല്യോരും. കൊളവും കെണറും. മുറ്റം മുയ്യോൻ വെളുവെളുത്ത പൂയി. അവടവട ഉരുണ്ടും പെരണ്ടും ആടീം പാടീം കളിച്ച്. ചുറ്റും കരിക്കോം തെനചാമ നടുതെനങ്ങൾ. ഒന്നിനും കൊറവില്ല. മണ്ണറഞ്ഞ്, മണ്ണറിഞ്ഞ് കൊടുത്തു.

ചെമ്പോം തായേം, എലഞ്ഞീം പൂത്ത തെക്കത്. ആത്തറ. ചെമ്പട്ട്. കല്ല് വെളക്ക്. നട്ടുച്ചയ്ക്കും ആരും ഒറ്റയ്ക്ക് പോവൂല്ല. ആണ്ടാണ്ട് കൊടുതി. വെന്തുക്കളും സന്തുക്കളും എമ്മടങ്ങ് എത്തി. പ്ടാക പുതുക്കി. കാരണോമ്മാരിക്ക് കള്ളവല് മലര് കരിങ്കോയി കഞ്ചാവ്. പൊലരുമ്പോ കൊച്ചുങ്ങക്ക് കോയിക്കാല് ചുട്ടത്."

"മുത്തപ്പനും കിട്ടീറ്റൊണ്ടോ?"

"പിന്നേ... തേയിക്കൊച്ചിനേക്കാട്ടീം ഉമ്പിട്യാരിക്കുമ്പം ഒരിക്ക.."

"കേക്കട്ട്."

'അവലിടി പെണ്ണുങ്ങക്ക് ഓരോ പിടി.

മണ്ണീപ്പണി ആണുങ്ങള്. കയ്യാളും പെരപ്പണീം പെണ്ണുങ്ങളും കൊച്ചുങ്ങളും. മൊറയും കാര്യോം പറഞ്ഞെത്തി അമ്മാവമ്മാര്. പേരപ്പമ്മാര്[1]. അവര്ക്ക് കൊടുത്തില്ലങ്കി കുടുമ്മം മിച്ചോല്ല. അവര് ഉണ്ടേച്ചിട്ടം ഒണ്ടെങ്കി കുട്ട്യേക്ക് അതീം പിന്ന പെണ്ണുങ്ങക്ക്.

വെപ്പും കുടീം തീനും കയിഞ്ഞ് പെണ്ണുങ്ങള പായാരം ആരും കേക്കാതപോയി. പെമ്പ്രാക്ക്[2] അരും പ്രാക്ക്. കുടുമ്മങ്ങള് തമ്മീ പെണങ്ങി. ഓല മെടയാൻ തർക്കം മൂത്ത് പെരകെട്ടാതായി. തമ്മീ അറ്യാതായി. വാത[3] വെച്ചും വീതം വപ്പിച്ചും കൊരനായി[4] പിടിക്കുമ്മട്ടി കണ്ടാ കീരീം പാമ്പും. മോന്തായമൊടിഞ്ഞ് അവടം മുച്ചൂടും മുടിഞ്ഞേ പോയ്.

അവ്ടേയ്ക്കല്ലോ തമ്പ്രാക്കളെയുന്നള്ളി. തമ്മീ പിരിക്കാൻ ഒരു വളി മതി.

---

1. പെരിയ അപ്പൻ. അച്ഛന്റെ ജ്യേഷ്ഠൻ. 2. പെൺശാപം. 3. ദുഷ്ടാത്മാക്കളെ ആവാഹനം ചെയ്ത് ഉപദ്രവിക്കാൻ വിടുക. 4. കഴുത്ത്.

മ്മളങ്ങന തിക്ക്കെട്ട്[1] അട്യമേളും ആയി.

വല്യയെമ്മ്യാര അച്ച്യാർക്ക്[2] പൊന്നമ്പ്രാൻ കൊടുത്താലും ഇക്കണ്ടായ മണ്ണും മലേം."

"അപ്പം മ്മള, മുത്ത്യാരും മുത്തപ്പമ്മാരും."

"അവര ആരിക്ക് ബേണം. മണ്ണീവെട്ടി മണ്ണിന്റ കെട്ടയിപ്പാൻ മാത്ത്റം അടിമ. അങ്ങന ആയിപ്പോയി. അങ്ങനേ ആവൂ.. അവര നാക്കേള് പിയ്തെടുത്ത്. കാതേളടപ്പിച്ച്. കണ്ണേള കായ്ച്ചയെടുത്ത്. കെടപ്പാടോംല്ല. കുടിക്കാടീംല്ല. അങ്ങോട്ടടിയിങ്ങോട്ടടി. ആണും തൂണുംല്ലാത."

"മ്മള് നട്ടത്, മ്മക്കാവണ്ടേ."

കൊച്ചേമ്പി ഒന്നും പറേണില്ല.

മേട് മുയ്യേനും പച്ചയെറിഞ്ഞപ്പം കൊച്ചേമ്പി എണീറ്റ് "തേയിക്കൊച്ചേ മുത്തപ്പൻ പോണ്."

"വേണ്ടപ്പാ, ങ്ങള് ബ്ടക്കൂടീം." വെളുത്ത തടഞ്ഞു.

"ഇന്നീപ്പം, അവ്ട ആരൊണ്ട് ത്തിരി വെള്ളം അനത്തിത്തരാൻ. അമ്മാൻ നിക്കീം." നീലമ്പി പിന്നോട്ട് വിളിച്ചു.

"ഇല്ലപ്പീ പോണം. പോയേ പറ്റൂ. ങ്ങള് പച്ചപിടിക്കണ കണ്ടിറ്റ് പോവാന്ന് വെച്ച്. ന്നീപ്പം ങ്ങളായി, ങ്ങള പാടായി. ഞാമ്പോണ്."

"എന്തരപ്പാ, രണ്ട് കാച്ചിലാ, ചേമ്പാ എടുത്തുംല്ല. ഇമ്മണ്ണില നടുതെനങ്ങള് കൊള്ളാമോന്നറിയാത അപ്പനിങ്ങന.."

"അപ്പീ,ക്ക്, പോയേ പറ്റൂ. ന്നല ലാത്തിരീം[3] അവള് വന്ന്. അവ്ട മണ്ണില് ഒരുകൈയായിറ്റെങ്കിലും ഞാനില്ലേന്ന് ചോതിക്കേം. കരയ്യേണ്. ക്ക് പോണം." കൊച്ചേമ്പി തിരിഞ്ഞ് നോക്കാത കുന്നെറങ്ങി.

തേയി പിന്നേം കരഞ്ഞ് കൂവി. "മുത്തപ്പാ മുത്തപ്പാ പോവല്ലേ, പോവല്ലേ."

വെളുത്ത അമ്മച്ച്യേ നേരെ ചൊവ്വേ കണ്ടില്ല. കാണുംമുമ്പേ അമ്മച്ചി പോയി. പുലിപ്പാറ ആടിനെ തീറ്റാനെറങ്ങി. പുലിതിന്ന്.

•

അമ്മച്ചി പണിക്കു പോയില്ല. അപ്പൻ തമ്മതിക്കൂല. എല്ലാം അപ്പനാണ്. കഞ്ഞീം കറീം. പൊറത്തപണി. ആടിന തീറ്റീ. ല്ലാം. അമ്മച്ചിക്ക് പൂതി തോന്നി. പുലിപ്പാറ കേറണം. കാണണം. കുടീ മുന്നിനിന്നാ കൈയെത്ത്യാ തൊടാമ്മട്ടി പുലിപ്പാറ.

അപ്പൻ വയല്പണിക്ക് പോയി; വെളുത്തേംകൂട്ടി. പണിക്കെടേ കിട്ടണ ഞണ്ടും പൊത്തേം[4] കരട്ടീം[5] ഒടവലേം[6] പാളക്കൂടേ ഇട്ട് കൊടുത്തു. വെളുത്ത അവത്തള എളക്കോം കണ്ട്. അപ്പന്റ പണീം നോക്കി തെങ്ങുന്തണലീ, പാളത്തണുപ്പീ ഇരിക്കേരുന്നു.

---

1. ദിക്ക് കെട്ട്. ലക്ഷ്യം തെറ്റി. 2. ഭാര്യ. 3. രാത്രിയും. 4,5,6. ആറ്റുമീനുകൾ.

ആടേള് ചന്നം പിന്നം ചെതറി.

ചന്തം തെകഞ്ഞ അമ്മേച്ചീട വലങ്കൈ പാറപ്പൊറത്ത്ന്ന് അപ്പന് കിട്ടി. അപ്പന്റ തൊത്ത്.[1]

•

കോയിന്നാര് കാര്യത്തൻ ചാണാക്കുയിക്കര ഒരു ചൊമട് ഒണക്ക ച്ചാണാം കെടക്കണെകണ്ട്. ചാണാമല്ല; വെയ്ല്കൊള്ളുമ്പം അതനങ്ങി.

തൊടിയില മരച്ചൂടല് തൊളച്ച് വെയ്ല് വന്ന്. തെങ്ങ് കമു വായ കൊരുത്തെടുക്കുമ്പോല. ചാണാക്കുയിക്കര വെയ്ല് തെറ്റിവീണ്.

വെയ്ല് തളച്ചിട്ട കൊച്ചേമ്പി കുയിക്കര കുന്തിച്ചിരുന്നു. മരുമോനും മോക്കും കൈമെയ്യറഞ്ഞ് പണിഞ്ഞ്. അവര വിട്ട് പോന്നതെന്തരിന്? പൊടിക്ക തേയ്യേ മറന്നതെന്തരിന്? കൊച്ചേമ്പി കണ്ണ് തൊടച്ചു. പോന്നല്ലേ പറ്റൂ. ബ്ടല്ലേ മാടത്തിന്റ മിറ്റത്ത് അവള്... ഒരു കൈയ്യായിറ്റ്.

എവ്ടേം ഒരു പുലീട അകമ്മതി നെറഞ്ഞ അലറിച്ച. കൈകാൽ നക ങ്ങളിലും പൂമീട, അടീ ചെല്ലും. പല്ലിലും മനിചച്ചോര. കൊച്ചേമ്പി ഒരു പട്ടീട മയക്കംകൊണ്ട് എടയ്ക്കെടെ കുമറി. വെയ്ല് കൊച്ചേമ്പീട തലയ്ക്ക് പിടിച്ച്.

കാര്യത്തൻ കോയിന്നാര് പാളിനോക്കി. "അനങ്ങണ ചാണാവറ്ള്യാ[2] ആരത്."

ഒന്നനങ്ങി പിന്നേം അനക്കോറ്റു.

"പൊലച്ച മറന്ന മാടനാ മറുതേ." കാര്യത്തന്റെ തൊണ്ടേ കുരു.[3] പൊട്ടി. ഒച്ച എടഞ്ഞു.

"കാര്യത്തൻ തമ്പ്രാന് എന്തരെടങ്ങേറ്. പിച്ചും പേയും പറേണ്." കൊച്ചേമ്പി ഒച്ചപൊക്കി.

"ഫ നായ്ക്കു പെറന്നോനെ മിണ്ടാട്ടം മുട്ടിപ്പോയ. ചവം."

"അയ്ന്പ്പം എന്തര് പെണഞ്ഞമ്പ്രാ."

"ഓ, ഒന്നൂല്ലേ. ഓരോരുത്തര കൊരനായി അടഞ്ഞില്ലേ."

കൊച്ചേമ്പി ചിരിച്ചു. തലയറഞ്ഞ് ചിരിച്ചു. ചിരിക്കെച്ചിരിക്കെ ചിരി യടക്കാൻ മറന്നു. ചിരി ഉച്ചീക്കേറി.

കുഞ്ഞ്യങ്കരന്നാര് വല്യമ്പ്രാൻ വന്നപ്പയും കൊച്ചേമ്പി ചിരിക്കണ്.

ചിരിച്ചോണ്ടു കുമ്പിട്ടു.

"നീ പിന്നേം വന്നോ"

കൊച്ചേമ്പി നടുനീർക്കാത ചിരിച്ചു. ചിരിക്കെടെ മൊയിഞ്ഞു. "അട്യ നെബ്ടപ്പോവും. തമ്പ്രാൻ കനിഞ്ഞ മണ്ണുള്ളപ്പം അട്യനെബ്ട വീയും."

"ഇവനെന്ത് പറ്റി കോയിന്നാരേ.."

"എന്ന നോക്കിച്ചിരിച്ചു. അത്രേള്ളൂ. അതേ എനിക്കറിയാവൂ."

"അവന്റ വെടലച്ചിരി നിർത്ത്."

---

1. സ്വത്ത്. 2. ചാണകം. വട്ടത്തിൽ ഉണക്കിയെടുത്തത്. 3. വസൂരി.

"അനുമതിച്ചാ അടേൃൻ മാടത്തി പോവാമേ...."

"എന്താന്നു വെച്ചാ ചെയ്തോ." കുഞ്ഞ്യേങ്കരന്നാര് വല്യമ്പ്രാൻ നടന്നു. ഒന്ന് തിരിഞ്ഞ് കോയിന്നാര നോക്കി. "അവന്റ വട്ട് മാറ്റ്."

കാര്യത്തൻ പൊലമ്പി. "നിർത്തെടാ, പട്ടി പു...."

കൊച്ചേമ്പിക്ക് ചിരിയൊച്ച കൂടി. ചിരിക്കച്ചിരിക്ക കണ്ണ് ചെമ്പയുക്ക. കുടുകുടാ മടമടാ കണ്ണീര്. കണ്ണീര് കുളി.

കോയിന്നാര് പിന്നാക്കം ചെന്ന് മാടിന തളയ്ക്കണ കുറ്റിയെടുത്ത് ഒറ്റയടി.

മങ്കൊടം പൊട്ടി. നെണം തൂവി. ചാണാക്കുയീൽ മൊകം. പറ്റക്കെ ടന്ന് 'കഫ് കഫ്' എന്ന് ചിരി പൊന്തി.

ചാണോം ചോരേം ഒന്നായി. വളമായി. നെല്ലായി. പാക്കായി. തേങ്ങ്യായി.

•

കൊച്ചേമ്പി മാടത്തിന്റ മിറ്റത്ത് മണ്ണിന്നടീ ഒറ്റയ്ക്കായി.

തേയി ആർങ്കാണാത മങ്കൂന എടയ്ക്കെടെ മാന്തി. മുത്തപ്പന കാണണം.

വെളുത്ത നെടുവീച്ച് വിട്ട്. തൊറന്ന കണ്ണീക്കുട ചെലനേരത്ത് ഒയുക്ക് കൂടി.

നീലമ്പി എല്ലാടത്തും ഒത്തുനിന്ന്.

പതിനാറ് കുളി.

ചാവെ[1]ടുക്കാൻ മച്ചമ്പി; മൊറ.

ചവനക്കൂനപ്പൊറത്ത നെല്ലെള്ള് തെനചാമ വിത്തെറിഞ്ഞ് ഒരു വലം വന്ന് നെഞ്ച് തട്ടി. ഇരുവലം വന്ന് തലക്ക തട്ടി. മൂവലം വന്ന് കാക്കതട്ടി. ഉയിരൊണത്തി.

നെഞ്ച് കാക്കതലക്കനിന്ന് ഓരോ നെമ്മണി പിച്ചാത്തി താത്തി ചൂണ്ടി യെടുത്ത്; ചാവ്.

മച്ചമ്പി സഭകൂട്ടി വച്ച്.

"ഇതാ, ചാവ്."

തിളന്ത് വെറ്റേ, മൂന്ന് നെമ്മണി.

വെളുത്ത നെഞ്ച് പൊട്ടി. "എന്റപ്പാ..."

"മണ്ണടിഞ്ഞോറ് ആരെന്തര് വെന്തുക്കൾ സന്തുക്കൾ ഒണ്ടെന്ന്, നിക്ക്, നിച്ചല്ല. നേകാട്ടീം കെല്പൊള്ള ആളേലും കാരണോമ്മാരും കാണും. ങ്കിലും, ങ്ങളോരോരുത്തരോടും അനുമതി ചോയിച്ചോണ്ട് എല്ലാ മാല പ്പൊറങ്ങളേം ഒണത്തിച്ചോണ്ട് ഞാം, ചോയിക്കേണ്. പത്തും പതിനാറും

---

1. ശവക്കൂനപ്പുറത്തുനിന്നും എടുക്കുന്ന നെൽവിത്തുകൾ മരിച്ചയാളിന്റെ ആത്മാവാണെന്നു സങ്കല്പിക്കുന്നു. പതിനാറ് മാല്പ്പൊറങ്ങളെയും വിളിച്ചു. പുലയകറ്റാൻ ചാണാപ്പാല് തളിക്കുന്നു. ചാവിനെ കുടുംബ തെക്കതിൽ കണക്കു പറഞ്ഞു ചേർക്കുന്നു. ചാവിന്റെ ആസ്ഥാനം അവിടെ ആയിരിക്കും. (ചാണാപ്പാല് ചാണകം കലക്കിയ വെള്ളം)

പെല തളിയ്ക്കട്ടാ.."

മച്ചമ്പി മൂവട്ടം വിളിച്ചോതി. ചാണാപ്പാല് തളിച്ച്.

ഒപ്പാരീ[1]ട്ട് മൊറനോക്കി, മച്ചമ്പിമാര്, നാത്തൂമ്മാര്, തമ്മീത്തമ്മീ ഉച്ചീ, എണ്ണവെച്ച് മൊറനേറ്റ് കൂട്ടത്തോട പോയി പെല കുളിച്ച് ചുത്തം വരുത്തി.

പെലക്കഞ്ഞി മോന്തി കൂട്ടംകൂടി പയ്യപ്പയ്യ ഒട്ടുമിക്കരും പോയി. പോവുമ്പം പറ ഉ ഉ. "അപ്പീ പോട്ടാ. ന്നീം ബ്‌രാം."

"അപ്പീ, എവന വെയ്ക്കേണ്ടടത്ത് ഞാനേപ്പിക്കാം. അമ്മാച്ചൻ എറങ്ങട്ടാ."

നെമ്മണി വെറ്റേ പൊതിഞ്ഞ്, മുറുക്കാൻ പൊതീ വെച്ച്, മടീ ചെരുവി കൊച്ചേമ്പീട, മച്ചമ്പി എറങ്ങി.

"മാമായ്ക്ക്, അപ്പന കാണണോങ്കി.."

"തൊണ്ണൂറ് കയിഞ്ഞ്, ന്ന, വന്ന് കാണ്, വയി ഞാന്തരാം."

•

മേലേന്ന് ഒരടര് മണ്ണ് മേത്ത് വീയുമ്പം, കൊച്ചേമ്പിക്ക് തോന്നി, ആരെങ്കിലുംപ്പം, ഇതാ കൈയീപ്പിടിച്ച് വിളിക്കും. "കൊച്ചേമ്പി എയ്ക്ക്."

നെലവിളിച്ച് മണ്ണലച്ച് വീയുമ്പം കൊച്ചേമ്പിക്ക് കാണാം. ഇരുട്ടേ, ല്ല. ആയിരം കതിരോൻ വെടരുമ്പോല. ഓരോ നുള്ള് മണ്ണിലും ചൂരിയൻ. വെട്ടം തന്ന വെട്ടം. ഇത്തറേം വെട്ടത്തി കെടക്കണ പങ്കോ, ല്ലേ.

മരുമോൻ നീലമ്പീം, മച്ചമ്പീം, എന്തര് പങ്കപ്പാടാണ്. നീലമ്പിക്ക് അറിഞ്ഞൂട. എന്നാ മച്ചമ്പി... ല്ലാം അറിയാം. ന്നിട്ടും....

വെട്ടങ്ങള വെട്ടോല്ലാം നെറച്ച് വച്ചിട്ട് കൂന നീട്ടി, മോട് ചെത്തി കരിക്കും വെച്ച്. മോന്തിക്ക് വെട്ടത്തിന് വെട്ടം കിട്ടാൻ പന്തോം കുത്തി.[2]

കാര്യത്തൻ കോയിന്നാര് തുക്കോം[3] കൊണ്ട് വന്ന് നീലമ്പ്യേ ബ്ളിച്ച് തുക്കം പറക്കണക്ക് കൊടുത്ത്.

"വഴിയൊണ്ടെങ്കിലും ചാണാക്കുഴീട വിളുമ്പീക്കൂടേ നടക്കോള്ളൂന്ന് വെച്ചാ. ഈ വയസ്സാങ്കാലത്ത് ഞങ്ങള് കാണുമ്പം.."

കോയിന്നാര് കാര്യത്തൻ തങ്കടം കൊടഞ്ഞ് പോയി

ല്ലാരും കുട്ടവെട്ടോം കയിഞ്ഞ്..

ഒന്ന് കണ്ണടച്ചോ. മുടി തടവി. മുറിവാ തൊട്ട് നെഞ്ചാമ്പുടീലൂട ഒരു കൈ.

"അറിയോ."

കൈ മിണ്ടണ്. മിണ്ടണ കൈ.

"ങ്ങള, തൊന്തം."

കണ്ണ് തൊറക്കാനേ കയ്യ്യണില്ല. വെട്ടമെല്ലാം കെട്ട്. നെറുകന്തലേ കുത്ത്യ പന്തോം.

---

1. ഗുണഗണങ്ങൾ പ്രകീർത്തിച്ചുകൊണ്ടുള്ള വിലാപം. 2. ശവക്കൂനയ്ക്ക് തലയ്ക്കൽ സന്ധ്യയ്ക്ക് ചന്തം തെളിയുന്നു. 3. ദുഃഖം.

"അറിഞ്ഞൂടേ... കുയി വെട്ടുമ്പം മണ്ണടന്ന് വെടവ്. ങള. താത്തിവയ്ക്കുമ്പം പിന്നേം ഇടിഞ്ഞ്. ഞാം ങള മേത്തായി പണ്ടന്നേപ്പോല."

"യ്ക്ക്, തെരിയണില്ല. യാര് നീ"

"എത്തറ കാലോണ് ങള്, ന്റടുത്ത് വരണേം കാത്തിരുന്നത്. പ്പം മറന്നെന്നാ... ഞാം വെളുത്തേടമ്മച്ചി. ങള.. ചക്കി."

"ന്റ, പൊന്നേ.. മറന്നെന്നാ. തൈവങ്ങളേ പൊറുക്കണേ. ന്റ പെണ്ണിന. ഞാം അറിഞ്ഞില്ലല്ലാ. നെന്ന, യ്ക്ക് കാണാനും കയ്യ്യണില്ല."

"ഞ്ഞി, ഞാം ഏടപ്പോവാൻ. ങട നെഞ്ഞിമ്മേ ഞാങ്കെടക്കാം.... ങക്ക് വിമ്മിട്ടം വരോ."

"ല്ല, പൊന്നേ... നെന്ന എങ്ങനേണ് പുലി പിടിച്ചത്."

"കാര്യത്തൻ കോയിന്നാരല്ലേ, പുലി."

"ന്തര്? യ്ക്ക്, പിടികിട്ടണില്ല."

"ങള്, വയലീ പോയേപ്പിന്ന, പുലിപ്പാറ മേക്ക് ആടേള തീറ്റാൻ വിട്ട്. ഞാമ്പോന്ന്. കന്നാല്യേള പൊറകേ നടന്നിറ്റ് ത്തിരി ചാണാം കിട്ടീല. എറാം മൊയ്വണം. എളുപ്പത്തീ, ത്തിരി, ചാണാടുക്കാം. ചാണാക്കുയിക്കര എത്തീതും, കാര്യത്തൻ കോയിന്നാരു പൂണ്ടടങ്കം ഒരു പിടി. ഞാം വെറളി പിടിക്കുമ്പം ഒരു പിടി ചാണാം വാരി, ന്റ വായീ കുത്ത്യേറക്കി. പിന്നെ കാര്യത്തൻ എപ്പയാണ് മേത്ത്ന്ന് എയ്ച്ചത്...

ക്കറിഞ്ഞൂട. അങ്ങേര്, പ്രാന്തെടുത്ത്. ന്ന, ചന്നം പിന്നം വെട്ടിക്കീറി ചാണാക്കുയീ താത്തി. ഒരു കൈമാത്ത്റം എലേപ്പൊതിഞ്ഞ്.. ന്തര്, പറ്റീ, ങളൊന്നും മിണ്ടണില്ല. ങ്ങന, മിണ്ടാതിരിക്കാനാണാ ഇത്തറകാലം ഞാം. യിവിട്........"

"അല്ല, പൊന്നേ, ആ ചാണോത്ര്രേം, ഞാം വെട്ടിക്കോരി നടീനങ്ങക്ക് ഇട്ടില്ലേ... നിന്നേങ്കൂട."

"അയിനെന്ത്, മണ്ണിമ്മേ വേരൂന്ന്യ, യേതിനും ങളക്കാണുമ്പം തന്തോയം തന്ന."

•

കോയിന്നാര് നമത്തേന്ന് കൊശവര്കോട്ടെ മേട്കേറി.

കുന്നിന നല്ലമൊളവ് മണത്തു. കാറ്റ് വെളവേളുട മണം തൂക്കി നടന്ന്.

"നെന്റ തന്ത എവിടേടീ."

തേയിക്ക് തീരപ്പിടിക്കണില്ല.

ചന്തത്തീ തെറിച്ച മൊലക്കണ്ണ് കണ്ണീ പരതി കാര്യത്തൻ വെരട്ടി.

"എവിടേടീ."

"അപ്പാ, ദാണ്ട ഒരാള്." അവള് കുടിലീ കേറി.

കോയിന്നാര് എരിപൊരിഞ്ഞു. തിളുന്തു മണക്കണ കീടം വിളിക്കണ്. 'ഒരാള്.'

നല്ലമൊളവിന്റെ മണമൊത്തു നീലമ്പി വന്നു. പിന്നീ വെളുത്ത.

"അല്ല, തമ്പ്രാനാ."

"നിന്നത്തൊാട്ടാ കുളിക്കണം. അല്ലങ്കി ഇപ്പം നിന്റെ ചെപ്പ തകരണം."
നീലമ്പി മിണ്ടാണ്ടം മുട്ടി.

"ആ, അസത്ത് നശൂലം വിളിച്ചതെന്തരെന്നറിയോ... തല്ലി വളത്ത്, തല്ലി വളത്ത്. അല്ലങ്കി വായ്ക്കരിക്കൊതവൂല്ല. ഉം. നെന്ന വല്യമ്പ്രാൻ വിളിക്കണ്."

●

"നെനക്കെന്ത് ചെയ്യാൻ കഴിയും നീലമ്പി. കണ്ടില്ലേ തെങ്ങിമ്മണ്ട. കമു. നടുതിനങ്ങൾ. എല്ലാം കരണ്ട് കൊരച്ചു. ആക്കും മണ്ണീ വെട്ടാൻ പറ്റില്ല. ചാടിക്കേണ് മണ്ണീന്ന് ആര്? എനിക്കറിയോ? നെനക്കറിയില്ലേ! അറിവു കാണും. മണ്ണിന അറിയുന്നവന് മണ്ണിനും കൂറു കാണും." കുഞ്ഞ്യ ങ്കരന്നാര് വല്യമ്പ്രാൻ പറഞ്ഞു.

"അയിനിപ്പം അടേ്യനെന്ത് ചെയ്യാനക്കൊണ്ട്." നീലമ്പി നമിച്ചു.

വല്യമ്പ്രാൻ ചിരിച്ചു. "കൊച്ചേമ്പി ചത്തേപ്പിന്ന മണ്ണിന്നെണക്കോള്ള ആര്? അവനൊണ്ടാരുന്നെങ്കി? കളിയല്ല... നെനക്ക് ചെലത് ചെയ്യാ നൊക്കും. കോയിന്നാ, അതവന് കൊടുക്ക്."

കോയിന്നാര് ഒരു തൂമ്പെലേ വെറ്റ പാക്ക് പൊയില ചുണ്ണാമ്പ് നാലും കൂട്ടി വെച്ച് "ഇതെടുത്തിട്ട് ഈ മണ്ണിന്റെ കെട്ടഴിക്ക്."

നീലമ്പിക്ക് അമ്പരപ്പ് മാറീല്ല.

"തൈവങ്ങളേ... ഇത്തറ കാക്കും മലതൈവങ്ങളേ എട്ടും പൊട്ടും തിരിയാ ഇപ്പാവം കെണീപ്പെട്ട്. കൊള്ളേ തള്ളേ ന്തരിനും, ങ്ങക്കേ, ആവ തൊള്ള്. ഇച്ചെമ്മക്കാരൻ വെറും എടയാള്. കാക്കണേ പൊന്നുതമ്പ്രാക്ക മ്മാരേ. കാരണോമ്മാരേ, നാനോ ഇമ്മണ്ണീ, ബിളിച്ചുബ്രുത്തപ്പെട്ടോൻ. യ്ക്കോ, ന്റെ, കുടുമ്മ പിക്കാലത്തിനോ ഒരാവത്തും വർത്തല്ലേ.."

മണ്ണിലൊക്കേം പച്ചതെറിച്ചു വീണ്.

●

ഏണി ചാക്ക് തലേക്കെട്ട്. മേത്തമ്മാര് വന്നു. തോട്ടത്തിക്കേറി ഏണി ചാരി. ഇടുപ്പീ വല്ലം ഞാത്തി നല്ലമൊളവിന്റ തെറുത്ത പച്ചമണിച്ചോട്ടില് കൈ പായിച്ചു.

"തൊട്ട് പോവല്ല്. എല്ലാത്തിനേം അരിഞ്ഞുകളേം." തേയിക്ക് വെളി പെട്ടു. പുല്ലറുപ്പോത്തി* നീട്ടി അവള്, മേത്തമ്മാര നേക്കണഞ്ഞു.

എടുത്ത കൈ തൊടുത്തുവിട്ടില്ല.

അലറിച്ച, നീലമ്പ്യേ പറന്നെടുത്തു
ചെറകിന്നടീ വെളുത്തേം
"കൊച്ചിന, മാറ്റീം, ങ്ങള്."
"വല്യങ്ങത്തേ, വെല്ലാൻ വളന്നോ, ഈ നൗന്ത്"[1]

---

* അരിവാൾ

"എന്തര് മോലാളീ." നീലമ്പി ചോതിച്ച്.

"യ്യ്, കേക്ക്." താടി മാന്തി, കണ്ണീ തീയെടുത്ത് വല്യമേത്തൻ ഒച്ചയെടുത്ത്. "വല്യങ്ങത്തേന എതിരിവെയ്ക്കാൻ ഇദ്ദുനിയാവീ വളന്നതാര്? യ്യ് അറിഞ്ഞോ, ഇക്കണ്ടായ മൊളവ് മുയ്യോൻ വല്യങ്ങത്ത ഞമ്മക്ക് തന്ന്. അതറിയ്യോ നിനിക്ക്. എന്തരെങ്കിലും പറയാനൊണ്ടങ്കി അങ്ങത്തേനോട് പറ."

"ഏത് തമ്പ്രാനായാലും ഇതീന്ന് ഒരു മണി മൊളവ് പറിക്കൂംല്ല. കൊണ്ടോവേംല്ല. ഇതേ എന്റപ്പന്റ വെയർപ്പാ. നിന്ന് ചൊതുങ്ങണ്ട. പൊയ്ക്കോ. അല്ലങ്കി,യെല്ലാത്തിനേം.."

"മൊയ്ലാളി, മ്മള തട്ടുപുലു[2] വെള്ളത്തിലായാ"

മേത്തമ്മാർ കുന്നെറങ്ങി.

കമ്മറഞ്ഞപ്പോ, നീലമ്പി തേയ്യേ വിളിച്ച്. നെന്റപ്പന്റ തൊത്തിന് നെനക്കതികാരോംണ്ട്. എങ്കി, വാ അപ്പന്റ തൊത്ത് ബ്ാങ്ങാം."

അപ്പനും മോളും മേടെറങ്ങുന്നു.

വയക്കര, കള്ളു കടയ്ക്കരീ, മൊട്ടൻ വെയ്ലത്ത് അവര് നിന്ന്.

കള്ളൊലിച്ചെത്തുമ്പോല അയാള് വന്ന്. വേലായ്യൻ കൊച്ചമ്പ്രാൻ പട്ടാളം വേലായ്യന്നാര്.

"നോക്ക് നെന്റപ്പന. അപ്പന്റെ തൊത്തും ബേങ്ങി അപ്പി മേട് കേറ്യാമതി."

തേയി വെയ്ലീ തനിച്ചായി.

രാവെളുപ്പിനേ നീലമ്പി വന്നൊള്ളൂ.

അമ്മച്ചീം മോളും ഒറങ്ങീല.

ഒന്നും വേവിച്ചില്ല. കുടിച്ചില്ല. വെയപ്പൂംല്ല മിണ്ടീട്ടുംല്ല.

വന്നപാട് നീലമ്പി പറഞ്ഞ് "എറങ്ങീം കെട്ടിപ്പറക്കി."

എവിടേയ്ക്കെന്നാരും ചോയിച്ചില്ല.

"പാട്ടപ്പണം തന്ന്. അപ്പണം തമ്പ്രാന് കൊട്ത്ത് പാറമോളില് പാട്ടം മേങ്ങി."

നീലമ്പി പൊലമ്പിക്കൊണ്ടിരുന്നു. കള്ള് ചെലയ്ക്കണ്.

"വെട്ടം കീറുമ്മുമ്പെറങ്ങണം. അല്ലങ്കി ആത്തുങ്ങള് ഇരിക്കപ്പൊറുതി തരൂല്ല. കിളികൊലം. കീടകൊലം. ചെന്തുക്കള്. മോന്തേ തട്ടി ചോദിക്കും. 'നീലമ്പി പോവ്വോ. നീ പോവ്വോ.' കാണാന് വെയ്യ... കേക്കാന് വെയ്യ. പോവ്വാം. എറങ്ങ് എറങ്ങ്."

"അമ്മച്ചീ, ഇബ്ടം ബിട്ട് ഞാം, യെങ്ങൂംല്ല." തേയി പറഞ്ഞു.

"ങ്ങള് ന്തൊരു മനിചൻ. ങ്ങക്കൊന്നും തോന്നണില്ലേ. ഇതാ നെനക്കെന്ന് ചൂണ്ടിത്തരും. അറഞ്ഞറഞ്ഞ് മണ്ണ്. മനതാവുമ്പം, അവ്ടം വേണ്ട. പോവ്വാന്ന്. വയ്യ, ക്ക് വയ്യ. ങ്ങക്ക് തോന്നേണെങ്കി പോയീം. ഞാം എങ്ങോ

1. കീടം 2. 50 രൂപ. തരവന്മാർക്കിടയിലെ വ്യവഹാരഭാഷ. ചാവ് (1) തോവ് (2) തില് (3) പാത്ത് (4) തട്ടല് (5) തടവല് (6) നൊളയ്ക്കല് (7) വലിവ് (8) തായ. (9) പുലു (10) പുളച്ചി (25) തട്ടുപുലു (5)) നുളയ്ക്കപുലു (70) തങ്ങാൻ (500) പുലുപുല (1000).

ട്ടുംല്ല."

നീലമ്പി എല്ലാം കേക്കേണ്.

"എല്ലാം മണ്ണും, ന്റ ആവുംവരയ്ക്ക് പോയേ പറ്റൂ."

ഇരുട്ടിന്നൊപ്പം നീലമ്പി കൊശവർകോട്ട, മേടെറങ്ങി.

പിന്നപ്പിന്ന കേക്കായി–

കുന്നെടുത്തതാര്

കുയ്യെടുത്തതാര്

മണ്ണെടുത്തതാര്

പച്ച നട്ടതാര്

പയമെടുത്തതാര്

– പിന്നേം പിന്നേം നീലമ്പി മണ്ണീന്ന് മണ്ണിലേക്ക് പാർന്നുകൊണ്ടേയിരുന്നു.

•

വെളുത്ത നല്ലപ്പം പുല്ലറുപ്പാൻ പോയി.

രണ്ട് ചാണ് വയറ് പെലന്നേ പറ്റൂ. നീലമ്പീട നെയലാരുന്നപ്പം ഒന്നും അറിഞ്ഞില്ല.

തേയി പറഞ്ഞ് "അമ്മച്ചി എന്തരിന് പേടിക്കണ്. അപ്പൻ ബെരും."

"ല്ല, അങ്ങേർക്ക് പെണ്ണേക്കാലും മണ്ണാണിശ്റ്റം. കൊമറണ മണ്ണീച്ചേന്നാ,യെല്ലാം മറക്കണ കാലൻ. യ്ക്കറിയാം."

കുന്നെറങ്ങി വയലെത്തി.

നെമ്മണി ചില്ചില്ക്ക്ണ്. വാവ് കയിഞ്ഞാ കൊയ്യാം. അപ്പം കറുമ്പിമുത്തി, തേയക്കാര കൂട്ടും. "ങ്ങള് ബെരിൻ, പൊലച്ചേ തൊടങ്ങാം."

ന്ലാവത്ത് ചെല്ലണം. മഞ്ഞു പെയ്യണ രാവെളുപ്പ്. കുളുന്നെറങ്ങി രണ്ടു പിടി കൊയ്താ. തണുവ് എവിടേന്നറീല്ല.

കറുമ്പി മുത്തി പാടും

തമ്പ്രാനെന്റ തമ്പ്രാക്കനിഞ്ഞേയ്

ആരവോണ്ടായ് കൊയ്തോളീം മേലുകണ്ടം

നെന്നക്കുമെനിക്കും പപ്പാതിവീതം

കെട്ടിയടച്ചു പൊലിച്ച് കൊയ്തോളീം..

പൊന്നമ്പ്രാനെ! യോടിയോടി ഞാ,ങ്കണ്ടേൻ

പൊന്നൊടയോൻ കനിഞ്ഞേകിയ കണ്ടം–

കണ്ടിട്ടും കണ്ണ് കയങ്ങണു കണ്ടം

അപ്പനാണ കണ്ണ് രണ്ടും നെറഞ്ഞേൻ..

ആണുങ്ങള് കറ്റകെട്ടി ചൊമടാക്കും. പെണ്ണുങ്ങളും ആണുങ്ങളും ചൊമക്കും. കറ്റയടിക്കണതാണുങ്ങള്. കറ്റ കൊടുക്കണ പെണ്ണുങ്ങള് പാതിരാവ് കയ്യും പൊലിയളക്കാൻ. പൊലിയളന്ന്, പൊലിചൊമന്ന്, തൊലിയടന്ന് പൊളിഞ്ഞ പൊറോം പതം* കിട്ട്യ കൊറ്റുമായി വീടെത്ത്യാ മാണ്ടു പോം. അരമയക്കം കയിഞ്ഞ് എയുന്നേറ്റ് പൊലിപാറ്റി പതിര് മാറ്റി കൊറ്റെ

ടുത്താ വാക്കിയെന്തര്. ഒന്നൊണക്കി, ഓട്ടിലിട്ട് വറുത്തെടുത്ത്, മരഒരലീ ഇടിച്ചെടുത്ത് ഉമി മാറ്റി, തവിട് പേണി, ഒരുകുത്ത് അരി കഞ്ഞിയാക്കി ഒരു പ്ലാവെല എറക്കുമ്പം എല്ലാം നെറയും. എല്ലാം മറക്കും.

ഒണക്ക്യ വിത്തെടുത്ത് വട്ടപ്പെട്ടീ കെട്ടിമുറുക്കി കാത്തു വെക്കും. എത്തറ വേവെടുത്താലും അക്കെട്ടിയിക്കൂല. അയിനൊരു നാള് വെരും. കൊടുതി.

•

വെളുത്ത പണേന്ന് പറിച്ച് പുല്ലറുപ്പോത്തിക്കരിഞ്ഞ് പുല്ല് പിടികെട്ടി. അടുത്ത പണേ അരിച്ചു. ഒരു കെട്ടാക്കി കൊണ്ടായാ ഏതങ്ങത്തേണ് പുല്ല് ബാങ്ങണേ.

എടയ്ക്ക്, തേയി ഏടേന്നറിയാൻ നോക്കി. കൊച്ചിന കാണണില്ല. വെളുത്ത പണേന്നെറങ്ങി വയല്വരമ്പീച്ചെന്ന്. നെക്കതിരിനെടേ ഒരനക്കം. വെളുത്ത ഓടിയെത്തുമ്പം മൂന്നാല് പിടി കതിര് കൊയ്ത് വരമ്പത്ത് വച്ചേക്കണ്. വെളുത്തേ കണ്ടതും തേയി പറഞ്ഞ്. “അമ്മച്ചീ, മ്മക്കിന്ന് കഞ്ഞി വെക്കാൻ എത്തറ നെല്ല് ബേണം.”

കതിര് വാരി നെല്ലിന്നെടേ എറിഞ്ഞ്, കൊച്ചിന്റ വാ അടക്കിപ്പിടിച്ച് ‘മാളോരോട് പറേല്ലപ്പീ’ എന്നണച്ച് എടവരമ്പീക്കൂട പമ്മിപ്പമ്മി വെളുത്ത ഓടി.

‘ന്റ പെരമ്മാവേ, കാത്തോളണേ’ വെളുത്ത ഉള്ളീ നെലവിളിച്ച്, കൊശവര് കൊട്ടെത്തി.

തേയി, കൊയ്ത് കതിരെടുത്ത തലയില്ലാ നെല്ലേള് വെറയ്ക്കണെന്ന് വെളുത്തയ്ക്ക്, ആട, എത്തുമ്പം എപ്പയും തോന്നി, കൊയ്ത്ത് കയിഞ്ഞു.

•

പങ്കി മുത്തി പറേണ്

“മയേം പെയ്യണ്, ചെണ്ടേം മുട്ടണ്, മാരാന്റച്ചി[1]ക്ക് തൂറാനും മുട്ടണ്. മരക്കൊമ്പില് കൊടയാക്കി, ഒരു കറ്റ ചൂട്ടും മിന്നി കാട്ടീപ്പോയി; തൂറാൻ, കണ്ണെത്തും കാതെത്തും പാട് അച്ചി തൂറാനുമിരുന്ന്. അന്നേരമച്ചിക്ക് കായ കിട്ടി. അരക്കൊട്ട മുയുക്കൊട്ട നെറച്ചുകായ. അതു പൊട്ടി മൊളപൊട്ടി പൂമിലൊണ്ടായി രായമൂക്കൻ[2]. നല്ല രായമൂക്കൻ.

“മുട്ട ഏടെന്ന് വന്ന് മുത്തി.”

“കൊച്ച് പറ.”

“തൂ[1] മുത്തി തന്ന പറ.”

“ഓ, ഈ കൊച്ചിന്റ കാരിയം. രായമൂക്കൻ അച്ച്യേ കേറി മറിഞ്ഞോല്ലേ.....”

---

* ധ്യാനം കൊയ്ത്തുകൂലിയായി കൊടുക്കുന്ന തോത്. 1. ഭാര്യ. 2. രാജവെമ്പാല.

"ക്കൊന്നും തെരിയണില്ലേ?"

ഞാറ് നട്ട് കടമ്പ്[2] മറിഞ്ഞതറിഞ്ഞില്ല. തേയിക്ക് കത കേട്ടും കൊതി ആറീല്ല.

"ഒറ്റേം തെറിച്ചും ഇക്കൊച്ച് പോണ്ട. നാട്ടിലും കാട്ടിലും എങ്ങട്ടും പോണ്ട. തൈവങ്ങളെ കണ്ണ് തൊറന്ന് ബിളിക്കണം. കല്ലും മണ്ണും മരോം. ചൂരിയ ചന്തിരമ്മാരും. തീയും പൊയേം മാനോം.. അല്ലങ്കിത്തന്ന അടി യാള കടം നെടുനാള് നീളും."

"തെളിച്ചു പറയീന്നേ, മുത്തി."

"ഞാം മൊല കുലുക്കി നടക്കണ പരുവം. നമത്തേന്ന് യമ്മീന്റ കൈയീപ്പെട്ട്."

അപ്പം അമ്മച്ചി ബിളിയ്ക്കണ്. അടുപ്പീ നോക്കാൻ..

"അരി തെളയ്ക്കണ്..
അമ്മച്ചീ ബിളിയ്ക്കണ്..
ബിടെന്റ യെമ്മ്യേ...
യെമ്മി, ബിടോ..
അരി തെളയ്ക്കട്ട്
അവള് ബിളിയ്ക്കട്ട്
വരിക്കച്ചക്കേട കടം തീരോളം
കെട പൊലയാടീ"
അര കെതയ്ക്കണ കള്ളപ്പൊലയാടിമോൻ

അമ്മച്ചി ചോതിയ്ക്കമ്പം, മപ്പാറടിച്ചു ഞാം പറഞ്ഞുമ്പോയി യ്ക്ക് തരാത്ത വരിക്കച്ചക്കയ്ക്ക് ഞാങ്കെടക്കണോ യെമ്മിക്ക്.

അമ്മച്ചി പ്നാറ്റ്[3]ണ്

"യ്ക്കറിയില്ലെന്റ കൊച്ചേ, നെന്നക്കെടത്ത്യ വരിക്കച്ചക്ക, യെന്നേം കെടത്ത്യേല്ലെടീ, പൊന്നേ.... ഒരു കുരുപോലും ചുട്ടുതിന്നാത്ത യെന്നേം, നെന്നേം."

തേയി പല്ല് ഞറുമ്മി

"അയിന്, നീയെന്തരിന് കൊച്ചേ പല്ലെരിക്കണ്. യിത്, കേള്. ഒരിക്ക, ന്റ, വകേലൊര് ചക്കീം ചേന്നനും നമത്തേന്ന് പാലം കേറ്യ കത.

ചക്കീം ചേന്നനും പാലത്തിക്കേറി
പാലത്തിക്കേറ്യപ്പം പാലം കുലുങ്ങി
ചേനൻ പന്ന തുള്ളിത്തൊടങ്ങി
ചക്കി പറ പറ തൂറിത്തൊടങ്ങി
അമ്മട്ടീ അവര് തിര്യ പോരേം ചെയ്ത്.

ഉച്ച കുടിക്കാൻ കമൂം പണേ, പാള കോട്ടി തറമാന്തി ഓലയ്ക്കാല് തിരിവ്[1] കെട്ടി വായേലച്ചീന്ത് കുമ്പിള് കുത്തി. കാത്തിരിക്കുമ്പം പങ്കി മുത്തി പറേണ്.

---

1. തുല്ല്. രാജിയാവുക. 2. ഞാറു നടനാൻ വയലൊരുക്കി തടം പിടിച്ചിടുന്നത്. 3. പുലമ്പുക.

"ടീ, വെളുത്തേ, നെന്റെ മോള നടകൊള്ളാം. ഞാറുകുത്തി നടുമ്പം ഒതുക്കോം തെളിച്ചോംണ്ട്. നെരിമയും നെറവുമൊണ്ട്."

വെളുത്തയ്ക്ക് കോരിച്ചിലുത്തു.

മുത്തി പാടി.

"തെയ്യത്തിരുന്തിനാ, തെയ്യന്നം താരാ
തെയ്യത്തിരുന്തിനാ, തെയ്യന്നം താരാ
കണ്ടത്തി, കാലത്തേ പൂട്ടണം തെയ്യാ
കാലത്തേ നേരത്തേ തേവ്വണം തെയ്യാ
ഓരിണയീരിണമാടു വെളുത്തേ
വേലയ്ക്ക് ഞാറ്റടിയാക്കേണം തെയ്യാ
കേളനും കോരനും ചീരുവും കൂട്ടി
പൂട്ടിക്കെട്ടിയൊരുക്കണം തെയ്യാ
വേലനാളെ വെളുക്കോളം വേണം
വിത്തുവിത്തനം പാറ്റണം തൂറ്റണം
കുട്ടകെട്ടി നെറയ്ക്കണം കെട്ടണം
കെട്ടു പൊട്ടി ചെനയ്ക്കണം നെമ്മണി
തേവുകൊണ്ടേ യേനമ്പ്രാന്റെ മാനം
ചേറുപൊട്ടി മൊളയ്ക്കണ കണ്ടേൻ
തെയ്യത്തിനുന്തിരുന്താ തെയ്യന്നം താരാ
തെയ്യത്തിനുന്തിരുന്താ തെയ്യന്നം താരാ..."

ഞാറുനടും കൂട്ടര് ഏറ്റു. മുത്തീട കടമ്പിന്നൊപ്പം തേയി നട്ടെറങ്ങി. അന്നേരം വയല്വരമ്പിലോട മയത്തുള്ളി പാറിച്ചേലോട ഒരാള് ബന്ന്.

മൂന്നാല് കോമ്പല് മീനും നെലത്തെയച്ച് പൊയേന്ന് പൊങ്ങി ബന്ന്.

ആരത്? ഞാറുനട കണ്ട് വരമ്പീ ആരാനും തരിച്ച് നിന്നു. തോന തോനനേരം.

ഒരു കോമ്പല് മീന് വരമ്പീ വെച്ചിട്ട് നീലമ്പി നടന്ന്.

"നെന്റപ്പൻ" മുത്തി, തേയിക്ക് നേരെ ചാമ്പി.

"അപ്പനാ, ഏടെ."

"അവമ്പോയി, ഒരു കോമ്പല് മീന് വരമ്പീ വെച്ച്. പച്ചേ, നെന്റമ്മച്ചി കണ്ട്. അവള് കരേണ്."

"യ്ക്കപ്പെന, കാണണം."

"ഞാറു കുത്തപ്പീ. ആരാനും കണ്ടറിഞ്ഞാ പുകിലായി."

അപ്പനെന്ന് ഏങ്ങി തേയി ഞാറ് നട്ട്.

ചെല്ലാംകോട്ടെ വയലീന്ന് കേറി കൊശവര് കോട്ടെത്തുമ്പോ ഇരുട്ടി. തോട്ടിക്കുളിച്ച് ചെളി കളഞ്ഞ് നനച്ചിലോടെ കുടീലെത്തി.

തേയിക്ക് അപ്പൻ വരമ്പിലിട്ടു കൊടുത്ത തമ്മാനം കാണാക്കാണ തന്തോയം.

---

1. ഓലക്കാൽ വളച്ച് ഈർക്കിൽ കുത്തിയുണ്ടാക്കുന്ന വളയം തറയിൽ വച്ച് വാഴയില വളയത്തിലേക്കിറങ്ങി കഞ്ഞി ഒഴിക്കുന്നു.

അടുപ്പുകൂട്ടി നെല്ലു വറുത്തിടിച്ചരിയാക്കി കഞ്ഞി പയ്യമ്പാളേ[1] പേണി[2] വെച്ച കൊടമ്പുളിയിട്ട് ആറ്റുമീങ്കറി. മീമ്മണം കുന്നിമ്മീത തെവതെവനെ രന്നു. മണമെടുത്തു വരുമ്പോല മേട്ടിലേക്ക് ഒരുചൂട്ടിൻ കറ്റകേറി വന്ന്. എരുനടേ കുത്തിയണച്ച് എറാത്തു ഇരുന്നു; നീലമ്പി.

ചട്ടി തുളുമ്പ ചോറും കറീം മുമ്പീവെച്ച്; വെളുത്ത

നീലമ്പി മുഞ്ഞീ[3] നോക്കീല്ല. കൈ തമ്മീത്തൊടച്ച് ചാഞ്ഞിരുന്ന് പവുതീം തിന്ന്. നെറച്ച് കഞ്ഞോള്ളം മോന്തി. ഒരുരുള പൊന്നുരുള ഉരുട്ടി. തേയിക്ക് നീട്ടി. ഉരുള പറ്റുമ്പം തേയീട കണ്ണ് കിള്ളിയാറ്.

അപ്പന് ഊട്ടുമ്പം അമ്മച്ചിക്ക് തെളക്കോം പവിട്ടും.

തേയി ഒണന്നപ്പോ അപ്പനില്ല.

എറയത്ത് ഒരോലക്കൊട. തലയിച്ചാർത്ത്യപ്പം തേയിക്ക് മൊകമില്ല. വല്ല്യൊരു കുമിള് എറയത്ത് മൊളച്ചപോല

"അപ്പൻ തന്നത്." അമ്മച്ചി പറഞ്ഞു.

"യ്ക്കാ"

"ല്ല, അപ്പി കീറാണ്ട് കയ്ക്കോലി തൂക്കീം."

തേയിക്ക പിന്നേം കണ്ണ് ചൊവന്ന്.

തേയി അരിശപ്പെട്ടു. "യ്ക്ക്, അപ്പന കാണണ്ട."

"ഏടക്കാണാൻ. കണ്ണാറങ്കോട്ട് അപ്പൻ പച്ച തളിച്ച്. പാട്ടപ്പണം കൊടുത്ത് കോയിന്നൻ കാര്യത്തൻ മണ്ണോയിപ്പിച്ച്, കാര്യത്തൻ യമ്മിയായി. ഇപ്പം ചെല്ലാങ്കോട്ട് മണ്ണറയാണ്. മണ്ണറഞ്ഞ് പച്ചതെളിക്കാൻ ഈ മനിചൻ; നെന്റപ്പൻ, യാര്? തൈവോ? ഒക്കെക്കയിഞ്ഞ് കള്ള് കടേല് തിരം പറ്റുപടീം. മീമ്പിടുത്തേം."

"അതെങ്ങനേണമ്മച്ചീ കാര്യത്തൻ. യമ്മിത്തമ്പ്രാനാവണ."

"കിട്ടുണ്യാര് മൂത്തമ്പ്രാനാരുന്നു കുഞ്ഞ്യങ്കരന്നാര് വല്യമ്പ്രാന്റെ മൂത്ത ഒട പറപ്പ്. മൂത്തമ്പ്രാന്റെ അച്ചി ചത്തപ്പം രണ്ടാംകെട്ട് നടത്തി. മൂത്തച്ചീല് ഒരു ചെറുക്കൻ. രണ്ടാമത്തേല് അഞ്ചാറെണ്ണം. അങ്ങനേരിക്കുമ്പം മൂത്തമ്പ്രാൻ ചത്ത്. കൊന്നേന്നും പറേണ്. കുഞ്ഞ്യങ്കരന്നാര് വല്യമ്പ്രാൻ, വല്യമ്പ്രാനായി. കണ്ടതും കടിയതും തൊത്തും കിത്തും യെല്ലാം വല്യമ്പ്രാന്റ. കാര്യത്തൻ കോയിന്നാര്, കാര്യത്തൻ. ഒരോസം കുഞ്ഞ്യങ്കരന്നാര് വല്യമ്പ്രാനും പോയി. കൊന്നേന്നും പറേണ്...."

"അത്തമ്പ്രാന്റെ പെലോളിക്ക് മ്മള് പോയല്ലാ. അന്നാണ് കേയവൻ ചിറ്റപ്പന്റ മോള്, ഉണ്ടേക്കന കമൂല് കെട്ടിവെച്ച് അടിച്ചത്. മ്മളെല്ലാം കമൂന്റെ നേലും തെങ്ങുന്തോപ്പിലും പാളേം വട്ടീം വെച്ചോണ്ട് ഇരിക്ക്യേരുന്നു. പന്തലീ വെളമ്പണ സത്യേന്റേ വാതന വന്നപ്പം, യ്ക്ക് ഇരിക്കാം ബ്ബയ്യ. നാക്കീ വെള്ളം നെറഞ്ഞ്. കിള്ളിയാറ്, ല്ലാരിക്കും അങ്ങേനേരിക്കാം. മ്മള് കാത്തിരിക്കേണ്. പ്പ, ബിളിക്കും പ്പ, ബിളിക്കും.... ഊണു കയിഞ്ഞ് ഓരോ കുട്ട എലേം പൊറത്തോട്ട് കൊണ്ടരുമ്പോ മ്മളെല്ലാം അയിന്റടുത്തേക്ക് പാഞ്ഞ്. കയിലിപ്പറ്റം* പൊവുമ്പോല. എലയിടണ തമ്പ്രാക്കമ്മാര്,

1. പഴക്കമുള്ള പാള. 2. സൂക്ഷിച്ച് 3. മുഖത്ത്

അപ്പയും, മ്മള അതീ തൊടീച്ചില്ല. ചാണാക്കുയീല് എലേള് ഊക്കോട തള്ളീറ്റ് പോയെടുത്തോന്ന് അവര് പറഞ്ഞ്. പിന്ന ചാണോം എച്ചിലും കൂടിക്കൊയഞ്ഞ് നാനും ഒരുരുള ചാണാം തിന്ന്. വെയപ്പു തകിക്കണില്ലേരുന്നു. എച്ചിലിന്റ വാതന ഇരിയ്ക്കപ്പൊറുതീം തന്നില്ല. കിട്ടണതൊക്കെ പാളേ പേണിവെച്ച്. മോന്തി ആയപ്പം മ്മള, ബിളിച്ച്, ബന്ന് കയിച്ചോളീം പൊലയാട്യേളേ. എന്തര് ഉന്തും തള്ളും തിക്കും തെരക്കും. പന്തല് എളക്കി മറിക്കോന്ന് തോന്നി. എലയൊന്നുംല്ല. മ്മള്, കൊണ്ടോയ പാളേല് രണ്ട് ചോറ്. ത്തിരി കറി. പേരിന്. ങ്കിലും, മ്മക്ക് തന്തോയം തകിക്കാൻ ബയ്യ. ന്നാ, മ്മളാരും ഉണ്ടേക്കന നിരീച്ചേ, ല്ല. മ്മള്, പാളേല് ചോറും കൊണ്ടോരുമ്പോ നീറുമ്പറ്റം മൂടി ഉടുത്തേന്നുംല്ലാത.... യെന്തരിനാരുന്നമ്മച്ചി ഉണ്ടേക്കന അങ്ങ..."

"ഒര് തമ്പ്രാൻ കുട്ടേല് എച്ചിലേലേം കൊണ്ട് ബെരുമ്പം ഉണ്ട, ങ്ങട്ട് തരീം തമ്പ്രാനേന്നും പറഞ്ഞ് കുട്ടേല് പിടിക്കാൻ നോക്കില്ല്യേ, അത് കോയിന്നാര് കാര്യത്തൻ കണ്ടേണ്."

"അയിനെന്തര്... പാവം... തൂറാനും പറ്റാത പെടുക്കാനും പറ്റാത കണ്ണും പയുത്ത് എത്തറ നാള്.. ഉണ്ടേക്കൻ ചാവുമ്പം കോയിന്നാര് കാര്യത്തൻ, കാര്യത്തൻ യമ്മിയായി. ല്ലേ... ന്നിറ്റും മ്മക്ക് ആ ചോറും കൂട്ടാന്റേം വാതന തകിക്കാൻ കയ്യ്യണില്ല. പെലോളീം പെടോടേം ചോയിച്ചറിഞ്ഞ് മ്മള്, ഓടിയെത്തും... അമ്മച്ചി പറീം കുഞ്ഞ്യങ്കരന്നാര് വല്യമ്പ്രാൻ പോയാ മരുമക്കളല്ലേ തമ്പ്രാക്കള്."

"കോയിന്നാര്, കുഞ്ഞ്യങ്കരന്നാര് വല്യമ്പ്രാന്റ അച്ച്യേക്കെട്ടി."

"അച്ച്യേം കെട്ട്യേപ്പം, കോയിന്നാര് തമ്പ്രാൻ."

"ആടേം തീന്നില്ല. വല്യമ്പ്രാന്റെ അച്ചിക്ക് പ്രാന്തെളവി. ആ അച്ച്യേ ആമം വച്ച് അറേലടച്ചേക്കണ്."

"അപ്പം, പട്ടാളം."

വെളുത്ത മിണ്ടീല്ല.

"മൂത്തമ്പ്രാന്റ മൂത്താങ്കുടീല ഒരേയൊരു മോഞ്ചെറുക്കനാണ്, ന്റ, അപ്പനെന്ന് നാട്ടാര് പറേണതെന്ന്, ന്റ, നീലമ്പി അപ്പൻ പറഞ്ഞിറ്റൊള്ളത്."

വെളുത്ത മിണ്ടണേയില്ല.

•

"പ്പയും, യെമ്മീന്റെ ആളേള് ങ്ങള ഊത്തിരി[1]ക്കണൊ."

നുരി[2] ഒരുക്കുമ്പം, കൂടപ്പണിയാണോര് ചോയിച്ച്.

"മ്മള ഊത്തരിക്കാത്തതാര്. അയ്നൊരു കൊറവുംല്ല. നടവയീ കട്ടക്കാരേം കള്ളീം തൊടലീം മുള്ളിട്ടു. കുടിവെള്ളത്തി തീട്ടം കലക്കി. നട്ടപ്പാതരായ്ക്ക് കുടിലീ കല്ലേറിഞ്ഞ്. തക്കം കിട്ട്യാ തൊലി ഉരിക്കുമ്പോല, ഉടുതുണി പറിച്ച്. നേരമിരുട്ട്യാ ചെറ്റേ തള്ളി. കൊച്ചിക്കേം നാനും പുല്ല

* ചെറു ആറ്റുമീൻ 1. ഉപദ്രവിക്കുന്നുവോ. 2. നെൽവിത്ത് ചാണകത്തിൽ കുഴച്ചെടുത്ത് ചെറു ഉരുള.

റുപ്പോത്തീം വച്ച്, ഒറക്കോംല്ലാത. ല്ലാരും ചെയ്യണ പണീന്ന്, മ്മള മാത്തറം വെലക്കി. വയറ്റിപ്പെയപ്പിന് പുല്ലറുപ്പാൻ പോയപ്പം കുടില് കത്തിച്ച് നാനും കൊച്ചും പിന്നേം കുടില് കെട്ടി, ന്നി, ചത്താലും ആടത്തന്ന കെടക്കും. മ്മള്." വെളുത്ത പറഞ്ഞ്. "ഒത്താ, മ്മളക്കൂട്ടര പത്തോരേങ്കൂട താമതിപ്പിക്കണം."

നൂരിയിടുമ്പോ പെടലി കോച്ചി നുരിവാരാൻ കുനിയാനും വയ്യ. എടക്കൈയില നുരിയുരുളേന്ന് ചെറുരുള നുള്ളിയിട്ട് എല്ലാരും കടമ്പ് പിമ്മാറുമ്പോ, വെളുത്തയ്ക്ക് കയ്യ്യണില്ല. തേയി എല്ലാരേം തോപ്പിച്ച് കടമ്പ് തീക്കേണ്.

ഉച്ച ചൂളയിടണ്. ചെളീ കാലാണ്ട് പോണ്.

"ന്നേ മുത്തീ,യ്ക്ക് നിക്കാംവയ്യ" വെളുത്ത കെതച്ചു.

"എന്താൺടിയപ്പീ നൊമ്പലോണ്ടാ?"

"ക്കറിഞ്ഞൂട."

"ക്കേം. കെടന്ന് കൊടുക്കുമ്പം അറീണ്ടേ. കാലിന്റിടുക്കീ ഇത്തിരിപ്പൂലോം ള്ള കീറും വെച്ച് കാലൊതുക്കി ഇരിക്കണ്ടേരുന്നാ. ആണുങ്ങക്ക് വെച്ച് ചെറുത്ത്യേമ്മെച്ച് പോയാ തീന്ന്. തള്ളേ തിന്ന് വളരണ വെളീക്കാണോ?"

"ന്നേ മലടീ[1], ങ്ങളിങ്ങട്ട് വാ മുതുക്കി" വായപ്പണേ പേറ്റുപൊര. ചണങ്ങും പാളേം പെറ്റിടാത്ത കമുവായ കമുവെല്ലാം നയിച്ച്[2] 'നാറാണക്കല്ല്' പിടിക്കട്ട്.

രണ്ട് കൂമ്പാള മാത്തറം കിട്ടി.

വെളുത്ത അലറി.

എട്ടും പത്തും പെറ്റോര് മൂക്കിമ്മേ വെരലൂന്നി. എന്തരിത്. ഈടെയാരും പെറ്റിട്ടില്ലേ. മുത്തി വയറ്റാട്ടി[3] പ്നാറ്റി. ഇത്തിരിയിറ്റിക്കാൻ ചൂടുവെള്ളോംല്ല; ഒന്ന് ചൂടുകൊടുക്കാൻ. അരക്കെട്ട് വരേം ചേറ്. മടന്ത[4] എലേകുമ്പിള് കൂട്ടി കൈത്തോട്ടീന്ന് വെള്ളം പാർന്ന് കൈകാല് നന. ഇരുണ്ട കറുവക്കൂടും കയ്വിയെറ്റി. വായേല വെട്ടി മറ. തങ്കടം മുട്ടി മുട്ടി വെളുത്ത പെറ്റ്. കുമ്പാളേ കൊള്ളും മട്ടീം, ഒരു കൊച്ച്. അവൻ കൂമ്പാളത്തണുപ്പീ കെടന്ന്. മിണ്ടീല. കുറുകുറാന്ന് ഒച്ച പൊന്തിച്ചുംല്ല. തല നെറച്ച് കരിക്കട്ട മുടി.,

യെല്ലാരും കുഞ്ചിന[5] കാണാൻ വന്നു.

"നീലമ്പ്യേ പറിച്ച് വെച്ചത്."

യെല്ലാരും കാണെ അവഞ്ചിരിച്ചു. പൊടിക്കയ്ക്ക് രണ്ട് പല്ല്. മേലും കീയും ഓരോ മൊനക്കൊമ്പ്.

കോയിന്നാര് യമ്മി; കോയിന്നാര് തമ്പ്രാൻ മേലെ വയലീ കൊട നെവർന്ന്.

കണ്ടത്തി ആരുംല്ല.

---

1. വന്ധ്യ. 2. നശിച്ചു. 3. പ്രസവമെടുക്കുന്നവർ. 4. ചതുപ്പിൻ വളരുന്ന ഒരിനം ചേമ്പ്. 5. കുഞ്ഞിനെ.

എവിടപ്പോയി

വരവര തമ്പ്രാൻ പേററിഞ്ഞു.

കോയിന്നന്തമ്പ്രാൻ കോവിച്ചു.

“പെറാൻ കണ്ട നേരം. നുരിയിടുമ്പം പെറാൻ നെന്നോട് ആര് പറഞ്ഞെടീ. തൂറിയടിക്കണോങ്കി നെന്റേക്ക മറ്റേടത്ത് ആയിക്കൂടേ. എല്ലാം വയലീ എറങ്ങ്. നുരിയിട്. എങ്ങനേങ്കിലും നുരിയിട്ടാ, നെന്റേക്ക തൊലി കാഞ്ഞിരക്കമ്പീ ചുറ്റും. പിന്ന, കൂലിക്കെന്നും പറഞ്ഞ് നെല്ലളക്കാൻ ഇന്നാരും വരണ്ട. വാഴേം കമും വെട്ടിയ നെന്നേക്ക നേരെ നിർത്തീല്ലങ്കി കൊറച്ചിലെനിക്ക്.”

കോയിന്നന്തമ്പ്രാന വരമ്പീ നാട്ടി.

ചോരക്കുളീല്, വെളുത്ത ചേറ്റിലെറങ്ങി. നുരിവാരി. ഇപ്പം കുനിയാം. മറുള്ള[1] ചേറ്റിലാണ്ടത് വെളുത്ത അറിഞ്ഞൂംല്ല.

വായത്തോപ്പീ കാക്കേം പച്ചീം പറ്റമെത്തുമ്പോ വെലുത്ത ഏങ്ങി.

“ന്റ തൈവങ്ങളേ, ങ്ങള കുട്ട്യേ കാക്കണേ. ഉമ്പിടി ഇച്ചേറ്റിന്റ പൈതലാണേ.”

പൂമിയടച്ച് ഇരുട്ട് കമന്നുവീണ്. ചെല്ലാങ്കോട്ട് വയലീന്ന് ആരും കേറീല്ല. കടമ്പ് തീന്ന് വെയപ്പ് മറന്ന് അവര് വായത്തോപ്പില് ഓടിച്ചെന്നു.

അന്നേരം ആതിച്ചൻ ചിരിക്കണ്.

അവര് നോക്കുമ്പം ചെരിയാണ്. കിളികൊലങ്ങളെമ്പാടും ‘കാകാ കീ കീ’ വിളിക്കണ്.

ആതിച്ചൻ പിന്നേം അവരെ നോക്കി ചിരിക്കുമ്പം, വെളുത്ത, അവനൊരു പാളത്താറ്, മുന്താറുടുപ്പിച്ചു.

വെയപ്പറിയാത, തളച്ച അറിയാത ചെളീകൊയഞ്ഞ് അവനോന്റ മാടങ്ങളി പോയി.

തേയിക്കുമൊണ്ട് ഒടപ്പെറപ്പ്.

പെറുന്നതിൽ വെളുത്ത ഒരു പങ്ക[2]വും കണ്ടില്ല.

ഒരു കോമ്പല് മീനായി. കള്ളിൻപതമായി. വെറും അന്നംപന്ന[3]ക്കോയി നീലമ്പി ആണ്ടുതോറും മൊറ തെറ്റാതെ വന്ന് പൊലച്ച അറിയും മുമ്പ് പറിച്ചെടുത്തകന്നു.

വെളുത്തയ്ക്ക് പത്തിലെട്ടും കുങ്ങാപാക്ക് പൊയിഞ്ഞു. തന്നവരെടുത്ത് എന്നു നെനച്ച് കണ്ണ് തൊടച്ചു. ഒണ്ടാരുന്നെങ്കി വായപ്പോളപ്പറ്റിൽ അമ്മേപ്പിടിച്ച് നിക്കോരുന്നു. ആണ്ടടച്ചെത്തുന്നോരിക്കെന്തര് ചങ്കിടിപ്പ്.

യ്ക്കൊള്ള, തെവയ്ക്കണേ. തേയ്യേം ആതിച്ചനേം നോക്കി വെളുത്ത മണ്ണിനും മാനത്തിനും കൂപ്പുകൈയെറിഞ്ഞു.

കൊടുതിക്കും മുമ്പ് വെളുത്ത, വട്ടപ്പെട്ടി വാങ്ങി, ചാവുപെട്ടിയൊരുക്കി. കന്യാവി[1]ന് കണി. കൊടുതിതോറും വട്ടപ്പെട്ടീൽ കണി നെറച്ച്. കരിവള കാത്തള പിരിയക്കല്ല് കമ്മസി, ചാന്ത്. മഞ്ഞക്കോടി. ‘ചത്ത് മേപ്പൊങ്ങി

---

1. മറുപിള്ള ഗർഭസ്ഥശിശുവിനെ മൂടിയിരിക്കുന്ന ചർമ്മം. 2 നാണം. 3. പുലമ്പൽ.

നിക്കും കന്നിക്കൊറുമ്പേളേ, ങ്ങള് കൈപ്പറ്റീം

നടുതെനങ്ങള് ചൊവടൊറയ്ക്കുമ്പോ നീലമ്പി ചെമ്പട്ട് ദിക്ക് നാലു കെട്ടി. തെക്കതീപ്പോയി തിരുന്നൂറെറിഞ്ഞ് ജവിച്ചെടുത്ത് നടുതെനങ്ങക്ക് കാവലാക്കി.

നീലമ്പി മൊയിഞ്ഞു: “നീക്കൊന്നും അറിഞ്ഞൂടാ. ഞാം കൊത്തി നെരത്യ മണ്ണിമ്മേ ഇച്ചാവ്വേള് കാവല്. അമ്മണ്ണീനെങ്ങളോടൊത്തരം പറയാത ആരും കേറൂല്ല, പെരുമാക്കളേ. അങ്ങനെ കേറണോൻ ചോര കക്കി[2]ച്ചാവും. മാടനപ്പൂപ്പാ നീയത് ചെയ്യണേ..”

വെളവെടുക്കുംവര അവര് കാവലായി.

പെരുംവെള്ളം കിള്ളിയാറ്റീ കടമ്പ് മുറിക്കുമ്പോ, നീലമ്പി ഒറ്റാല് ചൂണ്ട കൂടുകൊണ്ട് മീമ്പിടിത്തം. ആറ്റെറമ്പീന്ന് കള്ള് കടവര നീളെ മീങ്കൊടുപ്പ്. ഇന്നാവെച്ചോ നെനക്ക്. ആളൂര് ഒന്നും വേണ്ട. കൊടുക്കണം. മനതറിഞ്ഞ് കൊടുക്കണം. ഒരു കോമ്പല് തീന്നാ ഇരു കൈയിലും പിന്നേം മീങ്കോമ്പല് എന്തര് മന്തറം. ആ....

നീലമ്പി ചൂരത്തണ്ട് വെട്ടിമെരുക്കി കീയ്മേല് തളചാത്തി. കുന്നു കേറി. താങ്ങ്. ആര് എന്തര് എന്നൊന്നുംല്ല. തോന്നുമ്പം കൊശവര് കോട്ടെത്തി.

ആതിച്ചന് അപ്പമ്മേൽ അതികാരം. തേയി ഒത്ത പെണ്ണൊരു മറപറ്റി. അപ്പങ്കൊടുത്ത ഓലക്കൊട ആതിച്ചന് തൊന്തം. വെളുത്തയ്ക്ക് എതിരില്ല. പെറപ്പില പല്ല് പൊയിഞ്ഞൂംല്ല. വളന്നൂംല്ല. അപ്പറമിപ്പറം പൊയിഞ്ഞ് കിളിത്ത്. ആതിച്ചന്റ ചിരിക്കെടേ ഇമ്മിണി കറുത്ത വെടവ്.

നീലമ്പി കൊശവര്കോട്ടെ കുന്നെറങ്ങ്യേതെന്ന്. കുന്നേള് കേറ്യേതെന്ന് തിരികെത്തിരികെ വന്നതെന്ന്. ആക്കും തിട്ടോല്ല.

ആതിച്ചൻ ഒറങ്ങി.

തേയീം അമ്മച്ചീം ന്ലാവത്ത് തലേതപ്പി പേനെടുക്കണ്.

ന്ലാവും ഇരുട്ടും കൊയഞ്ഞ് മാടനപ്പോല നീലമ്പി വന്ന്.

തേയി ഞരങ്ങി അമ്മച്ചീട മുതുപറ്റി.

വന്നപാടെ മിറ്റത്ത് അവരടുത്തിരുന്ന്

കള്ളീല്ല. മീനില്ല. ചൂരല് മാത്തറം

കഞ്ഞിക്കലത്തീ ഒന്നൂംല്ലാ മീഞ്ചട്ടീം..

എന്തരിപ്പം കൊടുപ്പാൻ. വെളുത്ത പൊകഞ്ഞ്. കുത്താൻ നെല്ലൂംല്ല. എടുത്ത പേന തലേവിട്ട്. വെളുത്ത നെടുവീച്ച് വിട്ട്.

“തിമ്മാൻ...”

“മേണ്ട.. ഒന്നുമ്മേണ്ട..”

എന്തര് പെണ്ണഞ്ഞ്. ഒര് കവിള് വെള്ളോങ്കിലും കുടിക്കാത,

“ത്തിരി വെള്ളം താ.”

നോക്കുമ്പം കോരിവെച്ച വെള്ളോംല്ല. കൊടമെടുത്തു ചൊവട് നീട്ടി. കെണറ്റുങ്കരലേക്ക്; പാളത്തൊട്ടി. ‘പ്ളുക്കനെ’ കെണറ്റീച്ചാടി.

---

1. കന്യകയായ ആത്മാവ് (ചാവ്) 2. ഛർദ്ദിച്ചു.

നീലമ്പി മണ്ണീക്കുത്തി 'ശർറേന്ന്' പൊറത്തെടുത്ത് വെള്ളം.

പാളേക്കേറി. വായപ്പോള കയറിമ്മേ തൂങ്ങി നെറഞ്ഞ് തൂവണ വെള്ളം പൊറം കണ്ട്.

വെളുത്ത ചട്ടി നെറച്ച് കൊടുത്ത്.

പാതികുടിച്ച് മിച്ചം തലേലൊയിച്ച്

"ക്ക്, കെടക്കണം.'

നമത്തേന്ന് നീലമ്പി പറേണ്. വെളുത്ത കൈ പിടിച്ച്.

കെടന്നു, ഒറങ്ങി.

വെളുത്തേം ഒറങ്ങി.

•

"അപ്പനേടെ"

നല്ല മൊളവിൻ തോപ്പില്. കാകുമിഞ്ഞ തെങ്ങിന്തോപ്പില്. വേലിക്കൊന്ന വരമ്പിട്ട വേലിപ്പൊറത്ത്. ആതിച്ചന്റ ചൂണ്ടുവിരല് പായണ്.

കൈയറയാത്ത മണ്ണിന്റെ കെതപ്പ് നീലമ്പി കേട്ട്. കൊത്തും വെട്ടും വകഞ്ഞ് ചെല്ലാത്ത മണ്ണിന്റ കെട്ടചൂര് നീലമ്പി അറിഞ്ഞു.

ചൂരല് കുത്തി കൂന് താങ്ങി നീലമ്പി കണ്ടു. നീലമ്പീട കൈത്താങ്ങറിഞ്ഞ നടുതെനങ്ങള; വേലിക്കെടേൽ നീലമ്പിക്ക് കണ്ണേറച്ചു.

ഊന്ന് കമ്പീ ഞാന്നു നെലം നനയെ കണ്ണീരൊലിപ്പിക്കണ നീലമ്പ്യേ വേലിക്കരീൽ വെളുത്ത കണ്ടു.

"എന്തരിന് ഒപ്പാരിയിടണ്."

നീലമ്പി ചെത്തം പൊട്ടിപ്പൊട്ടി വിളിച്ചു...

"ന്റ കാലിന തടയണ മണ്ണേത്, മനിചനേത്"

"കോയിന്നാര്, അത്തേംല്ലേ, തമ്പ്രാന്റ തമ്പ്രാൻ. ങ്ങള് മോങ്ങാത. വിതിച്ചിറ്റൊള്ളത്, ങ്ങള് മണ്ണിമ്മേ ചെയ്ത്. ഇക്കണ്ടായ കുന്നും മേടും കൊത്തി നുറുക്കി. കാണാക്കുയീന്ന് പൂമാതിന പൊക്കി.ല്ലേ. ആതീം അന്തോമറ്റ പവോ പറ്റങ്ങക്ക് തിന്നും തേനും കൊടുത്ത്. ങ്ങക്കെന്ത് ബേണം. ബരീം മ്മക്ക് കുടീ പോാം."

നീലമ്പിക്ക് പനി തുള്ളണ്.

നീലമ്പ്യേ, കൈതാങ്ങി, വെളുത്ത, ആതിച്ചന വിളിച്ച്.

തേയീം ആതിച്ചനും വന്നു.

"അപ്പന താങ്ങ്."

അപ്പൻ, കൂന് നീർക്കാത കുന്നേൾ കണ്ടു. കുന്നെല്ലാം ഇരുട്ട്. കൈത്തയമ്പില് നോക്കി. ഇരുള് കുയ്യോൾ.

പകല് പൊട്ടി.

നീലമ്പി വെയ്ല് കാഞ്ഞ്.

ആതിച്ചൻ കുന്നിമ്മണ്ട. ചുറ്റി മണ്ണിമ്മേ കൈ നീട്ടി. അവന്റെ കൈക്കുമ്പിളില് എമ്മടങ്ങ് പച്ചമരുന്നേള്. അമ്മേട കനിവ്.

ആതിച്ചൻ അപ്പനുമേൽ മരുന്ന് തൂവി. നാക്കിമ്മേലിറ്റിച്ചു.

പനിയാറുമ്പോ ആതിച്ചൻ പറഞ്ഞു. "അപ്പനെങ്ങും പോണ്ട. അപ്പന മറന്നതാര്, മണ്ണാ, മാളോരാ."

മിറ്റത്തിരുന്നാ, ഇപ്പം തെളിച്ചം. തെളിഞ്ഞ് തെളിഞ്ഞ് തിക്കെട്ടും കാണാം. പയങ്കൊയമ്പല്ല പൂമി. തെങ്ങ് കമു നല്ലമൊളവ് പ്ലാവ് നടുതെനങ്ങൾ മണ്ണിന്നടീ, മണ്ണിമ്മീത, ആകായത്ത്.

അപ്പൻ, മോന്റ കൈപിടിച്ച് കണ്ണിമ്മെ നോക്കി. ചങ്കിന്റ കൈതപ്പിലേക്ക് കൈചേർത്ത് മാനത്ത് കണ്ണ് മിയിച്ച്.

"അപ്പാ, ഇക്കുന്നിനും അക്കുന്നിനും മറ്റേക്കുന്നിനും അപ്പറ*മെന്ത്"

"അവ്ടേം പൂമി. അവ്ടേം പൂമിക്കുമ്മീത പച്ചപ്പൊടിപ്പേള്. അവ്ടേം ഒരു നീലമ്പി. പിന്ന അവ്ടേം ആതിച്ചനും തേയീം വെളുത്തേം കിളികൊല കീടങ്ങള്. ചൂരിയ ചന്തിര പെരുമാള് പിന്ന..."

"അപ്പനപ്പറം പോയിറ്റൊണ്ടാ."

നീലമ്പി പോയതെവിടേണ്. തിക്കെട്ടും പാഞ്ഞ അമ്പ് കണക്കെ.

•

പായാരം പറഞ്ഞേല്ല. ചെല്ലത്തീ കാതീ പറേണ്.

"ടേ... ഞാനീ മിറ്റത്തൊന്ന് തൂറിക്കോട്ടാ."

ഇക്കണ്ടായ വെള മുയ്യോൻ തൂറാൻ കെടുക്കുമ്പം.

"ങ്ങളല്ലാണ്ട് പിന്നാര് തൂറും."

നീലമ്പി മിറ്റത്ത് തൂറി. ഇച്ചെമ്മത്ത മുയ്യോൻ തീട്ടോം മുറ്റത്ത് കുമിഞ്ഞു.

"ടേ."

"മതിയാ."

"ങ്ും. പിന്നേ,ക്കൊന്ന് ചവിരിച്ച് തരോ."

"ങ്ങക്കല്ലാണ്ട് പിന്നാരിക്ക്, ഞാം പെരട്ടം കയ്വാൻ"

വെളുത്ത വെള്ളം പാർന്ന് പെരട്ടം കയ്വി.

ഏയു കുളിച്ചെത്തി അവളെരിച്ചെടുത്ത ഒന്നാം രാവിന്റെ ഒണർച്ച പോല നീലമ്പി കുലുങ്ങി. ഈ പൂമി മുയ്യോൻ കൊത്തിയെളക്കാൻ നീലമ്പിക്ക് കരുത്ത് വന്നു. താളം തുള്ളി താളം തുള്ളി നീലമ്പി ഒറ്റച്ചോടിൽ തളന്നു.

"ങ്ങക്കെന്തെര് പറ്റി"

നീലമ്പി തല കുമ്പിട്ടിരുന്നു.

"ന്നെ, ഒന്നെടുക്കോ"

"അയിനെന്ത്, ങ്ങളെയല്ലാണ്ട്, പിന്നാര ഞായെടുക്കാൻ"

വെളുത്ത നീലമ്പ്യേ എടുത്തു തട്ടി കുടിലീക്കേറി. നെലത്തിരുത്തി.

കുനിപ്പെടച്ച്, നീലമ്പി, തേയ്യേം ആതിച്ചനേം തൊട്ട് നെറുകേ കൈയമർത്തി മിണ്ടാട്ടമില്ലാതായി.

---

* അപ്പുറം മറുവശം

"കെടക്കീം."

നീലമ്പ്യേ കെടത്തി.

വെളുത്തേം കെടന്നു.

മിറ്റത്ത്ന്നാണ് ചൊമ. പിന്നേം രണ്ടുവട്ടം ചൊമച്ചു. അറ്യാം. വെളുത്തയ്ക്ക് ആ ചൊമക്കൊരൽ നന്നായറ്യാം.

ചെറ്റ മറ മാറ്റി.

മിറ്റത്ത് ന്ലാവ്.

അപ്പൻ.

അപ്പനിപ്പം!

"കുഞ്ഞേ, യ്യറിഞ്ഞില്ലേ. ആറ്റി വെള്ളോറെങ്ങി; മലേന്ന്."

വെളുത്ത ആകായം നോക്കി. മേക്കരടില്ല.

"അയ്ന് അപ്പൻ ഏടന്ന് ബരണ്."

"യ്ക്ക് നോരോല്ല. നെന്ന, ഒന്ന് കണ്ട് പറയാന്ന് നെരീച്ച്. ആറ്റീ സൂസിച്ച് പോണേ."

"അയ്നിപ്പം വ്ടാര് പോണാറ്റീ."

ക്നാവി*ന്ന് അപ്പനെറങ്ങിപ്പോയി

"ഏടെ, ന്റപ്പനേടെ"

വെളുത്ത വിങ്ങി.

നീലമ്പി പറഞ്ഞു. "യ്യറിഞ്ഞില്ലേ. മീനെറങ്ങി. ഞാമ്പോണ്."

ന്നിട്ടും കണ്ണ് തൊറക്കാൻ കയ്യ്യണില്ല.

കണ്ണ് തൊറന്നപ്പം തേയീം ആതിച്ചനും മിറ്റത്തിരുന്ന് തീകായണ്.

കെടക്കപ്പായി നീലമ്പിയില്ല.

•

കണ്ടത് അവരാണ്; ആതിച്ചനും തേയീം.

കറുമ്പൻ വരണ്. കുന്ന്, നെരന്ന് കെടക്കുമ്പോല കേറിവരണ്. വന്നപാട് മൂച്ചൂട്ടിനിന്നിട്ട്. വിളിച്ച്. "അപ്പച്ചീ..."

"എന്തപ്പീ..."

"ങ്ങളേം, കൂട്ടി ബ്രാൻ പറഞ്ഞ്..."

"ന്തരിന്."

"ങ്ങള്, ബരീം. എവുത്തങ്ങള് ഈട നിക്കട്ട്." അവനെറങ്ങി ഓടേണ്.

അവന്റൊപ്പം ഓടിയെത്താൻ വെളുത്തയ്ക്ക് കയ്യ്യണില്ല.

ആറ്, തുമിച്ചും കൊണ്ടൊയ്വണ്. വെരല് വെച്ചാ മുറീം.

"എന്തിനാണപ്പീ, നീ ഈടേയ്ക്കെന്ന, കൊണ്ടോണത്."

കറുമ്പൻ നിക്കാതെ ഓടണ്.

കൈതേം കാട്ടുകരിമ്പും ഈഞ്ചേം വളന്ന കാട്ടെറമ്പില മണത്തിണ്ടില് മുന്നാലാളേള് എത്തിനോക്കണ്. എറമ്പില കാടിന വലിച്ചൊലച്ച്

* സ്വപ്നം

ആറ് മുക്കറയിടണ്.

കറുമ്പൻ, നിന്നേച്ച്, വെരല് ചൂണ്ടി.

വെളുത്ത നോക്കി.

വെളുത്ത കണ്ട്.

മാറാടുമ്പോല നീലമ്പീം രായമൂക്കനും ചൂണ്ടത്തുമ്പീ, തടിമാടൻ നെടിമീൻ* പൊളയണ്.

എല്ലാരേം പൊതിഞ്ഞ് നീറിമ്പറ്റം; ഒറ്റാല് മൂടുമ്പോല.

അതിന്നും മീത തെളങ്ങണ കരിനീല നെറം.

•

"അപ്പച്ചീ" നെലവിളിച്ചോണ്ട് കറുമ്പൻ മിറ്റത്ത് വീണ്. പോതോം പൊക്കണോമറ്റ്.

തേയിക്ക് രാവെളുപ്പോളം തുള്ളിപ്പനിക്കാൻ ഇതു മതി.

കാടെളക്കി മറിച്ച് വരണ മാടനപ്പോല അവൻ കേറിവന്ന്. ന്ലാവിന് കനപ്പൊണ്ട്. മോന്തി കയിഞ്ഞ് തെക്ക് കാമ്മാൻ തുനിയല്ലേന്ന് പറഞ്ഞാ ഇച്ചെമ്മം അവുത്തുങ്ങള് കേക്കൂല്ല. രണ്ട് പന്തം തെക്കന്ന് ചൂളം കുത്തി പായ്ണ, കുടിക്കുള്ളീ ഇരുന്നപ്പയും കണ്ടേള്ളൂ. ഇന്നേരം ആതിച്ചനും,ല്ല. അവനൊണ്ടാരുന്നെങ്കീ..

ചെലപ്പാർച്ച മുഞ്ഞീ വീണപ്പം കറുമ്പൻ മൂളി. എയഞ്ഞ നത്തുമൂളക്കം. കണ്ണു വട്ടം പിടിച്ച് അവൻ വെളുത്തേ കണ്ട്. തേയ്യേം കണ്ട്.

"തൈവേ, എന്തര് കായ്ച" പിറുപിറുത്തു. പിന്നും കറുമ്പൻ കണ്ണടച്ച്.

"എന്തപ്പീ പറ്റീത്."

"അപ്പച്ചീ.." അവൻ എമ്പാടും പരതി.

"എയ്ന്നേക്ക്, നെനക്കെന്തര് പെണഞ്ഞ്"

"നീലമ്പി മാമ്മന, ഞാങ്കണ്ട്. ഇന്നാ, കൊണ്ടയ്ക്കോ എന്നും പറഞ്ഞ് ഒരു പെരുത്ത മീനിന, ന്റ്, പൊറത്തെറിഞ്ഞേന്ന്."

കറുമ്പന മീമ്മണത്തു.

ഞറുങ്ങണമൊരഞ്ഞ്, കടയ്ക്കാട് കടിച്ച് കറുമ്പന് മുറിവ് പൊകഞ്ഞു.

"മേത്ത് മുയോൻ ചോര. വയി തെറ്റി ഓടേ്യത്."

ന്ലാവിന്റെ കനപ്പ് കൂടി

ആരോ, ആരോ ഒരാള്.

യാര്?

വടികുത്തി. കൊടചൂടി. അനക്കമില്ലാണ്ട്. ഒയ്വി. ഒയ്വി.

തേയി കുനിഞ്ഞുകൂടി. കറുമ്പൻ വെറച്ചു.

വെളുത്ത ചോദിച്ചു: "യാര്"

ആതിച്ചൻ.

* ആറ്റുമീൻ

"എന്താണ്ടാ ചെത്തോം വെട്ടോംല്ലാത."

"ആകായത്ത് നോക്കമ്മെച്ചീ. മണ്ണീക്കാണീം."

പാല്. പൂമി മുയോ്വാൻ പാല്മ്മേ.

"അപ്പീ, നല്ല തമയത്ത് നീ വന്ന്. കറുമ്പൻ വീണ്."

"അപ്പനക്കണ്ടോ?"

"ഉം.'

"അവന തെക്കേമൂല കെടത്ത്. കുരുപൊട്ടും."

ആതിച്ചൻ കെയക്കമ്മേട്ടില ന്ലാവിലിറങ്ങി.

കറുമ്പൻ കെതച്ച്. തുള്ളി. നെലത്ത്ന്ന് ആകായത്തോളം ഒയന്ന് പ്ടക്കോന വീണ്. പിന്നേം പിന്നേം. തൊണ്ടേൽ തീ, നെരിപ്പോടി എരിക്കേണ്.

വെളുത്ത വെളക്കുംകൊണ്ട് ചെന്ന്.

എമ്പാടും ചൂരിയമ്മാർ. കാക്കല്. തലക്കല്. കൈയില്. നെഞ്ചില്. വെട്ടമേ പോ. വെട്ടമേ പോ.

തിരുനെറ്റീൽ കുരുപൊട്ടി.

വെളുത്ത അതറിഞ്ഞു.

ആതിച്ചനെത്തി. മിണ്ടാട്ടമില്ല.

കറുമ്പന്റ നാവിമ്മേ മരുന്നിറ്റി.

"കെടക്കട്ട്."

പാഞ്ചിവേപ്പുമെത്ത. കറുമ്പന് കെടക്കാനേ കയ്യ്യണില്ല.

"അമ്മച്ചീ ഞാമ്പോണ്. യിത് സൂസിക്കീം. ഒണരുമ്പോ നാക്കിലിറ്റിക്ക്. ഇതൊക്ക മൂന്നാം പക്കം അരച്ച് തേക്കീം. ഞാനെറങ്ങണ്."

ന്ലാവിൽ ഓലക്കൊട നെയലായി. ചൂരല് വടി മണ്ണിൻപൊരുള് തെരഞ്ഞ്. മുന്താറ് പാളത്താറ് കൊണതോയംപോല എളവി. വെളുത്ത അറ്യേണ്. ആതിച്ചന് പോയേ പറ്റൂ.

•

അരുവിക്കര തേയം ഏടേണ്. ആതിച്ചന് തിട്ടമില്ല.

അപ്പന്റ തേയം ആടേണ്. അപ്പൻ വന്നിറ്റും നിന്നിറ്റും കാലമെത്തറ. ഇപ്പം മണ്ണിമ്മേ കെട്ട് ചേരുമ്മുമ്പ് അപ്പനൊണന്ന് ഓരോ വേണ്ടാതീനങ്ങള് കാട്ടണ്.

ആതിച്ചൻ കുന്നെറങ്ങി. മുപ്പറക്കണ്ടം കടന്ന് മലകേറി. അരുവിക്കരയാറ് നീന്തി അപ്പന്റ തേയമെത്തി. ചൂണ്ടാണിയായി അപ്പന്റ വയിപ്പൊരുളേള് പിറുപിറുത്തു. വയി മാറ്റാൻ മാടനില്ല. മറുതേമില്ല. തേശ യെച്ചേ്യള് കമാന്ന് മിണ്ടീല്ല. രാവും പകലും നടത്ത തന്ന നടത്തം. തീനില്ല. കുടിയില്ല. വെയപ്പില്ല. താവോമില്ല*. അപ്പന്റെ തേയമെത്തി. ആതിച്ചൻ ഒറച്ചു. ഒത്തൊരാണ് നമത്തേന്ന് വന്നോനെന്നേ തോന്നീല്ല.

എലക്കുമ്പിള് നീട്ടുമ്പോല അപ്പന്റപ്പൻ; മുത്തപ്പൻ മുമ്പില്. 'യാര് നീ'

എന്നേ ചോതിച്ചുംല്ല. "എന്തപ്പീ താമതിച്ചു പോയേ." എന്നുരിയാടി. "കിട്ട നമ്മാനക്കാണീം" എന്ന് മൊയിഞ്ഞ്

കിട്ടനമ്മാൻ, അമ്പിനും വില്ലിനുമടുത്തില്ല.

"കൊലമെറങ്ങ്യോൻ അവനീട ആരുംല്ല. എന്തരിനെന്നും പറഞ്ഞവ മ്പോയി. പോയോൻ വരട്ട് പിന്ന കാമ്മാം. നീയാര്, യ്ക്കെങ്ങന തിരിയും. ആ എന്തരോൻ ഉരുവം[1] മാറ്റി വിട്ടതാ. പറ്റൂല്ലപ്പീ ആര് നീ, യെങ്കിലും. ഇവടങ്ങനൊരു നീലമ്പ്യേ പെറന്നിട്ടില്ല."

മുത്തപ്പന് ചങ്കെറച്ചു.

"കിട്ടാ, പറേണതെന്തരെന്ന് നെനക്കറ്യോ."

"ദെണ്ണമുണ്ടമ്മേവാ." കിട്ടൻ പറഞ്ഞു. "പോയോരിക്ക് പോയാ മതി. ഈട കേപ്പോരും കേവീം ല്ലേ. നാതനും നന്തനും ല്ലേ. ആയാരോം വയ്ക്കോം ല്ലേ."

ആതിച്ചൻ ചെത്തമനക്കി.

"അയിനിപ്പം യെന്തര് ബേണം. പെയമൂളണോ. മപ്പാറടിക്കണോ. യെന്തരിനും നാനൊരുക്കം."

"ചെരി. യെല്ലാത്തിനും തയ്യാറെങ്കി ഇപ്പക്കെട്ടണം, നിന്റപ്പൻ നീലമ്പ്യേ വെലയ്ക്കെടുത്തേന്റ ആമ്പണം. അവനെന്റ മൊറമച്ചമ്പി. അയ്നെനിക്ക് മച്ചമ്പിപ്പണം. ന്റ ഒടപ്പെറന്നോള് നെന്ന പെറേണ്ടത്. അതവള അവകായം.[2] കൊലനെച്യം.[3] അയ്നവക്ക് പെമ്പണം. പിന്ന, ആതീമന്തോമറ്റ്, കാത്ത് പൊറുക്കണ തേയപ്പെരുമാക്കക്ക് കുടിപ്പാൻ. മുറുക്കാൻ നാക്കൂട്ട്." കിട്ടന മ്മാൻ ചെത്തമൊതുക്കി.

"കിട്ടനമ്മാൻ പറേണ കേക്കേം അറ്യേം ചെയ്തോര്, ഇതുങ്കുടി കേക്കണം. ന്റപ്പന് ഈട എന്തവകായം ഒണ്ടെന്ന് യ്ക്ക്, തിട്ടോംല്ല. തേയ ക്കാരണോമ്മാര്. അപ്പന്റവകായി എന്ന നെലേല്, ന്റ, മുമ്പീ വെക്കീം അതൊക്കേം."

"അത് ഞായം." മുത്തപ്പൻ വിളിച്ചിരുത്തി.

"അമ്മാച്ചൻ യെന്തര് പറേണ്, ഞായംപോലും ഞായം."

"കിട്ടാ, നീലമ്പിക്കൊള്ള, മ്മള് കൊടുക്കണം. കൊടുത്തേ പറ്റൂ."

തേയം മുറുമുറുത്തു.

"യെന്തര് ചങ്കുറ്റം. അച്ചെക്കൻ പറേണ കാരിയം. കിട്ടനമ്മാൻ പറേണം കാരിയന്തന്ന."

കൂട്ടിക്കൊറച്ച് കണക്ക് പറഞ്ഞ് വാതടിച്ച്[4] രണ്ടാലൊന്ന് തീർപ്പ് വന്ന്. കൊടുക്കല് വാങ്ങേല് ഒരേപോലെ. മുറുക്കാനൊന്നില് വാതപ്പൊരുളേള് എറ്റിമാറ്റി. നാലെടത്ത് കണക്കുപറഞ്ഞ്, തമ്മിയെണങ്ങി.

"എനിയൊള്ളത് എങ്ങനേന്ന് വെച്ചാ അങ്ങന."

കിട്ടനമ്മാൻ, ആതിച്ചന കൊണതോയിച്ച്.[1]

"കേട്ടോളിൻ മരുമോനേ. നെന്റപ്പന്. ഈട കാരിയം പറഞ്ഞിറ്റ് കാര്യോംല്ല. ങ്കിലും പറേണ്ട തന്ന. അത് പറഞ്ഞോ. പസ്സേ നെന്റമ്മച്ചീട

* ദാഹം. 1. രൂപം 2. അവകാശം. 3. കുലത്തിന്റെ നിശ്ചയം. 4. വാക്കുതർക്കം നടത്തി.

തേയത്ത് പെരുമ്പെട്ട[2] എടം കാണും. അത് തെരക്കണം ആടപ്പോയി ചാവും ബെച്ച് കാര്യോം പറേണം. അല്ലപ്പീ... നെന്നമാത്തറം അയച്ചാ പറ്റൂല്ല. പറയേണ്ടോൻ നാനാ. വരീം നമ്മക്കെറങ്ങാം."

മുത്തപ്പൻ മൊയിഞ്ഞ്.

"കേക്കപ്പീ, കിട്ടന ബിടണ്ട. അബ്ന പൂണ്ടടങ്ങി പിടിച്ചോ. അബ്നല്ലേ നാങ്ങട വൈത്യേൻ. പെരച്ചക്കാരൻ. മരുന്നും മങ്ങിണീം മാത്തറോല്ല. മന്ത്റോറിയാം. തന്ത്റോറിയാം. മൂത്തപ്പൻ പറേണ,ന്റ മക്കള് കേക്കോല്ലാ."

കിട്ടനമ്മാനോട് മുത്തപ്പൻ വിളിച്ചറീച്ച്. "കിട്ടാ, പൊടിക്കേ വലങ്കൈ പിടിച്ചോ. തേള ചേത്ത് നടന്നോ. കാട്ടിലും നാട്ടിലും പുക്കറ്റ്.[3] പായ്ക്കണ്ണേളൊ[4]ണ്ട്.

അരുവിക്കരയാറ് നീന്തി, തേയം കടന്ന് തായ്നാടെത്തി. മാങ്കുടി മുത്തപ്പൻ തെക്കതിലെത്തി.

•

അരുവിക്കര തേയത്തേക്ക് തിരിക്കുമ്മുമ്പ് കിട്ടനമ്മാൻ പറഞ്ഞ്.

"കുടിലീ പോയേച്ചുംമെച്ച്. അപ്പിയെന്ന ബന്ന് കാമ്മണം. നാലാവണത് അപ്പിക്ക് പൊരുളെടുക്കാം."

കിട്ടനമ്മാൻ നടന്നു.

•

മേത്ത് അരിക്കുമില് പൊന്തിയമട്ട്; നെറച്ച്.

കന്ന്യാലേക്കെല്ലാം; പെറ്റ് വീണ കന്നിനും.

കറുമ്പന കണ്ടതും അതുങ്ങൾ വിളിക്കാന്തൊടങ്ങി.

'യെന്തര് ചെയ്യും പെരമ്മാവേ' കണ്ടപാട് തിരിഞ്ഞോടി.

ആതിച്ചനേട. കാട്ടില്. മേട്ടില്. പാറപ്പൊറത്ത്. കൈതക്കാട്ടീ. തോട്ടില്. ആറ്റില്. മണ്ണിമ്മീത. മണ്ണിന്നടീ. വെള്ളിത്തിമ്മീത. വെള്ളത്തിന്നടീ. യെന്തര് ചെയ്യും. ആതിച്ചനില്ല.

എരുത്തിലീ പിന്നേം ചെന്ന്.

അവുത്തുങ്ങള് ചെലത്, ഇപ്പം ചാവും. ചലോം നാറ്റോം വേതനേം. നെലവിളീം.

കൊറേണ്ണം എരുത്തിലീന്നെറങ്ങി. കണ്ണ് തുറിപ്പിച്ച്. നാക്ക് നീട്ടി. താവം തകിക്കാഞ്ഞ്, തോട്ടീ എറങ്ങി. വയലീ എറങ്ങി, കുന്നീക്കേറി, ആകായത്തേക്ക് ചെറകടിച്ച്, കനംകൊണ്ട്, ചെറകൊടിഞ്ഞ്, അവുത്തങ്ങള് കുന്നില്, ചരുവില്, കുന്നെടകളില്, തൊടീല്, വയലില്.. കൊളത്തില് ചെറേല്, തോട്ടില്. ആറ്റില്, ആലുംകൊമ്പീ... നാക്കാലെളക്കി, വാലുപൊക്കി. അമറി.

'കറുമ്പാ.. കറുമ്പാ.'

---

1. ഗുണദോഷം. 2 പേരുകേട്ട, കീർത്തികേട്ട. 3. ധാരാളം 4. ചീത്തക്കണ്ണുകൾ.

പിന്നപ്പിന്ന, കരളലിയിപ്പിച്ച്, കണ്ണീരൊലിപ്പിച്ച്... 'കറുമ്പാ... കറുമ്പാ.."

കറുമ്പൻ നെലവിളിച്ചോണ്ട്, എരുത്തിലെറമ്പീ ചെരുവിയ വേങ്കൊയലെടുത്ത് ചുണ്ടീച്ചേത്ത്. അടഞ്ഞ ഒച്ചേ തൊടങ്ങി, കണ്ണീരെരിവ് കനിഞ്ഞ് പാടി.

പാട്ടറിഞ്ഞ് കാറ്റട്ത്ത്. കാറ്റെടുത്ത് കന്നാലിപ്പറ്റമൊണന്ന്, അരിക്കുമിൾ കുരുപ്പയിഞ്ഞ് ചെറകെറിഞ്ഞ് പറന്നെത്തി, വീണതും വീയാമ്പോയതും നടന്നതും, ഓട്യേതും കന്നാല്യേള് ചുറ്റുമെത്തി, പാട്ടിന്നൊപ്പം ചോടും വെച്ച്, ചിരിച്ചും, പാടീം അങ്ങനയങ്ങന..

കറുമ്പന, ആവും മട്ടീ നോക്കീട്ടും തിരിയാത്തമട്ടീ അന്നം പൊന്നണത്. വെളുത്തേം തേയീം കാണേണ്.

ആതിച്ചനെത്ത്യേങ്കീ..

•

കെയക്ക് പെരിമീനൊപ്പം ആതിച്ചനെത്തി.

വന്നപാട് കറുമ്പന നോക്കി. അവന്റ ചെമ്പൻ നിറത്തിമ്മീത കറുത്തമുത്തേള് വെതറി കെടക്കണ്. തിരുനെറ്റീല് വല്യോരു കരിമുത്ത്.

കറുമ്പൻ ചിരിച്ചു.

അവന്റ മോണേലും കുരുപ്പ്.

"നല്ലനേരത്തിന്, ങ്ങള്, ഈട ബന്ന്. എനിക്കൊയപ്പോംല്ല." ആതിച്ചൻ പറഞ്ഞു.

ആതിച്ചൻ, വെളുത്തേ വിളിച്ച്.

"അമ്മച്ചീ, ങ്ങള് കേക്കീം. അപ്പന ഏപ്പിക്കേണ്ടടത്ത് ഏപ്പിച്ച്. എനി ചല്യം ചെയ്യൂല്ല."

വെളുത്ത നീലമ്പ്യേ കണ്ടു.

"യ്ക്ക് തകിക്കണില്ലപ്പീ."

"ചേക്കേണ്ടടത്ത് ചേത്തേ പറ്റൂ. എനി കാണണോങ്കി ആടച്ചെല്ലീം. മാങ്കുടി മുത്തപ്പന്റടുത്ത്."

പിന്നേം വെളുത്ത കരഞ്ഞ്.

"തലക്ക്മ്മേ നിക്കണ പാവത്തുങ്ങള്. ആത്തുങ്ങക്കും ബേണ്ടേ ചോരിമണ്ണീ കാലൊറപ്പ്."

"ഇമ്മരുന്നേള് കറുമ്പേണ്ണനൊള്ളത്. യ്ക്ക് എനീം പോണം."

"എന്തരപ്പീ."

"പോണമ്മച്ചീ."

"കുരുപ്പുപൊട്ടി ചീയണ ചൂരും നെലവിളീം എമ്പാടും പരക്കണത് വെളുത്ത അറ്യേണ്.

കൊടചൂടി മുന്താറിനും മേല് പാളപ്പൊതീം പിച്ചാത്തീം കെട്ടി, ചൂരല് വടി ചൊയറ്റി ആതിച്ചനെറങ്ങി.

•

മുരുക്കുംമുള്ള് തറഞ്ഞപോല കറുമ്പന്റ മുഞ്ഞി. വേത്കുളി ഏയും കയിഞ്ഞ് നല്ലപ്പം നാട്ടീയെറങ്ങി. കെറുവും പേടിം കുമിഞ്ഞ മുഞ്ഞ്യേള്. കണ്ടോരൊക്ക ഏയയലത്തൊതുങ്ങി. കല്ലെറിഞ്ഞ് ഓടിച്ച്. നടവയീം എട വരമ്പും പോവാത, കുറ്റിക്കാട്ടീക്കൂട നടക്കാന്തൊടങ്ങി, കറുമ്പൻ.

കോയിന്നൻ യമ്മിത്തമ്പ്രാന്റ എരുത്തില്. ഉരുക്കള് കെട്ട ചൂരില് കുമറി. കറുമ്പന കണ്ടപ്പം അവുത്തള് അമറി. 'കറുമ്പാ.. കറുമ്പാ..'

വടക്കേപ്പൊറത്ത് എരുത്തിലിന്റ മറപറ്റി കറുമ്പൻ വിളിച്ച്.

"തമ്പ്രാ, ഈത്തുങ്ങള അയിച്ചോണ്ട് പോട്ടാ."

"ആരാടാ...." ഒച്ചേ ഒള്ളൂ. ആളില്ല. പിന്നേം. "ആരാടാ."

"നാനാണേ, കറുമ്പൻ."

"നീ ചത്തില്ലേടാ നായേ. നെന്റ പെലകുളി വിളിക്കാൻ വന്നേണാ. ആ കാലമ്മാര് എരുത്തിലീ കെടന്ന് കൊലവിളിക്കാൻ തൊടങ്ങീട്ട് നാളെ ത്രൊയെന്ന് അറ്യോ. നീയെന്തടാ ചാവാൻ കെടക്കാരുന്നോ. ഇവടാരുല്ലേ. അവന് രണ്ട് പെടപ്പിക്കാൻ ഇങ്ങ് വാടാ നിന്റെ ചെപ്പ..."

"യ്ക്ക്, തീനോരുന്ന്"

"പിന്നെന്തിന് ഇപ്പം വന്ന്."

"കാലിമേപ്പാൻ."

"നെനക്കെന്തരസുഖം."

"അമ്മക്കുരുപ്പ്."

"കുരുപ്പോ. മാറിനിക്കടാ പട്ടീ. കുരുപ്പെടുത്താ ചാവില്ലേടാ പട്ടീ. കുരുപ്പുപൊട്ടിയ നായേ, എന്തിനിവട വന്ന്. പൊയ്ക്കോ കണ്ണുമ്മുമ്പീന്ന്. അവടാരെടാ, ഈ നശൂലത്തിന ഓടിക്ക്."

തമ്പ്രാൻ മാളിയേക്കേറി.

"അവന ഓടിക്ക്."

തമ്പ്രാന്റ മാളിയേല്, ദിക്ക് നാല്ന്നും മൊളപൊട്ടിവന്നോര്. കറുമ്പന കണ്ടതും അറച്ച്. വെറച്ച്. കോരിച്ചിലുത്തു.

എരുത്തീലി ഇരുട്ട് പറ്റി അവന്നിക്കണ്

കണ്ണീക്കണ്ട കമ്പും കവണേമെറിഞ്ഞ്; കറുമ്പൻ നെട്ടോട്ടമോടി. അവന പിമ്പറ്റി കന്നാല്യേള നെലവിളീം.

"അവമ്പോയി തമ്പ്രാ.

മാളികമിറ്റത്തിന്ന് അകം നോക്കി, തമ്പ്രാൻ കേക്കാൻ അവര് വിളിച്ച്. ഇനി കുളിക്കണോ, പണിയണോ, രച്ചകെട്ടണോ ദിക്കറ്റ് പണിക്കാര്.

അവനോന്റെ വേലേള് തൊടുങ്ങുമ്പോ, അന്തമറ്റ കായ്ച അവരമൂടണ്.

വയല്. കൈത്തോട്. എടയ്ക്ക് പൊന്തക്കാട്. കറുമ്പൻ പൊന്തേലൊളിച്ച്. രാത്ത്രി, മണ്ണിത്തൊള്ളായിരം കീടങ്ങള്. തവളേം നീക്കോലീം. പാമ്പും, കീരീം, ചേരേം, നത്തും, ഊളനും ഞണ്ടും.. അയിറ്റങ്ങള്. ചുറ്റിനുമൊണ്ട്. എല്ലാരും പറേണ്. "പോ.. പോ.."

തോട്ടില മീമ്പറ്റം വന്നണഞ്ഞ്. "കാലും മോന്തേം കയ്‌വി, നീ, വിട്ടോ."

കറുമ്പൻ "യ്ക്ക്, മാടേള വിട്ടൊരു ചെമ്മോംല്ല."

"തമ്പ്രാൻ അവറ്റേ മേയ്ക്കാൻ തരോ. അവുത്തങ്ങക്ക് കുരുപോന്നാ. നീ, തകിക്കോ."

"ന്റ, തൈവങ്ങളേ, ഞളങ്ങന പറേല്ലേ. അവുത്തുങ്ങക്ക് വരൂല്ല. ആതിച്ചനല്ലേ, ചീത്സ."

പകലെയുന്നേക്കണ്.

ചുറ്റിനൊള്ള ചീവ്യേ*ളും പോയി.

തോട്ടീന്ന്, രണ്ട് കുമ്പിള് വെള്ളം കുടിച്ച്.

പയ്യപ്പയ്യ, കോയിന്നൻ യമ്മിത്തമ്പ്രാന്റ മാളികപ്പൊരയ്ക്ക് തൂരെ, എരുത്തിലീന്നും മാറി, കറുമ്പൻ നിന്ന്.

പണിക്കാര്, വരണേള്ളൂ.

കറുമ്പന കണ്ടോര് തമ്പിച്ച്.

എന്തര് ചെയ്യാണോന്ന് തിട്ടോം വന്നില്ല. കമ്പെടുക്കണോ, കല്ലെടുക്കണോ, എറിഞ്ഞോടയ്ക്കണോ, അടിച്ചു വീത്തണോ.

"തമ്പ്രാനേ, അവമ്പിന്നേം ബന്നേ...." അവര് നെലോളിച്ച്.

തമ്പ്രാന് കേയ്‌വി പെട്ടു.

"ആര്..."

"നാനാണേ, മ്പ്രാ കറുമ്പൻ."

"നീ, ചാവാത വന്നത് ചാവാനോ."

"തമ്പ്രാൻ രച്ചിക്കണേ, ന്ന, തല്ലേ, കൊല്ലേ, യ്ക്ക് കന്നാല്യേള മേയ്ക്കണേ... അവുത്തങ്ങള്, കരേണ കരച്ചില് കേക്കാം വയ്യേ."

"അവറ്റയ്ക്ക് പകരുല്ലേടാ."

"ല്ലേ..."

"എന്താത്ര ഒറപ്പ്."

"അങ്ങനേങ്കി, എന്നേ, ന്ന, കുയിച്ചുമുടോരുന്നു. ആതിച്ചനാരുന്നു ചീത്സ. കൊച്ചിക്കേങ്കിലും നല്ല കൈപ്പുണ്യം. തൈവുത്തങ്ങള് നെറുകന്തലേ ഉതിച്ച് നിക്കണ്. ചെവിച്ചോതി.[1]"

"ശരി, സൂക്ഷിച്ചോണം."

കറുമ്പൻ എരുത്തിലീക്കേറി. ആക്കാണ് കുരുപ്പ്. ആക്കാണ്. എല്ലാത്തിന്റേം പെറം[2] തടവി, മേലും കീയും എടവും വലവും കൊമ്പും കൊളമ്പും പരതി. എങ്ങുംല്ല. എങ്ങുംല്ല ഒരു പൊട്ടും.

കന്നാല്യേള അയിച്ചുവിട്ടു. അവുത്തുങ്ങള് തുള്ളിച്ചാടി. കറുമ്പൻ തോട്ടീ പായിച്ചു. വെള്ളത്തീ തെമർപ്പ്. അടച്ചിട്ടേന്റ നോവ് മാറി. കറുമ്പൻ തിര്യെ വന്ന് വാൽക്കൊളത്തീ എറങ്ങി. കാക്കോട്ട വെള്ളം കോരി എരുത്തില് കയ്‌വി. ചാണാം വാരി മൂത്തറക്കുയി കയ്‌വി. കോമാളി[1] നാറ്റം മാറി.എരുത്തിലിന്റ എറമ്പില് വാരീ ചെരുവിയ വേങ്കൊയൽ എടുത്തു. പുലിപ്പാറക്കുന്നിൻചെരുവില വേങ്കൊട്ടൂന്ന് മുറിച്ച തണ്ട്. തീക്കനല് പൊള്ളിച്ച് തൊളയിട്ടു. മേത്തലയിലൂതി. കീത്തല തൊളേല് വെരല്

---

* ജീവികളും. 1. ജപിച്ചോതി. 2. ശരീരം

തൊട്ടെടുക്കുമ്പോ കാതിലൊരു പാട്ട്. ചങ്കിലെറങ്ങി ചുയി[42]യിടുന്ന പാട്ട്. കറുമ്പൻ മലകേറി, മരംകേറി. പാറ അപ്പിലിരുന്ന് പാടി. കറുമ്പന്റ പാട്ടീ കാറ്റെളകി. മരമെളകി. കുന്നെളകി. താളം കൊണ്ട് തെമർത്താടി.

കറുമ്പനും കന്നാലീം പുലിപ്പാറ കുന്നുകേറി. പറങ്കിത്തോപ്പ്. വേങ്കാട് മൊളങ്കാട്. ഞറുങ്ങണം. വളരി, തെർപ്പ, കോർമ്പൻപുല്ല്, മുൾക്കാട്, മരുന്നിനം. കന്നാല്യേ മേയാൻവിട്ട് ചാഞ്ഞമരക്കൊമ്പീ കറുമ്പൻ കൊയലൂതി. കാതെടുത്ത് പാട്ടറിഞ്ഞ് കരളെടുത്ത് പാട്ടലിഞ്ഞ് നാക്കാല്യേൾ മേഞ്ഞു.

നരിമടേല് അനക്കം. പാട്ട് നെലച്ചു. കന്നാലി തീറ്റ നിർത്തി. നരി. അല്ല കരടി. പന്നി. ഉള്ളു കാളലോട കറുമ്പൻ ഒയരത്തിക്കേറി. നരിമടേല് അമറക്കം. ഒന്നാന്തരം കരച്ചില്. പിന്ന കൊയഞ്ഞ് കൊയഞ്ഞ് അതാ അലറലാണ്. അതെന്തര് മ്റുകം. അനക്കമെറ്റു. കറുമ്പൻ കൊമ്പെറങ്ങി. നെലത്ത് ചവുട്ടി. പയ്യപ്പയ്യെ നോക്കി. എന്തോ കെടപ്പൊണ്ട്. പിന്നേം അലറിച്ച. അവനൊന്ന് കിടുങ്ങി. പിടിവിട്ടാ, കാലയഞ്ഞാ തക്കോം പിക്കോം നരിമടേല്. ആ മ്റുകം, കറുമ്പന, കറുംമുറും കറുംമുറും തീന്നു. ഇപ്പയും കരച്ചില്. അതൊരു മനിചക്കരച്ചില്. കറുമ്പന്റ ചങ്കുവെലത്തു. അവൻ പാറയെറങ്ങി ചുറ്റിവന്നു. നരിമടേല് പാളിനോക്കി.

തലക്ക്മ്മേ നെയല് കണ്ടു. റാകിപ്പറക്കണ ചെമ്പരുന്തോ. അല്ല നെയലിന്റ പാറക്കല്ല്. അത് തലപൊന്തിച്ചു.

വേലായ്വന്നാര്, പട്ടാളം.

വേലായ്വന്നാർക്ക് കറുമ്പന തെരിയണില്ല.

“ആരെടാ മൊകമില്ലാത്ത പട്ടീ. എന്റ തോക്കെടുത്ത് കാഞ്ചി വലിച്ചാ നീ പൊടി. ധൂളി. ഈ കുന്നില് നീയൊരുപിടി പുകച്ചീള്. ആരെടാ വേഗം പറഞ്ഞോ.”

തലകുമ്പിട്ട് പുല്ലിമ്മേ ചാഞ്ഞു. അരികിലൊക്കെ തെളതെളങ്ങന കുപ്പിച്ചില്ല്.

കൊടല് ചാടണ നാറ്റം. കറുമ്പൻ തല വലിച്ചു; ഉടുമ്പ് പിന്തിരിയുമ്പോല തിരിഞ്ഞ് കന്നാലിക്കൂട്ടോത്തി.

ഉച്ച കത്ത്യേപ്പം കാനേപ്പോയി വെള്ളം മോന്തി. നെല്ലീക്കേറി കുലുക്കി. ചറുപിറുന്നന നെല്ലിക്ക. ഇരുകവിളിലും നെല്ലിക്ക നെറച്ചു. പിന്നേം കാനേലേക്ക് എറങ്ങി; എന്തൊരിനിപ്പ്. കന്നാല്യേക്കും ഈ രണ്ടീച്ച കൊടുത്തു. ചോലനീരും. മരച്ചോട്ടീ, തണലീ ഇരുന്നു. കൊയലൂതി. കുന്നില ഉച്ചക്കാറ്റിന്റ ചെറുപ്പം കൊയലൂത്തെടുത്തു അമ്മാനമാടി.

“അപ്പോ നീയാണല്ലേട പുല്ലേ, എനിക്ക് ഏനക്കേട് വരുത്ത്യേത്.”

ചപ്രത്തലമുടീൽ, ഒരു പന്ത കുത്തിപ്പിടിച്ച് വേലായ്വന്നാര് കൊച്ചമ്പ്രാൻ അവന വെട്ടി മലത്തി. കൈയീന്ന് വേങ്കൊയൽ ഊരിത്തെറിച്ച്. പാട്ട് നെലച്ചു.

“നീയെന്തിനെടാ ഊതണത്”

1. എരുത്തിലിലെ അഴുക്ക്. എരുത്തിൽ തൊഴുത്ത്. 2. ചുഴി.

“കറുമ്പൻ മിണ്ടീല.

“ആര് കേക്കാനെടാ.”

അവന്റ തല വേതനിക്കണ്. കണ്ണ് നെറയണ്.

നിന്റമ്മച്ചീട പതിനാറ്, ആര കേപ്പിക്കാനെടാ, കൊഴലൂത്ത്. പറഞ്ഞോ വേഗം.”

അവന്റ നാവലിഞ്ഞുപോയി.

“ഫ. പൊറത്തേക്ക് തള്ളെടാ നാക്ക്. അനങ്ങരുത്.”

വേലായ്വന്നാര്, അവന വിട്ട് മുമ്പോട്ട് നീങ്ങി.

അവനോടണോന്ന് തോന്നി. പട്ടാളം കൊച്ചമ്പ്രാൻ കൊല്ലും.

ആടിയൊലഞ്ഞ് അയാള് വേങ്കൊയലെടുത്ത്.

“ഊതെടാ”

കൊയല് അവന്റെ ചുണ്ടീച്ചേത്ത്.

അവന്റ മൊകം മറഞ്ഞു പോവാത, അയാള് നോക്കിനിന്നു.

കറുമ്പൻ കൊയലൂതി. കിണുങ്ങിയ ഒരൊച്ച പൊറത്തു ചാടി.

“ഇതല്ലല്ലോടാ, നേരത്തേ പാടിയത്. ഒച്ച മാറ്റിയതെങ്ങനേടാ.”

കറുമ്പന് കരച്ചില് മുറ്റി. വേങ്കൊഴൽ ചങ്കീച്ചേത്ത് അവൻ നെലവിളിച്ചു.

വേലായ്വന്നാര് അന്തിച്ചു.

“ന്റ കൊയല് പോയേ...”

വേലായ്വന്നാർക്ക് വെളിവായി.

“കരയാതെടാ. വെങ്കൊയൽ നല്ലൊരെണ്ണം ഒണ്ടാക്കാം.”

“യ്ക്കെന്റ കൊയല് മത്യേ.”

“വേറെ, കൊഴലിൽ നീ പാടൂല്ലേ.”

“യ്ക്ക്, നാനൊണ്ടാക്ക്യ കൊയല് മതീ....”

‘ഫ. നിറുത്തെടാ പോത്തേ. ഒരുത്തനൊരു കൈപ്പെഴ പറ്റ്യാ ഇങ്ങനേണാ. വേറെ കൊഴലൊണ്ടാക്കാം. എന്താ..”

“ഉം.” കറുമ്പൻ മൂളി.

“നാളെ, നീ ഇവിടെ വരണം, മനസ്സിലായോ”

“ഉം.”

“എന്ത്..”

“കൊച്ചമ്പ്രാൻ പറഞ്ഞത്.”

“വന്നില്ലേ പൊകച്ചുകളയും. പിന്ന, ഈ ചപ്രത്തലമുടി നിന്റെ തലേക്കാണരുത്.”

അവൻ തലയാട്ടി.

വെലായ്വന്നാര പ്രാന്തെളക്കിയ വെള്ളപ്പേച്ച് എപ്പയേ നിന്ന്.

കറുമ്പൻ കന്നാല്യേം കൂട്ടി കുന്നെറങ്ങണത്, വേലായ്വന്നാര് പുലിപ്പാറ നെറുകേലിരുന്ന് കണ്ടു.

കുഞ്ഞ്യേങ്കരന്നാര് വല്യമ്പ്രാന്റ കായ്ചപ്പറ്റങ്ങളാണല്ലോ അപ്പോണത്. അവര വല്യമ്പ്രാനേട.

അയാള് കാറിത്തുപ്പി.

•

കുന്നെറങ്ങി. വയല്താണ്ടി. തോട്ടെറമ്പിന്നപ്പുറം കുറ്റിക്കാട്. ആള നക്കം കൊറഞ്ഞ് വയിത്താര. കുറുക്കെടുത്ത് മലതാണ്ട്യാ പടവള്ളി ക്കോണം, ആന്നാട്. ചുള്ളിമാനൂര്. ആതിച്ചൻ നടന്ന്.

മാങ്കുടി എത്തി. മുത്തപ്പന്നടേല് നിന്ന്.

"കാക്കണം. മുപ്പൂവുലകും കാപ്പാനേ, നീയേസാസ്സി, വിത്തെറിഞ്ഞ് വെളകൊയ്യണമ്മച്ചി. നല്പുതില്പു തെരിയാത്തോര വാരിയെടുത്തണ യ്ക്കണ്.. നെലത്തെറിഞ്ഞോടയ്ക്കണ്. കണ്ണീച്ചോരേല്ലാത്ത, കാമപ്രാന്ത് യ്ക്കെന്റ കൈപ്പടത്തിലൊതുങ്ങണതേ ചെയ്യാമ്പറ്റാവൂ. അയിന് മുത്തപ്പാ, നീ തൊണ. എടം വലം നിന്നെന്ന കരകേറ്റണേ പൊന്നൊടയതേ."

ആതിച്ചൻ നടന്ന് മേക്ക് കേറി. പടവള്ളിക്കോണം. കാടെരച്ച് കെട ക്കണ്. കാടിനിമ്പം കാറ്റെരയ്ക്കണ്. കണ്ണരയ്ക്കണ കാടകന്ന് കുറ്റിക്കാ ടെത്തി.

ചൊവടഞ്ചടിവച്ചില്ല. ആരോ കൊരവേട്ടോണ്ടോടി. കുറ്റിക്കാടനങ്ങണ്.

'യാരെന്റ മുത്തപ്പാ.' ഞരക്കംപോലെ, അലറിപോലേ.. ഒന്നും തെരി യണൂംല്ല.

ആതിച്ചൻ പമ്മിച്ചെന്ന് നോക്കി.

കൈതപ്പായി കൂട്ടിക്കെട്ടി എന്തര്. കെട്ടിയിക്കുമ്പം നാറ്റം. തിരിച്ചെടു ക്കണ്. അമ്മക്കുരുപ്പ് പൊട്ടിയൊലിച്ച് മനിച്ചനൊന്ന്. കാട്ടീയെറിഞ്ഞ് കുടു മ്മത്തെക്കാപ്പാൻ, യാരോ വന്നിരിക്കണ്.

കണ്ണില്ല. വായില്ല. മൂക്കില്ല. കുരുപ്പ് പൊള്ളിച്ചമാത്ത്റം.

വായ പിളുത്തി. "വെള്ളം... വെള്ളം."

ആതിച്ചൻ കിയിച്ചില[1]ക്കെട്ടീന്ന് ഒരു പിടി മരുന്നെടുത്ത് നാവീ ഇറ്റിച്ച്. നൊണഞ്ഞെറക്കി. പിന്നേം നാക്ക് നീട്ടി.

ആതിച്ചൻ രണ്ടു തള്ളി അപ്പയും ഇറ്റി.

നാക്ക് താന്നില്ല. വായടഞ്ഞില്ല. വായിക്കൂട ചലം വെളീവരാന്തൊ ടങ്ങി. ആതിച്ചൻ കിയിച്ചില കെട്ടി പരതി. ന്നീം ഇരിപ്പൊണ്ടല്ലാ, എന്നൊ റപ്പിച്ച് നടന്ന്.

കുടിലോള് കണ്ടൊടങ്ങി.

ആളും അനക്കോമറ്റ് കുടിലേള്.

നടക്കുമ്പം കുടിലൊന്നില് നെലോളി. കൊറച്ചോര് വാരിക്കെട്ടി ഓടണ്.

യാരും ആതിച്ചന കാണണേല്ല.

'യെന്തരിന് ഓടണ് നിക്കീം.'

ആതിച്ചൻ കേറിച്ചെല്ലുമ്പം മിറ്റത്ത് മലന്ന് കെടന്ന് ആകായം കേക്കു

1. മടിശ്ശീല, തുണികൊണ്ടുള്ള കിഴി

മ്മട്ടി വിളിക്കണൊരുത്തി.

അമ്മക്കുരുപ്പേള് വെളയാടിത്തൊടങ്ങി.

വാ തൊറക്കാമ്പറഞ്ഞ് മരുന്നിറ്റി.

ആതിച്ചൻ എണീച്ച്.

ആര ഏപ്പിക്കും ഇപ്പെണ്ണിന. ആളും മാഞ്ചാതീം, യില്ല. ആരേങ്കിലും കിട്ട്യേങ്കി. കൂട നടപ്പാനെങ്കിലും.

താങ്ങിപ്പിടിച്ച് കുടിലീക്കെടത്തി. അപ്പറമിപ്പുറം കണ്ണയച്ച് ആതിച്ചൻ.

അടുത്ത കുടിലീക്കേറി. കെട്ടയിഞ്ഞ മനിചച്ചൂര് മിറ്റത്ത്, ഒയ്‌വിബര ണ്. മനം പെരട്ടണ്. 'പറ്റൂല്ല. യ്ക്ക്, യാരെങ്കിലും ബേണം.'

ആതിച്ചൻ ഒരു മനിതനത്തേടി നടന്ന്.

•

നാടുവിടാം. കറുമ്പൻ നെനച്ചു. വലിയമല, കൊശവര്കോട്, അരുവിക്കര, പേരയം തെയങ്ങളൊണ്ട്. ആരറിവാൻ. വേലായ്വന്നാര് പട്ടാളത്തിന്റ തോക്ക് പൊട്ടും; ഏടപ്പോയൊളിച്ചാലും. പിന്നെന്തരിനു ഏടേങ്കിലും കെടന്ന് ചത്തളിയണ... ഈടത്തന്ന മതി. ഇച്ചെമ്മം അയാക്ക് നുള്ളിയെടുക്കാനൊള്ളതാണങ്കി എടുത്തോട്ട്.

പുലിപ്പാറമോളില്, ഒത്തമോളില് അതിയാൻ ഇരിപ്പൊണ്ട്. ഇന്നലക്കണ്ട അതേ ചേലില്. കന്നാലിപ്പറ്റത്തിന്റൂട ചെന്നപ്പം അറിഞ്ഞേല്ല. ഒന്നനങ്ങീംല്ല. നാക്കാല്യേള മേയാൻ വിട്ട് വേലായ്വന്നാര മുന്നീനിന്ന്.

"നെനക്ക് ജീവഭയം ഒണ്ട്. അല്ലേടാ പോത്തേ." അയാള് പാറമോളീന്ന് ഒയ്‌വി വന്ന്. "മുടി മുറിച്ചില്ലേടാ."

വേലയ്വന്നാര് മുടികുത്തിപ്പിടിച്ച്.

"നിന്നേക്ക, നെലയ്ക്ക് നിർത്തേണ്ട സമയം കഴിഞ്ഞു."

കറുമ്പൻ വിങ്ങി. "അയിന് വേ[2]ഞ്ചീളില്ലേരുന്ന്."

"വേഞ്ചീളി എന്തിനെടാ."

"മുടി വെട്ടാനേ..."

അയാള് അക്കട്ടം മുക്കട്ടം ചിരിച്ച്.

"ഇക്കാണണത്. ഈറ്റക്കാടല്ലേടാ."

"നാന്, മറന്ന്."

കറുമ്പൻ ആനേപ്പോല ഈറ്റയൊടിച്ച്. വെറുങ്കയ്യില് വേങ്കാട് വയങ്ങീല. കൈമുറിഞ്ഞ് കാല്മുറിഞ്ഞ് ഈറ്റച്ചീളായി കറുമ്പൻ വന്ന്. വേലായ്വന്നാര കണ്ണെത്തുംപാട് ഇരുന്നു. നെറുകന്തലേല് മുടി കിരുകിരാ മുറിഞ്ഞ്. എടങ്കൈ ഒരു കുത്തുപിടിച്ച്, വലങ്കൈ അറിഞ്ഞ് മുടിമാറി. മുറിഞ്ഞും പിയിതും പേടിപ്പൊറ്ത്ത് കറുമ്പന്റെ മുടിയൊയിഞ്ഞ്. തലേലെമ്പാടും കുരുപ്പൊണങ്ങ്യ കുയ്യേ്യാള് മിയിച്ചു.

തലകണ്ടപ്പം വേലായ്വന്നാര്ക്ക് ചിരിപൊട്ടി. വെറുംവായീ അക്കായ്ച

2. ഈറ്റ

പേടീം ഒണത്തി.

അങ്ങേര് പറഞ്ഞ്, “പോയി കുളിക്കെടാ.”

കറുമ്പൻ കാനേലേക്ക് ഓടി. വെള്ളം തെറ്റി മേത്തൊയിച്ച് കാക്കക്കുളി. വേലായ്വന്നാര മുന്നീ എത്തി. പാറേല് പമ്മി നിന്ന്.

വേലായ്വന്നാര് പട്ടാളം ഒരോടക്കൊയൽ കറുമ്പന് നീട്ടി.

“ഒരു പട്ടാളക്കാരനാവണേന്ന് മുമ്പ് ഞാനാരാരുന്നു. നെനക്കറിയ്യോ.”

കറുമ്പൻ മിണ്ടീല.

“നിങ്ങള ജമ്മിത്തമ്പ്രാന്റെ മോൻ. മറ്റൊരു ജമ്മിത്തമ്പ്രാനാവോരുന്ന ഞാൻ പട്ടാളത്തീച്ചേർന്നേല്ല. ഓടിച്ചിട്ട് ചേർത്തത്. എന്റ തെളയ്ക്കണ ചോരയ്ക്ക് പട്ടാളക്കുപ്പായം ചേർന്നു.

ഒന്നാംവട്ടം അവധിക്ക് വരുമ്പോ എന്റച്ഛനില്ല. പട്ടാളക്കാരനാവും മുമ്പ് അമ്മേംപോയി. അച്ഛന്, കുഞ്ഞമ്മ പെണ്ടാട്ട്യായത് അങ്ങന. ആ നശിച്ചവള്... നെനക്ക് മനസ്സിലാവണാടാ. പോത്തേ.”

കറുമ്പൻ മിണ്ട്യേല്ല.

വേലായ്വന്നാരും കൊറേനേരം അങ്ങനേരുന്നു.

“എവിടേല്ലാം, എങ്ങോട്ടെല്ലാം പോയി. കുടിക്കാനില്ലാത, തിന്നാനില്ലാത, ഒറങ്ങാത നടന്ന്.. നാടുകൾ, ദേശങ്ങൾ, മലകൾ, കുന്നുകൾ, താഴ്വരകൾ, ഗ്രാമങ്ങൾ, പട്ടണങ്ങൾ... കല്പനകളുടെ പൊറകേ, മുമ്പേ..

ഞങ്ങള കൂട്ടത്തീ, ഒരു സുന്ദരൻ ഒണ്ടാരുന്നു. ഒരണ്ണാനു പെറക്കേ അവനും കൂട്ടരും, തെങ്ങിന്തോപ്പിലൂടെ ഓടേരുന്നു. സുന്ദരൻ പട്ടാളക്കാരനായത് അന്നേരോണ്. അണ്ണാന കൂട്ടുകാർക്ക് കിട്ടിക്കാണോയെന്ന് അവനറിഞ്ഞൂട. അച്ഛനമ്മമാരോട് യാത്ര ചോദിക്കാൻ അയാള അനുവദിച്ചില്ല. തന്റേതായി എന്തെങ്കിലും എടുക്കാൻ കഴിഞ്ഞൂംല്ല.

ഞങ്ങള് ശത്രുസേന വളഞ്ഞ ഒരു ഗ്രാമത്തിലായി. അവര് ആക്രമിച്ചു കേറുമ്പോ. ഒരു കുടിലീന്ന് പേടിച്ച് നെലവിളിച്ച ഒരു കൊച്ചിന സുന്ദരൻ രക്ഷപ്പെടുത്തി. അവന്റെ കൈയ്യീ ഒരു പുല്ലാങ്കൊഴൽ. അത് നെഞ്ചോടു ചേർത്ത് അവൻ നെലവിളി തന്ന. കുടിലീ മറ്റാരേം ജീവനോട കണ്ടില്ല. കുട്ട്യേ സുരക്ഷിതനാക്കാൻ ശ്രമിക്കുമ്പം വീണ്ടും ആക്രമണമുണ്ടായി. അവന്റെ നെലവിളി കൂടി. വാ പൊത്തിപ്പിടിച്ച് കൊറച്ചുദൂരം കൊണ്ടുപോയി. ഒരിടത്താക്കി. രക്ഷപ്പെടാനുള്ള എടം ആംഗ്യം കാട്ടി അറിയിച്ചു. ഒട്ടുന്നേനിട പുല്ലാങ്കൊഴൽ തറേല് വീണ്. ഒന്നറച്ചശേഷം അവൻ ഓടിപ്പോയി. സുന്ദരന് കൊഴൽ തിരിച്ചേപ്പിക്കാണോന്നൊണ്ടാരുന്നു.

സുന്ദരൻ എന്റ മടീക്കെടന്നാണ് മരിച്ചത്. മരിക്കണേന് മുമ്പ് വേങ്കൊഴൽ എനിക്ക് തന്നു. എനിക്കത് പാടാനേ അറിഞ്ഞൂടാ. നീയൊന്ന് പാട്.”

തമ്പ്രാൻ പറഞ്ഞേന്നും കറുമ്പന് തിരിഞ്ഞില്ല. ഈറ്റത്തണ്ട് പാടാൻ കൊടുത്തേണന്ന് കറുമ്പനറിയാം. അത് മാത്തറം അവനറിഞ്ഞ്.

തേയമേതെന്നറിയാത്ത ഒറീറ്റത്തണ്ട്. മനിചരേതെന്നറിയാത്ത കൈയോടലേറ്റ് ഇപ്പം കറുമ്പന്റ കൈയീ. കറുമ്പൻ ഓരോ ദോരത്തിലും

വെരല് വെച്ച്. തലേന്നെറച്ച വെള്ളം ഈറ്റക്കമ്പീ വീണ്. കറുമ്പൻ കണ്ണടച്ച്. ചങ്കിച്ചേത്ത് ചുണ്ടീവച്ച് അമ്മേട്ടീ. എറവെള്ളത്തോട ഈറ്റത്തണ്ട് പാടാന്തൊടങ്ങി.

കാലികള് മേയണില്ല. മരങ്ങളാടണില്ല. മാനം നീങ്ങണില്ല.

വേലായ്വന്നാര് കറുമ്പന്റ കാക്കലിരുന്നു.

നോക്കുമ്പം വേലായ്വന്നാര് തമ്പ്രാൻ കരയണ്. കണ്ണെറയ്ക്കണ്.

അത് കണ്ടപ്പം കറുമ്പന്റ കണ്ണ് ചൊരന്നു.

കറുമ്പൻ നെലവിളിച്ചു.

"എന്തിനെടാ കരയണത്."

"തമ്പ്രാൻ കരയണോണ്ട്."

"ഞാൻ കരയാനാ. ആനന്ദക്കണ്ണീര്."

കറുമ്പന് തെരിഞ്ഞില്ല. എന്തൊരാനന്തം.

വേലായ്വന്നാര്, അവന്റ കൈയ്യേൾ കൂട്ടിപ്പിടിച്ചു.

കറുമ്പൻ നെലവിളിച്ചില്ല. വാ, പൂമി വിയുങ്ങാൻ മട്ട് തൊറന്നുപോയി.

നെനക്ക് ഭാവിയുണ്ടെടാ പോത്തേ."

കറുമ്പന്, വേലായ്വന്നാര പേച്ച് പിടികിട്ടണില്ല. എന്തര് പൊറപ്പാടോ എന്തോ. ഉള്ള് കിടുങ്ങി നിക്കുമ്പം അയാള് പറഞ്ഞ്.

"കത്രികേം, കത്തീം തരാം."

കറുമ്പൻ അമ്പരപ്പില് തന്ന.

തൈവങ്ങളേ, പുലിപ്പാറമേട്ടീന്ന് കീപ്പോട്ടെറങ്ങൂംല്ലേ. യ്ക്ക് പോവാനൊത്തില്ലങ്കിലും കന്നാലിപ്പറ്റങ്ങള കോയിന്നേമാൻ പുത്യയെമ്മീന്റ എരുത്തിലീ എത്തിക്കണോല്ലാ. ചെലപ്പം തേച്ച് മിനുക്കി കൊല്ലാനാരിക്കും. ന്റ, തൈവങ്ങളേ, മാങ്കുടി മുത്തപ്പാ... കറുമ്പൻ ഉള്ളീ നെലവിളിച്ചു. കണ്ണ് നെറതുളുമ്പി. കാലീന്ന് കിരുകിരുപ്പ് നെറുകന്തലേ എരച്ച് കേറി.

"വാടാ..." വേലായ്വന്നാര് മുന്നീ നടന്ന്.

കറുമ്പൻ അറച്ച് നിപ്പാണ്. കാലൊച്ച പിന്നാമ്പൊറത്ത് കേക്കാതെ വന്നപ്പം വേലായ്വന്നാര് തിരിഞ്ഞു.

"എന്തടാ നിന്ന് പമ്മണത്. വേഗം വന്നോ."

കറുമ്പൻ പയ്യപ്പയ്യ നടന്നു കന്നാലിക്കൂട്ടം കറുമ്പന നോക്കി. കറുമ്പൻ അവറ്റയോട് ഒന്നും മിണ്ടാത പോയി.

വേലായ്വന്നാര് കാനയ്ക്കരീൽ ഒരു പാറേമ്മേ കറുമ്പന ഇരുത്തി. അവന്റ എടവിട്ട് തങ്ങ്യ മുടി പറ്റ മുറിച്ച്. താടിയെടുത്തു. കൊച്ചമ്പ്രാൻ ചെയ്യണതെന്തരെന്ന് അവനൊരു പിടീം കിട്ടീല്ല. മുടിയെറങ്ങി കറുമ്പൻ കാനച്ചോലേ നോക്കി. തിരിയണില്ല. കാനച്ചോലത്തെളിച്ചത്തില് കാടും പടപ്പും നെറഞ്ഞ തലയെവട. കറുമ്പൻ കണ്ണ് തള്ളി.

"വാടാ വേഗം." വേലായ്വന്നാര് വിളിച്ചു.

കറമ്പൻ ഓടിയെത്തി.

"ങാ, നീയാരെടാ രാജകുമാരനാ." വേലായ്വന്നാര് അലറിച്ചിരിച്ചു.

"നെനക്ക് വായിക്കാനറിയോ."

കറുമ്പൻ ചുണ്ടു പിളുത്തി. അവന് നാണമൊണ്ട്.

“നെനക്ക് എഴുതാനറിയോ?”

മൊകം കുനിച്ചു.

“ഞാൻ പഠിപ്പിക്കാം. ദക്ഷിണ തരണം. ഗുരുദക്ഷിണ.”

അവന് പേടി ചെറഞ്ഞു. ‘പടിക്കേ’ കോയിന്നാര് യമ്മിത്തമ്പ്രാന റിഞ്ഞാ കയ്ത്തുമ്മേ നാവില്ല; കണ്ണും കാതും. അതോർക്കെ കറുമ്പൻ വെറച്ചു.

“കേട്ടോടാ പോത്തേ ദക്ഷിണ വേണം.”

അവൻ വെറയ്ക്കേണ്.

“പെരുവെരൽ തരണം.”

അവൻ പെരുവെരലിമ്മേ മുറുക്കെപ്പിടിച്ചു. അവന് പേടി എരച്ചു. അവന്റ വേങ്കൊയലെങ്ങന പാടും. കന്നാല്യേള എങ്ങന തെളിക്കും. അവ റ്റയെങ്ങന ചുത്തത്തി നടക്കും. കെടക്കും. വേഞ്ചീള് പിടിച്ച് മുടിയെങ്ങന ചെതറും. വേലായ്യന്നാര് തമ്പ്രാൻ ഒന്നു വെട്ടിത്തിരിഞ്ഞെങ്കി പടോപാടോ പാറയെറങ്ങി കുന്നെറങ്ങി ഓടാരുന്നു...

എടാ, പോത്തേ, നിന്നെപ്പോലൊരുത്തൻ–

അറിഞ്ഞു പകരാത്ത വിദ്യയ്ക്ക് ഗുരുദക്ഷിണ പെരുവിരൽ നല്കി യോൻ.

പക്ഷേ, പിന്നീടെന്നും ഞാണൊലികേട്ടാൽ ദക്ഷിണ വാങ്ങിയ ഗുരു ഞെട്ടി. പെരുവെരലമരാത്ത ഞാണൊച്ചയാണത്.

ആർക്കുവേണ്ടി പെരുവിരലെടുത്തോ, ആ അരുമശിഷ്യൻ പിന്നീടെ പ്പോഴും, കാടകം പുക്കാൻ പേടിച്ചു. കാറ്റനക്കം കണക്കാക്കി ഒരു തറുവ* വരണൊണ്ട്.

ഒന്നിനൊരായിരം പെരുവെരല്.

ചൊല്ലിക്കൊടുക്കാത പഠിച്ചാലും ദക്ഷിണ; ദക്ഷിണ.

കറുമ്പനൊന്നും തലേക്കേറണില്ല. എന്തോ ഏതോ ഒരു കത.

“നീയെനിക്ക് ദക്ഷിണതരണം. പെരുവെരൽ.”

കറുമ്പൻ പെരുവെരലൊളിപ്പിച്ചു. ഉള്ളില് തീപാളി. പെരുവെരലൊ ന്നഴിഞ്ഞാൽ ഒരായിരം വരും. അതെത്തറ. തിട്ടമില്ല. തോനതോനയേതോ. പിന്നെന്തരിന് പേടി. അവൻ വെരലുകൾ വേലായ്യന്നാര് കാൺകെ വെച്ചു. എടുത്തോ നെനക്കൊള്ളത് എന്ന മട്ട്.

‘പെരുവെരലറ്റ കാടനാര്... ഏകലവ്യൻ.”

“യേക... വലി... യൻ” കറുമ്പൻ ചുണ്ടനക്കി.

“ഫ, പോടാ പോത്തേ, ഏകലവ്യൻ”

കറുമ്പൻ ഉള്ളിൽ ഞെറുമ്മി പറഞ്ഞു. “യേക... യേക... യേകല... യേകലാ...വ്യാാാാ...ൻ”

“താടാ ദക്ഷിണ. ഗുരുദക്ഷിണ.”

അവന്റ തെളപ്പാറി. ഇല്ല തെളയ്ക്കണ്. തെളയ്ക്കണ്.

---

* അമ്പ്

"യേകല.. വ്യാന്റ വെരലെടുത്തോ തമ്പ്രാ."

അവൻ കൈ നീട്ടി കണ്ണടച്ചു നിന്നു

അവന്റെ കൈകളിൽ തണുവ്. വേങ്കൊയലും കത്തിരീം.

"എടാ പോത്തേ, നീയെടുത്തോ."

കറുമ്പൻ ഈറ്റത്തണ്ട് ചുണ്ടീച്ചേത്ത്.

•

കുന്നുകേറിച്ചെല്ലുമ്പം മാടത്തിൻമിറ്റത്ത് തേയി കൊത്തങ്കല്ലാടണ്. കൂട്ടിന്നൊരു ചെറുക്കൻ; എളപ്പം. കറുമ്പന് തോന്നി.

കറുമ്പന്റ പുള്ളികുത്തിയ വാണിയന്തല. തേയിക്ക് ചിരിപൊട്ടി.

"ഇതെന്തര് തല. ആര് പുള്ളി കുത്ത്യേ. കരുമ്പുള്ളി വെളുമ്പുള്ളി."

തേയി ചൊയലിപിടിച്ചോല തലയറഞ്ഞ് ചിരിച്ച്. പിന്നേം പിന്നേം നോക്കുമ്പം കറുമ്പന്റ കുമ്പിട്ട തലേൽ കുരുപ്പിന്റ കാണാപ്പെറപ്പേളും.

"ന്റ, മുത്തപ്പമ്മാരേ, എന്തരിത്. എല്ലാം കരുപ്പുപൊട്ടി ചീഞ്ഞപാട്. അറിവുകേട് പൊറുക്കേണേ."

തെവയടങ്ങുമ്പോല തേയി ചിരിയടക്കി. എന്തര് വേണ്ടാതീനം. കണ്ണ് തൊറന്ന് നോക്കുമ്പം കറുമ്പന്റ കൈയീ വേങ്കൊയൽ.

"ഇതേടന്ന് പിന്നേം കിട്ടി."

കറുമ്പൻ മിണ്ടീല്ല.

"അണ്ണാ ങ്ങളൊന്ന് പാടീം.

കറുമ്പൻ ചോതിച്ചു.

"ആതിച്ചൻ... അല്ല വൈത്യനേട."

"ആതിച്ചൻ. അരുവിക്കര പോയി. മാമന കാണാൻ."

"എന്ന് പോയി."

"തോന തെവസിയായി."

"എപ്പ വരും."

"ആതിച്ചനല്ലേ ആള്. മാമനക്കണ്ട് മന്തറാതം പിടിക്കണോന്ന്. ന്നീം ഇത്തിരി ഇമ്മിണി മരുന്നും പടിക്കാനൊണ്ടന്ന്."

"വരുമ്പം ഞാനന്നേയിച്ചെന്ന് പറ. ചോതിച്ചില്ല. പിന്ന, ഇതാര്."

"ചിന്നൻ, ആതിച്ചന കാണാൻ വന്നേണ്."

"കുന്നെറങ്ങുമ്പം, പിന്നീന്ന് തേയി വിളിച്ച്.

"ങ്ങള്, ചിന്നനക്കൂട കൊണ്ടോ. ഈടേക്ക കാണിച്ചു കൊടുക്കീം."

കറുമ്പൻ കേട്ടില്ല. ആതിച്ചന കാണണം. അല്ലങ്കിപ്പിന്ന ആരോട് പറേം അവനീ മണ്ണീ വേറാരൊണ്ട്.

യേകലവ്യന്റ കത.

വേങ്കൊയലിന്റ കത.

കത്തീരിന്റ കത.

വേലായ്വന്നാര് അച്ചരം പടിപ്പിക്കണ കത.

•

മോന്തി കറുത്തപ്പം മീമ്പിടിക്കാൻ പോയി.

കറുമ്പനെത്തുമ്പം കൈതമറ പറ്റി ഒരാള്. കയത്തിന്റ ഉള്ളിലേക്ക് കണ്ണ് ചൂണ്ടി. യാര്. ഒരു പിടീം, ല്ല. പുതുപ്പുള്ളി. അല്ലങ്കി കൈതകൂട്ടിന്നെടേ പോവൂല്ല. അടുത്ത് രായമൂക്കന്റ കൂടൊണ്ട്. നീലമ്പിമാമ്മനും രായമൂക്കനും ചത്തേടം. ചത്തമൂക്കന്റെ പിന്തലമൊറ ചീറ്റംകൊണ്ട് നടക്കണ്. കണ്ണാലക്കണ്ടതാര്. ആരോ! കൈതക്കാട്ടിനടുത്ത് ആളനക്കം വരുമ്പോ പൊന്തക്കാട്ടിന്നപ്പുറം കോവിച്ചചീറ്റു കേക്കും. ഇപ്പോ കേക്കണില്ലേ. രാവി രാവി കത്തിയണയ്ക്കുമ്പോല, കാതടയ്ക്കണ ചൂളം. കാടെളകണ്. കൈതക്കാടെളകണ്. ന്റ, തൈവങ്ങളേ. കയമെളക്കി മറിച്ചോണ്ട് കരകേറി വരണതെന്തര്... രായമൂക്കൻ..

“പാത്തു നിക്കാത വന്ന് പിടിക്കെടാ.”

അപ്പം തെരിയണ മനിചൻ. താമതിക്കാത കറുമ്പൻ ചെന്നു. എന്തര് പിടിക്കാൻ. കയത്തീന്ന് വലിച്ച് കേറ്റിയ ചൂണ്ടനൂല്. വലിക്കുന്തോറും കയമെളകി. വരണതാര്. നെടിമീൻ. ചെരിക്കും കയത്തില രായൻ. കരയ്ക്കെത്തുമ്പം യുത്തം. കവണക്കമ്പെടുത്ത് തല അമർത്തി. വയ്തിപ്പോണ്. പിന്നേം കറുമ്പൻ എടക്കമ്പില് തലപിടിക്കുമ്പം നെടിമീൻ തുണ്ടം തുണ്ടം.

തളന്നുപോയി. നെലം പറ്റെ ഇരിക്കുമ്പം..

“കറുമ്പൻ ഇപ്പോന്തിന് വന്ന്”

“മീമ്പിടിക്കാൻ”

പിന്നേണ് ആളത്തിരിഞ്ഞത്. ചിന്നൻ.

തുണ്ടം വെട്ടി, ചണങ്ങും ചുള്ളീം ചുട്ടുംകൊണ്ട് ചൂട്ടെടുത്ത് പാറപ്പൊറത്ത് വെച്ച്.* ചിന്നൻ പറഞ്ഞ്.

“ഇതിന്റൊടമയാര് യ്ക്കറിഞ്ഞൂട. ങ്ങളെടുക്കേ, തിന്നേ ചെയ്യീം. ന്റ, കൊരലിമ്മേയാരും പിടിക്കല്ലും.”

ചുട്ടുവച്ച തുണ്ടം തിന്നുമ്പം കറുമ്പൻ ചോതിച്ചു.

“ചിന്നന്റ നാടെവട. അപ്പനുമമ്മേം....”

ചിന്നൻ തീറ്റ നിർത്തി.

“ഇപ്പം അപ്പനുമമ്മേം ആതിച്ചൻ വൈത്യേൻ. അപ്പനേം അമ്മേച്ച്യേം കുരുപ്പുതീനം പരമ്പീക്കെട്ടി. ആതിച്ചൻ വൈത്യൻ ഒറ്റയ്ക്ക് യുത്തം ചെയ്യേല്ലേ. അമ്മവെളയാട്ടത്തിന്റോട. എന്റൂട പറഞ്ഞ്. എനി, ഈട നിക്കണ്ട. വാ, ന്റൊപ്പം. ഞാങ്കൂടിപ്പോന്ന്. അല്ലങ്കിയിപ്പം ഏതങ്കിലും കുയീലോ പൊന്തേലോ ആളറ്റ മാടത്തിലോ ചീഞ്ഞ് ചീഞ്ഞ്..”

ചിന്നൻ പിന്നൊന്നും മിണ്ടീല.

കറുമ്പൻ ചണങ്ങോല പാളമുറിച്ച് മീമ്പറക്കി അടുക്കി.

“പോവാം.”

“ഉം”

---

* എന്തിന്റെയും ആദ്യഫലം ദേവകൾക്ക് സമർപ്പിക്കുന്നു.

"വെളുത്തേപ്പച്ചീടേ കൊണ്ടക്കൊടുക്കാം."
"ഉം."

•

കിട്ടനമ്മാൻ മൊയിഞ്ഞ്.
"അപ്പി, ബരോന്നറിയാം. എപ്പയേ കാത്തിരുപ്പ്."
ആതിച്ചൻ കാലീത്തൊട്ട് നെറുകേ വച്ച്.
"ബന്ന കാലീ നിക്കാത ഇരി."
തോളീ തൊട്ട് ഒപ്പം പിടിച്ച് കിട്ടനമ്മാൻ.
വിത്തരിച്ച്* മുറുക്കി.
ആതിച്ചനും മുറുക്കി.
"ന്നാ, പോം" എന്നുരിയാടി എയുന്നേറ്റ് നടക്കാന്തൊടങ്ങി. വില്ലകന്ന അമ്പ് കണക്ക്.
ആതിച്ചൻ കുരുവേയെന്നോതി പിന്നീ പാഞ്ഞ്.
കിട്ടനമ്മാൻ, ആതിച്ചന മണ്ണീ നടത്തി. മണ്ണീന്നറിയാന്തൊടങ്ങി.
വെള്ളത്തീ ഇരുത്തി. വെള്ളത്തീ കെടക്കാന്തൊടങ്ങി.
തീയീ നോക്കി നടത്തി. തീ, പിടിക്കാന്തൊടങ്ങി.
തോളീ തോള് ചേത്ത്, വലങ്കൈ എടനെഞ്ചീ ചേത്ത് കിട്ടനമ്മാനും ആതിച്ചനും നടക്കാന്തൊടങ്ങി.
അരുവിക്കരയാറ്. കയങ്ങളും പാറപ്പറ്റും. മൊട്ടവെയ്ല് തലമോളില്. ആറെളകണ്. "വരീം കുമ്പിള്, വെള്ളം കുടിച്ച് പോ' മരത്തണല് വിളിച്ച് 'വന്ന എളവേറ്റ് പോ."
കിട്ടനമ്മാന് കാതില്ല. കണ്ണില്ല.
ആതിച്ചനും കാണണില്ല. കേക്കണില്ല. പിന്നീന്നെളവും നെയല്മട്ടീ ആതിച്ചൻ.
ആറ്റെറമ്പീ, വൻ പാറേല് പറന്ന് ചാടി പറന്ന് ചാടി കിട്ടനമ്മാൻ.
ആതിച്ചൻ, അമ്മാന്റ കാല്ച്ചോടളന്ന് പറന്നടന്നു.
ഒരു പാറ അപ്പില് കിട്ടനമ്മാൻ അനക്കമറ്റ് നിന്ന്, ആതിച്ചനും
അപ്പില് ഇരുട്ട് തെളതെളയ്ക്കണ്. ഇരുട്ടില് രണ്ട് തീവെളിച്ചം തൊറന്നിരിക്കണ്.
"രച്ചിക്കണേ, ഒടയതേ..., അന്തമറ്റ് വരുമ്പം അബിടുത്ത ചരണം. ഇക്കുരുന്ന്, ഇമ്മണ്ണീ നമത്തേന്ന്. ഇക്കൊച്ചിന്റ അകക്കാമ്പീ, അവ്ടുത്ത പൊന്നറിവ് നെറയ്ക്കണേ. അവ്ട്ന്ന് കിട്ട്യേന്റ പൊട്ടും പൊടീം അട്യേന്റ കൈയീന്ന് തേള പാറ്റുമ്പം പിള്ളയ്ക്കൊതവും മട്ടീ അട്യേൻ പകന്നിട്ടൊണ്ടേ."
അപ്പില തീക്കണ്ണ് അണഞ്ഞ്. അപ്പില് ഇരുട്ടാളി. ഒന്നും കാണണൂംല്ല.

---

* വിസ്തരിച്ച്

ആതിച്ചൻ കമന്നുവീണ് അലറി.

"യ്ക്ക് നെറിവൊത്ത പോതോം പൊക്കണോം തരണേ, ന്റ ഒടയതേ. മണ്ണീച്ചെന്ന്, മറയണോരോന്നിന്നും, യ്ക്ക് കയ്യ്യണ ചെയ്യാമ്പറ്റണേ. അതെ ങ്ങനേണെന്ന്, യ്ക്കൊരു പൊറുതീമില്ലേ. പൊന്നൊടയതേ."

കിട്ടനമ്മാൻ മിണ്ടില്ല

പാറമ്മേ, പാറമ്മേ തെറിച്ചുതെറിച്ച് കിട്ടനമ്മാൻ പോയതെങ്ങോട്ട്.

ഇരുളെളകിത്തുള്ളണ പേരാത്ത്രി. ഇരുൾപ്പൊത്തില് തിടുക്കത്തീ, ചൂന്നെറങ്ങണ രണ്ട് തീക്കണ്ണേള്. ആതിച്ചൻ അക്കണ്ണേള കണ്ട്. അന ക്കോംല്ല. അച്ചരോംല്ല. എത്തറനാള് എത്തറനാള്. പകലിരവില്ല. ഇരവി രുള് മാത്തറം. കണ്ണീന്ന് കണ്ണില്. കണ്ണീന്ന് കാതില്. കണ്ണീന്ന് നാക്കില്. കണ്ണീന്ന് നെറുകേല്. കണ്ണീന്ന് പൊറം മുയ്യോൻ. തീതളിച്ച് തീതളിച്ച് കണ്ണേള് പറഞ്ഞോണ്ടിരുന്നു.

കേക്കാൻ ആതിച്ചമ്മാത്തറം.

കണ്ണ് തൊറക്കുമ്പം, കിട്ടനമ്മാന്റെ മടീല്.

അറിഞ്ഞേല്ലാം. അറിയാത്തേണന്ന് അറിയാന്തൊടങ്ങി. ആതിച്ചൻ.

•

കറുമ്പൻ, ചിന്നന്റ മുടിവെട്ടി

തേയി കായ്ചക്കാരി.

ചിറ് ചിറ്നാ മുടി നെലംപറ്റി. പൊറപ്പുമുടീങ്കൂട കറുമ്പൻ ചീന്തി.

ചിന്നൻ തല തടവി. കിര് കിരാ കേട്ട്.

കറുമ്പൻ പുല്ലാങ്കൊയല് പാടി.

കുടിലിമ്മിറ്റത്ത്, വെളുത്തേം തേയീം

ചിന്നൻ, കറുമ്പന്റത്തും.

പാട്ട്, എല്ലാരുമുഞ്ഞീലും വേട്ടോയി.

കറുമ്പൻ പാട്ട് നിർത്തി.

അന്നേരം ചിന്നൻ, കൈത്താളോട്ട് പാടാന്തൊടങ്ങി.

കാട്ടിലും മേട്ടിലും മണ്ണിമ്മേ പച്ച പൊതയ്ക്കണ മണ്ണിന്റ മക്കള പാട്ട്.

"നീയിതെങ്ങന പടിച്ച് ചിന്നാ."

"വേങ്കൊയല് തൊട്ട് ചിന്നൻ ചോതിച്ച്.

"നീയിതെങ്ങന പടിച്ച് കറുമ്പാ."

"ഇക്കണ്ടായ മണ്ണിന്റ പാട്ട്.

ഇക്കണ്ട മരങ്ങള പാട്ട്.

ഇക്കണ്ട പുല്ലേള പാട്ട്.

ഇക്കണ്ട പൂക്കള പാട്ട്. ഇക്കണ്ട നീരൊയുക്കേള പാട്ട്. ഇക്കണ്ട വയ ലേള പാട്ട്. ഇക്കണ്ട ചേറ്റിന്റ പാട്ട്.

മണ്ണൊണ്ടാക്കീട്ടും മണ്ണില്ലാത്ത നമ്മള പാട്ട്.

"മണ്ണീ വെള്ളന്തൂവി കൊയച്ച് ഉരുവം കൊടുത്ത് വെന്തെടുത്ത് കാതീ ഊതി ചെമ്മം തന്ന് ആകായം കാണിക്കുമ്പം നമ്മളേലില്ലാത്തതെന്തര്.

കറുമ്പാ, നെന്നേം യെന്നേം ഒണ്ടാക്ക്യ കൈയേല് വെറുങ്കെയ്യ്യാ. അതാര് കാമ്മാൻ. കേപ്പാൻ. നീയുംല്ല നാനുംല്ല."

കറുമ്പന് ചിന്നനോട് കുരുത്തം തോന്നി.

"ചിന്നാ വാ നമുക്കൊരേടം വര പോാം."

"പയിഞ്ഞി കുടിച്ചിറ്റ് പോയീം അപ്യേളേ." വെളുത്ത വിളിച്ച്.

"വ്രാം."

അവര് നടന്ന്.

പുലിപ്പാറ കേറി.

കറുമ്പൻ എമ്പാടും തെരഞ്ഞ്. ല്ല ആളില്ല.

"യാര, തെരയണ് കറുമ്പാ."

"കുരു."

"ആര്ട"

"ന്റ, അല്ല, അമ്മള."

"വേലായ്യന്നാര കണ്ടില്ല.

ചിന്നൻ പറഞ്ഞു. 'ങ്ങളിരിക്കീം. നാൻ പോയേച്ചും ബരാം."

ചിന്നൻ പുലിപ്പാറ എറങ്ങി

•

മുടിയൊയിഞ്ഞ തലേല് ഉച്ചി പൊള്ളി.

കള്ള്കട, പടികടക്കുമ്പോ, പിന്നാമ്പൊറത്തൊരടി. ചിന്നൻ കമന്നു വീണു. മോന്തയടച്ചു.

"ആര്ടാ. ഏത് മെത്തനെടാ."

മൂന്ന്വേര്. കള്ള് കലക്കം കണ്ണില്.

"മേത്തനല്ല. കൊറവൻ" ചോരതുപ്പി ചിന്നൻ പറഞ്ഞ്.

"അത്തറയ്ക്കായോടാ പന്ന പുണ്ടച്ചിമോനേ. കുണ്ടക്കൊറവാ. ആര മോത്ത് നോക്ക്യോടാ പറേണത്. ആരെടാ പറഞ്ഞ നിന്റെ മുടി വെട്ടാൻ."

"അങ്ങനേല്ല കൊച്ചേമാനേ, എടാ തന്തയില്ലാക്കഴുവേറി, കുണ്ടക്കൊറവാ, ആരടാ നെനക്ക് ചെരച്ച. അതിന് തൈര്യോള്ള ഏതമ്പട്ട പൊലയാടിമോനൊണ്ടെടാ ഈ പൂമീല്."

"കൊണ്ട്വാടാ തീ."

ചിൻന്റ വായില് ചോരകുമറി. കടവായിലോട ചോരയൊറവ.

തലയില് കുറ്റിമുടി കരിയണ നെലവിളി.

ചിന്നൻ വിളിച്ചില്ല.

"ഇനിയീ തന്തയ്ക്കു മുമ്പണ്ടായോന്റ തലേ തേയ്ക്കാൻ ചന്നനം താടാ."

"അതിനെന്തേമാനേ അവന്തരും ചന്നനം. തൂറെടാ പന്ന."

"ചന്നനം വരണില്ലേടാ."

"എങ്കി ഇപ്പം ഞാന്തരാം ഏമാനേ ചന്നനം. ങാ, ദാ ചന്നനം എത്തിപ്പോയി."

ചിന്നൻ തീട്ടമണിഞ്ഞ്; തീട്ടവെളിച്ചപ്പാട്.

ആയക്കയത്തീ മുങ്ങിത്താന്നിട്ടും തീട്ടമയഞ്ഞില്ല. മണല് തലേതേച്ച് പൊട്ടിയൊലിച്ചിട്ടും യേമാന്റ നാക്കിന്റ തീട്ടോം അയിഞ്ഞില്ല.

തലേ നീര് കെട്ടി. പുണ്ണ് പിടിച്ച് പനിച്ച് കൊരച്ച് കെടക്കുമ്പം ആതിച്ചൻ വന്ന്.

ചിന്നൻ, തലേത്തടവി വെയ്ല്കാഞ്ഞ് പറേണ്.

"ആതിച്ചൻ വൈത്യൻ ഉച്ചിമൊതല് നെഞ്ചീവര ഒന്ന് തടവി. ഒന്ന് കുളിത്ത്. നീർക്കൊടം പൊട്ടുമ്പോല, ന്റ ദെണ്ണം മാറി."

ഇരുട്ടു വീയുമ്പം ചിന്നൻ പുലിപ്പാറ കേറി.

കറുമ്പൻ നെയലനക്കം കണ്ട്.

ചിന്നൻ

"നാനാണ്"

"യ്യെവ്ട്ന്ന് വരേണ്"

"ആതിച്ചൻവൈത്യന്റടുത്ത്ന്ന്"

"പടിക്കണ കാര്യം പറഞ്ഞാ. വൈത്യൻ യെന്തര് പറഞ്ഞ്."

"യ്ക്ക് പടിക്കണോല്ല്, വൈത്യരേ; അച്ചരം. പ്പം, പറേണ്. യ്യ് മാത്തറോല്ല. ല്ലാരും പടിക്കണം. പച്ചേ, ഇരുട്ടിന പേടിക്കല്ലും. എന്നും പറഞ്ഞ് ഒറ്റ നടത്തം."

"അങ്ങന പറഞ്ഞാ."

ചിന്നൻ പാറകേറേല്ല. പറക്കണ്. കാലിമ്മേ ചെറക് വിരിച്ച് പറക്കണ്.

"യ്ക്ക് പടിക്കണം. ന്ന പടിപ്പിക്കണം. കറുമ്പൻ പറഞ്ഞ യേകലവ്യനാവണം. യ്ക്ക്."

വേലായ്വന്നാര് ചിന്നന നോക്കി.

വേലായ്വന്നാര് കറുമ്പനെ നോക്കി.

"കറുമ്പാ നീ തന്ന ഗുരുദക്ഷിണ..."

വേലായ്വന്നാര് പിന്നേം ചിന്നന നോക്കി.

•

കന്നാലിപ്പറ്റം പുലിപ്പാറ കേറി. കാടും പൊന്തേം കടയ്ക്കാടും ഞറുങ്ങണോം. കാടെരച്ച് കെടക്കണ്. പറങ്കിമാന്തോപ്പില് വെയൽപ്പന്തൽ.

കുരുവും ചിച്യരും.

കുരുവോതി.

ചിച്യർ കാത് വെട്ടിപ്പിടിച്ച്. മാന്തോപ്പില നെയൽപ്പറ്റിൽ തറമിനുങ്ങി. അച്ചരം കുറിച്ചത് മണ്ണിലും മനതിലും. ഇട്ടിട്ടും നെറയാ മനപ്പൊത്ത്. വേലയ്വന്നാര് കോരി നെറയ്ക്കണ്. പാതാളക്കെണറ്പോല ചെന്നെറങ്ങി ചെന്നെറങ്ങി നെറയാത, നെറയാത്ത മനത്.

ചിന്നന്റ തല മിണ്ടാട്ടമില്ല.

കറുമ്പന് ചെലി കൂത്തത്.

പകലറുതിയില്ലാപ്പിടിത്തം. അച്ചരപ്പിടിത്തം.

അച്ചരനെഗളിപ്പിൽ കറുമ്പൻ പുലിപ്പാറ കേറി.

ചിന്നൻ പുലിപ്പാറ കേറി.

രണ്ടാളും മോന്തി പെരുത്ത് പുലിപ്പാറയെറങ്ങി.

രണ്ടാളും നെനച്ചു. രണ്ടാളും ഒറച്ചു.

ചിന്നാ, കറുമ്പാ ഇങ്ങനേല്ല. ആതിച്ചൻവൈത്യൻ പറഞ്ഞോാല, ല്ലാരും പടിക്കണം. ല്ലാരും പടിക്കണം.

അയിനെന്ത് വയി.

നാട്ടീക്കെടക്കണ യെല്ലാരിക്കും, വേലായ്വന്നാര് കുരുവാവണതെങ്ങന.

കുരു പറഞ്ഞു.

"നിങ്ങക്ക് ഗുരു ഞാൻ. നിങ്ങൾ നാലാൾക്ക് ഗുരുക്കന്മാർ. അക്ഷര ച്ചെപ്പേന്തി ചെല്ല്. ഞാനെന്നും കൂടെയുണ്ട്."

ആവാം. ചെവിക്കു ചെവി പൊറത്തറിയാമ്പാടില്ല. നാക്കും കാതും ഈയപ്പിഞ്ചിൽ നീന്തും.

എന്തര് ചെയ്യും.

നമ്മക്ക് നോക്കാം.

എങ്ങന.

നാക്കീന്ന്, ചോരാത്ത കാതില് നമ്മള് പെയ്യും.

"ചെരി" കറുമ്പൻ തമ്മതിച്ച്.

•

ആകായം മൂടി, ആളാരവം വിടാത പുളിനിന്ന്, പുളിക്ക് ചുറ്റും പൊന്ത നെറഞ്ഞ്. വന്നോരിക്കും നിന്നോരിക്കും തമ്മീക്കാണാം. പൊറത്ത് ന്നൊരാള് നോക്ക്യാ ഒന്നൂല്ല. മുതുക്കൻ പുളി തേയംമൂടി നിക്കുമ്പോല. പകല് കുട്ടി കുറുമാലേളെല്ലാങ്കുട കളിക്കാങ്കൂടി ആരവോട്ടതും പുളി, പൊറത്ത് വിട്ടില്ല.

രായ്ക്കുരാമാനം വന്ന്; പള്ളിക്കൂടം.

പേരെന്തര്.

മുരുകവിലാസം. പുളിമൂട്ടിൽ മുരുകവിലാസം. രാപ്പള്ളിക്കൂടം.

പകല് മുയ്യോൻ കെളച്ച്. വയലീപ്പണിചെയ്ത്. പുല്ലുറുത്ത്, മീമ്പീ ടിച്ച് നടന്നോര്.

ചിന്നനും കറുമ്പനും ചെന്ന്. മുഞ്ഞി മൊനങ്ങണതറിയാത പറഞ്ഞ് "ങ്ങള് ബരണേ."

"എട"

"പുളിമൂട്ടില്."

"ന്തരിനാ രാക്കളിയ്ക്കാ, കാക്കാരിസ്സ്യാ കത."

"ങ്ങള് ബരീം പൊറത്താരും അറീണ്ടാ."

"വെട്ടോം കൊണ്ടല്ലേ... രാത്ത്രി,"

"അത്തറ എടം വര വേണ്ട. തുരക്കളഞ്ഞിട്ട് ബരീം."

“പ്പം. ന്തരാ കൊയപ്പോണ്ട്. തമ്പ്രാനറിഞ്ഞാ.”

“അറീണ്ട. ങ്ങള് പോരീം. ങ്ങളില്ലേ.”

“യ്ക്ക് പേട്യാവണ്.”

“ങ്ങള് ബരീം. ബരണം. ങ്ങള പേര് ചേക്കേണ്. പ്പം രാത്ത്രി കാണാം. കാണണം. ചെരി, പണി നടക്കട്ട്.”

രാത്ത്രി ചൂട്ടിൻകറ്റേമായിവന്ന്; പേടിച്ച് അരക്കാതം തൂര കുത്തിയണച്ച്.

ഒന്നും രണ്ടും; തെറ്റയ്ക്കും കൂട്ടായും.

മോന്ത കാണാമ്പറ്റൂല്ല. പുളീട കൊടുഞ്ചോട്ടീ, വേരെടേൽ വെളക്കെരിഞ്ഞ്. വന്നോരിക്കറീണം.

“പ്പം, ങ്ങള ബിളിച്ചതെന്തരിന്”

“പടിക്കാൻ. പ്പം ആയാനേ*ട”

“മ്മള് തന്ന ആയാൻ. മ്മള് തന്ന കുട്ട്യോളും.” ചിന്നൻ പറഞ്ഞു.

‘ന്തരാണ് പടിപ്പീര്”

‘മാവാരതോ, രാമാണോ.”

“മ്മക്ക്, മ്മള അറീണ്ടേ.”

“പിന്നേ, കോയിന്നേമാന്റ വയലീപ്പണിക്ക്, ന്തരറിവാൻ. ഞാറുംചേറും പെണഞ്ഞോല്ലേ, മ്മള പേറും പെറപ്പും, അയ് തന്ന താരാളം.”

“അങ്ങനേല്ല, മ്മാളാര്? യെന്തര്?”

“ന്നാ, പറീം, മ്മളാര്.”

“ന്നാ, കേക്കീം... വസൂരിമാല പിടിച്ച ശിവപെരുമാളിന ചിത്സിക്കാൻ ആണും തൂണും. ല്ലാത പോയകാലം. അക്കാലം മൂലോകം മുപ്പത്തിമുക്കോടി തേവമ്മാരും എരിപിരികൊണ്ട് വേതനേം, ചലോം, വാടേം. പെരുമാളിന്റ മുക്കണ്ണീന്ന് പെറപ്പോണ്ടാക്കി മനിച ഉരുവം. അതാരാണ്. മ്മള കാരണോൻ. അവടന്നിങ്ങോട്ട് പെരുമാളിന ചീത്തേം ചെയ്ത് വേതീം[1] മാറ്റി പൂമിക്കൂടാൻ അനുമതീം നെന്റ പിക്കാലങ്ങള് സിത്താമ്മാ[2]രാവും എന്ന് വരോം. അപ്പടി വന്ന് പെറന്ന് വളന്ന് വളന്ന്... പ്പം മ്മള് തളന്ന്. ഇതത്തറേം നല്പോതില് പോകതയോ.”

വേല ചെയ്യണ വെരളേള്. വയക്കമില്ല. വട്ടം വട്ടം അച്ചരം. പൂയിപ്പരപ്പില് വെരലൂന്നി. മണ്ണീന്ന് വെരലിലൂട മനതിലേക്ക് ചോരയോട്ടം കനക്കണ്.

പാത്തുപതുങ്ങി പിന്നേം പിന്നേം മുരുകവിലാസം രാപ്പള്ളിക്കൂടം ചൂട്ടുകറ്റ നെറഞ്ഞ്.

ആള് മൂടി ആകായം മൂടി മറകൊണ്ടത് മുതുമുത്തൻ പുളിമരം.

•

മുറിവെടുക്കും നീരൊയുക്ക്. അരയ്ക്കുമ്മീത വെള്ളത്തീ, ആതിച്ചൻ വൈത്യര്.

“കൊണ്ടുവാ തുമ്പേല”

* ആശാൻ 1. അസുഖം. 2. സിദ്ധിയുള്ളവർ.

എല വന്നു. കുമ്പളങ്ങ. കോയിമുട്ട.

ആതിച്ചൻ വൈത്യൻ ചോതിച്ച്.

"എങ്ങട്ട് പോണം എല"

കണ്ടവരക്കേം കേട്ടവരക്കേം അകതാരി പറഞ്ഞ്. 'എന്തര് അന്തം കെട്ട ശോത്യം. കീപ്പോട്ടല്ലേ നീറ്റി[1] ലെല നീന്തൂ. അതും മുറിതുള്ളും വെള്ളത്തീ.

ആതിച്ചൻ വൈത്യൻ എലവാങ്ങി വെള്ളത്തീ വെച്ച്. നീർക്കുത്തി. എല അനക്കം കെട്ടു. പന്തം ചാർത്തി. തെള്ളിയെറിഞ്ഞ് കുമ്പളങ്ങ; മുട്ട ഒറ്റവെട്ട്.

വെള്ളത്തി മേപ്പോട്ട് എലേം ഒരുക്കും പാഞ്ഞ്.

വൈത്യൻ കരേക്കേറി. ചുറ്റുംമിറ്റും നോക്കാത, കണ്ണും കോണും അറിയാത, കാതും ചുണ്ടും ഞറുമ്മാത വെച്ചടിച്ചു.

അതിശ്യേം. അതാ വരണ്. തുമ്പെലേം ഒരുക്കും. തെറ്റിപ്പൂങ്കൊല ചെത റുമ്പോല നെണം തൂവി.

യാര്? യാരാണ് ചേതം ചെയ്തത്. അവൻ നീറ്റടയ്ക്ക മുറിക്കുമ്പോല ഉള്ളം കീറി ചോരകക്കി.

നാക്കെടുക്കുംമുമ്പേ ചെയ്‌വന തിരിച്ചേറ്റു.

ആതിച്ചൻ വൈത്യൻ കള്ളുകടേടെ വടക്കേമ്പൊറത്ത് ചെരട്ടകണക്കിന് കള്ള് വെച്ച് കണക്ക് പറഞ്ഞ് മോന്തീട്ടും മോന്തീട്ടും തീരണില്ല.

ആരാണാ, എന്തരോൻ. ചിന്നന്റ തലേ തൂറിത്തേച്ച എന്തരോൻ... കോയിന്നൻ യമ്മിത്തമ്പ്രാന്റ മൂത്ത പിള്ള. മ്മള കൊച്ചേമാന്റ ശിങ്കിടി, തെക്ക,... അവനേ.. അവൻ."

തേയി ഒറക്കച്ചിരിച്ചു.

വെളുത്ത, ആതിച്ചന തന്ന നെനച്ചു.

കേട്ടോരൊക്കേം പറഞ്ഞ്.

"ഞ്ഞി മ്മള തൊട്ടാ, വൈത്യനൊണ്ട്. മ്മള ആതിച്ചൻ വൈത്യൻ"

•

"കിള്ളിയാറ്റിന്റ ആതീല് പോയിരിക്കോ, ആതിച്ചൻ വൈത്യര് വിട്ട ഒരുക്ക്." കറുമ്പൻ, ചിന്നനോട് ചോതിച്ച്

"മ്മള, ആറ്റിന്റ ആതിയേടേണ്."

"യ്ക്കറിഞ്ഞൂട"

"യ്ക്കും."

"മ്മളറിയണ്ടേ, മ്മളാറിന്റെ ആതീമന്തോം."

"പിന്നേ."

''മ്മക്ക് ആതി തേടി പോയാലാ"

"എപ്പം"

---

3. വെള്ളത്തിൽ

"ഇപ്പം"
"പോം."
"പോം."

കുന്നെറങ്ങി. വയലെറങ്ങി. ആറ്റെറമ്പെത്തി. ഒയുക്കിന്നേറ്റേ കരവാരം രണ്ടോരും നടന്ന്. മണലും ഉരുളങ്കല്ലും. കണ്ണീര് വെള്ളം.

മാങ്കുടി മുത്തപ്പന്നടേ എത്തി. നമിച്ച് കെതപ്പാറ്റി. മുറുക്കാൻ വെച്ച് കുറ്റോം കൊറവും വരുത്തല്ലേന്നോതി. പാറക്കൂട്ടം താണ്ടി നടന്ന് തത്ത ക്കോടെത്ത്യേപ്പം ആറ് പെളരണ്. എന്തര് ചെയ്യും.

രണ്ടോരും രണ്ടു വയി.

പാങ്ങോട്. മൂഴി. കൊല്ല. പനവൂര് ചെന്ന് കറുമ്പൻ.

ആറെയഞ്ഞ് മെലിഞ്ഞ് തോടായി. വെറും ചാലായി പൊളവന[1]പ്പോല നീന്തി.

ചീരാണിക്കര കുന്നുകേറി തീർത്ഥങ്കര എത്തി.

ഒരു പാറപ്പൊത്തീന്നൊറവ.

ഓടത്തണ്ടൊടിച്ച് പൊത്തിച്ചെരുവി; തൂമ്പ്[2] കറുമ്പന് അടക്കാം വയ്യാത്ത താവമടക്കാന്തൊടങ്ങി.

നാഗരച്ചേരി ആറ് തിരിയണ്. ആന്നാട് ചെന്നപ്പം പിന്നേം എയപിരി യണ്. പുല്ലേക്കോണം, പടത്തമ്പാറ, കരിങ്കട, ചുള്ളിമാനൂര്, മൊട്ടക്കാവ്.

വലിയ നീറ്റൊലിവ്[3] നോക്കി ചിന്നൻ പാഞ്ഞ്

മൊട്ടക്കാവെത്തി.

ഒരോലീല്[4] അങ്ങേത്തലയ്ക്കേന്ന് 'ഗ്ലും ഗ്ലും' നീര് പൊങ്ങണ്.

രാത്ത്രി.

മാങ്കുടി മുത്തപ്പന്നടേ തൊയ്ത്.

കറുമ്പൻ പറഞ്ഞ്.

"ഒരു തുള്ളി വെള്ളോംല്ല ഒരാറ്."

ചിന്നൻ പറഞ്ഞ്.

"ഒര് തുള്ളി വെള്ളത്തീ ഒരൊറൊണ്ട്. മ്മള്, ആറ്റിന്റ ആതിമന്തോം തെരയര്ത്. ആതിച്ചൻ വൈത്യന്റ ചെയ്തീം തെരേല്ലും."

•

തേയിക്ക് പെടോട*

ചെറുക്കൻ. കറുമ്പൻ.

കൊറവെന്തര്. അച്ചരം പടിച്ചോൻ. തേയങ്ങൾ ചെന്നും മുടി മുറി പ്പോൻ. വേങ്കൊയലൂത്തുകാരൻ.

പ്ടാകക്കാര് വെളുത്ത്യോട് ശോത്യം

"വൈത്യനേട, ആതിച്ചൻ വൈത്യനേ."

"നാടെല്ലാം തേയം. തേയക്കാര് ഒടപ്പെറപ്പ്. മരുന്നും മങ്ങിണീമായി

1. നീർപാമ്പ്. 2. ഓവ്. കുഴൽ. 3. നീരൊഴുക്ക്. 4. നീർച്ചാല്
* പുടവ കൊടുക്കൽ കല്യാണം.

മനിചരകൊാറ തീക്കാൻ അവൻ പായണ്. മുത്തപ്പമ്മാരേ നിങ്ങ കാത്തോ."

ചിന്നൻ നാലുംകൂട്ടി മുറുക്കാൻ കൊടുത്തു.

പൊകേല, ത്തിരി കൂട്ടിക്കൊടുത്തു.

കുരുകാരണോമ്മാര്. അപ്പനപ്പൂപ്പമ്മാര്. തന്ത താവയിക്കാര്. കുടിക്കാം വെച്ച്. തിക്കെട്ടും കാക്കും തൈവങ്ങക്കും മണ്ണ് കാക്കും മാളോരമ്മയ്ക്കും മുറുക്കാൻ.

പെണ്ണേക്കാൻ കറുമ്പന്നൊപ്പം, ചിന്നനൊണ്ടായി.

വലിയമല കറുമ്പൻ കുടിലൊണ്ടാക്കി. അവന്റ വെന്തുക്കൾ അപ്പൻ വയി അവടൊണ്ട്.

"യെന്തരിന് പോണ്. ഇരിയ്ക്കാടം മുട്ടിപ്പോയാ." വെളുത്ത പ്നാറ്റി. "കാടും നാടും പന്തീരാണ്ട് നടക്കണ ആതിച്ചൻ. തേയീം പോയാ."

കൺചിറുന്നു. വെളുത്ത.

"അങ്ങനേല്ലല്ലാ. നമ്മക്കക്ക ഓരോ തായക്രമോം ല്ലേ. കെട്ട് കയിഞ്ഞാ ആം വീട്ടീ. അതല്ലേ വയക്കം."

"ങ്ങനത്ത, തായക്രമത്തീന്നന്ന, ന്നേം കെട്ട്യേത്. ന്നിട്ട്." വെളുത്ത പറഞ്ഞു.

ചിന്നൻ എടപെട്ടു.

"കറുമ്പാ അപ്പച്ചി പറേണേലും ഒണ്ട്ത്തിരി കാര്യം. ങ്ങള് ഈടക്കുടീം. പച്ചേ, മൊറതെറ്റാത, ങ്ങള്, ന്ന് വല്യമലേ പോയീം. ഈട നാനൊണ്ട്. അപ്പച്ചീ, ങ്ങള് കേക്കീം. മൊറപ്പടി അവര് പോട്ട്. ഈട ഇപ്പം ങ്ങളൊക്കെ, ല്ലേ.. കറുമ്പൻ എന്തര് പറേണ്."

കറുമ്പൻ തേയ്യേ നോക്കി.

"മ്മക്ക് തിര്യ വരാം."

"ചെരി"

വെന്തുക്കൾ തമ്മതിച്ച്.

കറുമ്പനും തേയീം കുന്നെറങ്ങി.

വെന്തുക്കൾ കുടിച്ചു. പൊകച്ചു. മുറുക്കി. തമ്മീ പറഞ്ഞു. വെന്തു വെലം കൂട്ടി. പരാതീം പാങ്ങുകേടും പറഞ്ഞു.

പെണ്ണെറങ്ങി മറഞ്ഞപ്പോ, വെളുത്തയ്ക്കുള്ളി തീകേറി. കാരണോമ്മാരൊന്നിച്ച്. പെരച്ചത്തിന് തക്കം കൂട്ടി.

ആണും പെണ്ണും പൊരുത്തപ്പടി വായ്വതു[2] കാൺമേണ്ടതല്ലേ.

വാത വയിച്ചൂട്ട് തെളിക്കും.

വെളുത്ത മനതർപ്പിച്ച്.

"ആതീച്ചനൊണ്ടാരുന്നേങ്കി."

•

വേട്ടമ്പള്ളിത്തമ്പ്രാന്റ മുമ്പീ ആതിച്ചൻ.

"നീയാണ്ടാ മന്തറാതി."

---

1. ഇല്ലായ്മ. 2. വാഴേണ്ടത് ജീവിക്കേണ്ടത്

പാളത്താറോളം മുട്ടി, കുമ്പിട്ട്, അടി അകന്നു നിന്ന്.
"നെന്റെ പേരെന്തറാ."
"ടിയാൻ"
"അല്ലാ, നെന്റ് പേര്.. പേര്."
"ആതിച്ചൻ."
"ആദി ഈശൻ. ഉം ജാതീല്."
"കൊറവൻ."
"വൈത്യനാൺടാ."
"അങ്ങനല്ലേ, മ്പ്രാ."
"നെനക്ക്, മന്ത്രോണ്ട്."
"അറീല്ലേ."
"നെന്റ മാടന്റേം മറുതേടേം ശക്തി. ഒന്നു കാണീടാ."
"മ്പ്രാൻ, കനിഞ്ഞ് പറയീം, ടൃന് ആവണേണങ്കി...."
"ആ തൊടീക്കെടക്കണ അയണി കണ്ടില്ലേ. കഴിഞ്ഞ മഴേത്ത് ചൊവട് പറിഞ്ഞു. കാലം കഴിഞ്ഞു. അത് നമ്മട കൈതത്തോടി പാലാക്കണം, കഴ്യോ."
"അടൃനറീല്ലേ."
"നിന്റെ ദുഷ്ടശാചുക്കൾക്ക് ശക്തി തീരെ പോരേ."
"ടിയൻ ടിയന്റെ തൈവങ്ങളെ ബ്ളിക്കാം. പച്ചേ"
"ങും, ന്താ."
"ടിയനത് രാത്ത്രി ചെയ്യാം. അയ്ന്, മ്പ്രാന്നിത്തിരി മെനക്കേടോ, ന്തോ."
"ന്താൺടാ"
"ത്തിരിപ്പോലം അവലും ഒരു കുടുക്ക കള്ളും. ത്ത്രി തെറ്റിപ്പൂവും."
"ഇതാണോ, ഇത്തര കാര്യം"
"ങ്ങനല്ലേ, ല്ലാം മ്പ്രാൻ പെറന്നോടി മിറ്റത്ത് തുമ്പെലേ വെക്കണേ. യാരും കാണാമ്പാടില്ലേ."
"അത്, നെനക്കങ്ങട് ചെയ്തൂടേ."
"മ്പ്രാൻ... ആവശ്യം മ്പ്രാനല്ലേ. അതോണ്ടാണേ."
"ശരി."
തമ്പ്രാൻ പെറപ്പുപോല മിറ്റത്ത് ഒരുക്കിണക്കി.
ആതിച്ചൻ വൈത്യൻ തൊടീല് പറന്നെറങ്ങി. അയണി, വക്കാണീ കമ്പക്കയറിട്ട്. തോളിച്ചേത്ത് വലിച്ച്. ആന മുക്കറയിട്ടിട്ട് അനങ്ങാത്തടി തൊടീന്ന് കുന്ന് കേറി. കൈതത്തോട്ടീ പാലോയി.
തമ്പ്രാന്റ മിറ്റമെത്തി. ഒരുക്കൂട്ട്യ അവലും കുടുക്കക്കള്ളും സേവിച്ചു. തെറ്റിപ്പു മൂവട്ടം ഉയിഞ്ഞ് അയണിപ്പാലത്തിന്റ തിക്കിലേക്കെറ്റി.
അകത്തളത്തില് ചെന്നലീക്കൂട തമ്പ്രാൻ. ആതിച്ചൻ വൈത്യന നേരീക്കണ്ടു.
ആര് കേറ്യേറങ്ങ്യാലും കുലുങ്ങാത്ത പാലം.

തമ്പ്രാന കാണുമ്പയേ ഉരുളണ പാലം.

•

വയറ്റിച്ചുലിയെ കാമ്മാൻ വന്നോരൊക്കേം ചോയിച്ച്.

കടിഞ്ഞൂലി[1] നെനക്ക് തിമ്മാൻ തോന്നണതെന്തര്.

പുളിച്ചിമാങ്ങ കരുമുരാ തിമ്മണോ, പുളിങ്കുരു ചുട്ടുതിമ്മണോ. അയ ണിക്കുരു വറുത്ത് തിമ്മണോ.

തേയി ആരുങ്കാണാത കരിക്കട്ട തിന്ന്.

ആറ്റെറമ്പി തെളുതെളാ മിന്നണ മണലിമ്മേ നാക്ക് കൊതിമുറിച്ചു.

കരട്ടി, പൊത്ത, മാനത്ത്കണ്ണി, പൊടിമീന് വറ്റിച്ച് മരിച്ചീനി ഊറ്റി യെറക്കി, വെളുത്ത, മുമ്പീകോരിവച്ച് "തിന്നപ്പി"

ഇച്ചെമ്മം 'ങ്ഹേഹേ.' തേയി അകമ്മതി കാട്ടി.

അവളോക്കാനിച്ചു. മരച്ചീനീം വയല്മീനും കളഞ്ഞ് അവളോടി. പോഞ്ഞൂട്ടി[2]ത്തേട്ടി പിന്നാമ്പൊറത്ത് 'ബേ ബേ' കൊടലെളക്കി.

'തെന്തര് തൊന്തരവ്' വെളുത്ത ഞായം കുറി.

കറുമ്പൻ, പകലെരവ് തേയിക്കായി പണിതു.

കുടുമ്മം വലുതാവേണ്.

ചിന്നൻ, വേലകയിഞ്ഞ് വരുമ്പോ, വേണ്ടേം വേണ്ടാത്തേം പാളേ ക്കെട്ടി.

വെളുത്ത പുന്നരിച്ച് പുന്നരിച്ച് മതിയാവാത കൊച്ചേ, അപ്പീ എന്ന് നൂറാം വട്ടം വിളിച്ച്.

"കൊച്ചേ, താണ്ട, ചിന്നൻ കൊണ്ടന്നത്" എന്നുരുവിട്ട് ചെല്ലുമ്പോ തേയി വടക്കേമ്പൊറത്തിരുന്ന് 'പില്ല്' തിന്നണ്. പശു, അയവെട്ടണ്.

'ആതിച്ചനൊണ്ടാരുന്നെങ്കീ, ന്റ മുത്തപ്പമ്മാരൊ, ചത്തൊയിഞ്ഞ് തല യ്ക്കുമ്മേ നിക്കണോരേ, തിക്കെട്ടും കാപ്പോരേ, നാനെന്തര് കാണേം കേക്കേം ചെയ്യണ'

•

ആതിച്ചൻ വൈത്യൻ ഒന്നും ചെയ്തില്ലെന്ന്.

"വ്യാക്ക് മാറ്യാൽ, ല്ലാം മാറി" എന്നുരിയാടി നെടുനീളത്തി മൂളിയേ മ്മേച്ച് അടുപ്പുചാമ്പൽ തിരുനുറെടുത്ത് കണ്ണ് മുഞ്ഞി തലമേലെറിഞ്ഞ് വെരല് ഞൊടിച്ച് തെക്കോട്ട് മാടി. "അപ്പനിത്തിരി കള്ള് വെയ്ക്കീം കന്യാ വേക്ക്* കരിവളേം" എന്നും പറഞ്ഞ് കുന്നെറങ്ങി.

തേയി അടുക്കളേലേക്കോടി. അവക്കിപ്പം വെയപ്പ് ഒടുക്കത്തെ വെയപ്പ്.

കലം പരണ്ടണ്. മീഞ്ചെട്ടി വടിക്കണ്. കഞ്ഞോള്ളം മോന്തണ്.

1. ആദ്യ ഗർഭം. 2. ദഹനക്കേട്

* കന്യകയായ ചാവ്, കന്യകയായി മരിച്ചവരുടെ ആത്മാവ്.

ഏമ്പക്കം വിടണ്.

കറുമ്പൻ വന്നപ്പം നാണിച്ച് നോക്കണ്.
വയറ്റിച്ചൂലിക്ക് ആകച്ചടവ്.
ങ്ങന പോയാൽ ഊതളിക്കും പെണ്ണ്.
കാലത്തും വെയിട്ടും നേരിനും ചൊവ്വിനും
വാരിവലിച്ചങ്ങ് തിന്നേം പണിയേം
എന്നാലല്ലേ പെണ്ണൊരു പെണ്ണാവൂ.
പേറൊരു പേറാവൂ.

•

"ആളെണ്ണം കൊറയണല്ലാ." ചിന്നൻ പറഞ്ഞ്.

"യ്ക്കും മനതിലാവണ്" കറുമ്പൻ പറഞ്ഞ്.

തെറ്റീം തെറിച്ചും പുത്തനാരും ചെലരെത്തി.

"ന്നല, വര വന്നോരെവ്ട"

"ആത്തുങ്ങള് വന്ന്ല്ലല്ലാ."

"ന്തരാണ് കാര്യോന്ന് ങ്ങള് തെരക്ക്യാ"

"ആത്തുങ്ങള് പറേണില്ല."

"മ്മള കാരിയോം പാങ്ങില്ലാതാവേണ്."

"തെളിച്ചു പറയീം ന്തര് പെണഞ്ഞ്."

"തമ്പ്രാന്റ ചെവീലെത്ത്യേയ്ക്കല്ലേ, പൂച്ച് പൂച്ച്."

"വായിക്കൊള്ളാത്ത ചീത്തേം വിളിച്ച് തമ്പ്രാൻ പറേണ്. തമ്പ്രാന്റ ചെലവീ പള്ളിക്കോടത്തി ചെരയ്ക്കാമ്പോണ ഒർത്തനേം വയലീപ്പണിക്ക് ബേണ്ട. പണേപ്പണിക്ക് ബേണ്ട. തെങ്ങിക്കേറാനും കമുക്കേറാനും ചാണാം വാരാനും കെളയ്ക്കാനും ഒന്നിനും ബേണ്ട. അത് കേട്ടപ്പം ആത്തുങ്ങള്... കറുമ്പന്റേം ചിന്നന്റേം അച്ചരം ബേണ്ടന്ന് പറേണ്. ന്നിറ്റും അച്ചരം പിടിപ്പിക്കണെതാരെന്ന് മാത്തരം പറേണില്ല. ആത്തുങ്ങള് തമ്പ്രാനോട്."

"യീ പുത്തനാര്, യാര്"

അവര് ചെവീ പറഞ്ഞ്. "യെമ്മിത്തമ്പ്രാന്റ ഒളിയോൻ."

"ത്തറേം അകമ്മതി നടന്നേക്കണല്ലാ."

"അതോണ്ട്, യിനി, രാപ്പള്ളിക്കൂടം, ല്ല." ചിന്നൻ പറഞ്ഞ്.

"ങ്ങളെന്തര് പോയത്തം പറേണ്." കറുമ്പൻ ചോയിച്ച്.

"ന്ന് മ്മക്ക് പടിത്തം ബേണ്ട." ചിന്നൻ പറഞ്ഞ്. "ങ്ങള് ന്ന്, പോയീം ബരേണ്ട നാള് എപ്പയെന്ന് മ്മള് പറയാം."

കുട്ട്യോള് പോയി. പുളിഞ്ചോട്ടി വെളക്കെരിഞ്ഞ്.

"ഒളിയോമ്മാര, മ്മക്കെന്തര് ചെയ്യാനൊക്കും, യെല്ലാം, മമ്മള ചോര. കൊന്നാലും വളത്യാലും മ്മക്ക്."

"പടിക്കണോര്, ബരട്ട് കറുമ്പാ. കൊറച്ചീസം ഈട പടിപ്പീര് ബേണ്ട. എടം മാറ്റി എടം മാറ്റി ഒളിയമ്മാരല്ലാത്ത, പേടീല്ലാത്ത, കൊറച്ചോര പടിപ്പിക്കണം. മ്മള് പടിക്കണം. ഉയിര് പോവും വര മ്മള് പടിച്ചേപറ്റൂ. പടി

പ്പിച്ചേ പറ്റൂ. കൊറച്ചോസം ഞാങ്കാണൂല്ല. കറുമ്പൻ യെല്ലാം നോക്കി നടത്ത്.”

പറഞ്ഞേമ്മെച്ച് ചിന്നൻ ഇരുട്ടില് എറങ്ങി.

കറുമ്പൻ കിട്ടണോര കിട്ടണോര അച്ചരം പടിപ്പിച്ച്. മോന്തി കറുക്കുമ്പം മേലാളറിയാത വരണോരേം കൂട്ടി ഏടെങ്കിലും മറഞ്ഞ് ഏടെങ്കിലും കൂടി.

ഒരോസം എടവരമ്പിക്കൂട വര്മ്പം വയലൊർക്കണെ പാക്കരൻ വിളിച്ച്.

“കറുമ്പാ...യ്ക്കിപ്പാം.. ന്റേം പാത്തേന്റേം പേരെയ്താമ്പറ്റും. ദാണ്ട.”

പാക്കരൻ കാലോണ്ട് ചെളീലെയ്തി. ന്നിറ്റ്, അടക്കാം വയ്യാത ചിരിയോട് ചിരി. തുപ്പക്കോളാമ്പി മറിഞ്ഞ് മേത്ത് മുയ്യോൻ ചോപ്പണിഞ്ഞും ചിരി.

“പ്പം, അത് മാച്ചോ ഉള്ളീന്ന് മായ്ക്കണ്ട. ങ്ങള് രാത്ര്രി വരോല്ലാ.”

ചിരിച്ചോണ്ട് കറുമ്പൻ ചോതിച്ച്.

പുളിമൂട്ടില് വെളക്ക് തെളിഞ്ഞ്.

ചിന്നൻ എത്തി. കൂട ഒരാള്.

കറുമ്പൻ വന്ന്.

പടിക്കണോരും ഒന്നും രണ്ടും വന്ന്. പന്തറണ്ട്.

നമത്തേന്ന് കാണേണെങ്കിലും ഓലത്തടുക്കീന്ന് എയുന്നേറ്റ് ചുരുചുരുണ്ട മുട്യേള് പിന്നോട്ടൊതുക്കി പുത്തനാര് ല്ലാരേം ഒന്നൊന്ന് തൊയ്ത് പല്ലില്ലാതേ ചിരിച്ച്.

“നാൻ, അയ്യപ്പൻ... കാക്കാൻ... ങ്ങള തൊന്തം. മ്മളെല്ലാം തൊന്തക്കാര്”

ചിന്നൻ പറഞ്ഞ്.

“ത്തേം ബന്നത് ചുമ്മേല്ലാ. മ്മള് അച്ചരപ്പടിത്തങ്കൂടാത കാക്കാരിസ്സീം പടിക്കും. മ്മള, കൊലമറിഞ്ഞ കളി. മ്മക്കത് പടിക്കണ്ടേ. പടിക്കാം.”

മുറുക്കാൻ വെച്ച് തൊയ്ത്, അയ്യപ്പൻ കാക്കാൻ ചൊവട് വച്ച് വായ്ത്താരി ചൊല്ലി.

ചിന്നൻ കൂടച്ചേന്ന്.

“മ്മളിത് കണ്ടിറ്റേയൊള്ള്. പിന്നെങ്ങന ചവിട്ടും.”

പടിക്കണോര് ചോതിച്ച്.

“മ്മള് ചേറങ്ങന ചവിട്ടിയടിക്കും. മ്മള് കൊയ്തെങ്ങന ഏറും. മ്മള് കറ്റയെങ്ങന ചവിട്ടിമെതിക്കും. മ്മള് നല്ലോളവെങ്ങന ചവിട്ടിപൊയിക്കും. അമ്മട്ടീ ത്തിരി മാറ്റിച്ചവിട്ടി, ചൊവടൊറപ്പിച്ച് നടനം ചെയ്യ്. കൊറ്റനുതിക്കും മൊതല് മോന്തിവര ചേറും ചൊമടും ആടുന്നോന് ഇച്ചൊവട് വെയ്പാൻ വരുത്ത*മെന്ത്. മ്മക്കേ, യിതു കയ്യൂ. പ്പം, ങ്ങക്ക് അച്ചരോമൊണ്ട്. കാക്കാരിസ്സി പടിക്കാൻ യിനിയെന്തര്, നാളും പക്കോം കൊള്ളാം. വെളക്ക് തൊയ്ത്. മണ്ണിമ്മേ നമക്കരിച്ച്, ഓരോ മുറുക്കാൻ വെച്ച് തൊടങ്ങീം.”

---

* പ്രയാസം.

ല്ലാരും മുന്തി അയിച്ച് മുറുക്കാനെടുത്ത്. കുരുത്തോറ്റം ഏറ്റി.
അയ്യപ്പൻ കാക്കാൻ ചൊല്ലി; ആടി.
ചിന്നൻ പാടി. നെറഞ്ഞാടി; ആയാനൊപ്പം.
കറുമ്പനും കൂട്ടരും ചൊവടൊറപ്പിച്ച്.
മുരുകവിലാസം രാപ്പള്ളിക്കൂടം.
രാനെഞ്ചീ കുത്ത്യ പന്തം.
രാവരങ്ങ്.
ചിന്നനും കറുമ്പനും കാക്കാരിസ്സി ആടണ്.
'തോം തോം തിത്തൈ
താകിടതകി
തക്കുതിക്കുതകതിത്താം
തിത്തിതിങ്ങണാങ്കുതിമിതാം
കിടതകി തക്കം-തിക്കം-തോം
തിമിന്തക തോം
തിമിന്തക തികിതക
തിത്തി തത്തക തത്തത്താം
തിത്തീതത്തക തിത്തത്താം
തിത്തീ തത്തക തിത്തീതത്തക
തിത്തി തിത്തി തൈ..
തികിത തൈ..
ചിന്നൻ കാക്കാൻ
'തികിതകതക
തക്കൊടുതിമിന്തിമി തളാങ്കിതോ'
കറുമ്പൻ തമ്പ്രാൻ
'തരികൊടുതിമിന്തിമി തരികൊടുതിമിന്തിമി
താകതെയ്യത്താം
തൊങ്കത്തക്ക തരികിണതോം'
കൊറവനും കൊറത്ത്യേളും
തമ്പ്രാൻ: ടേയ്, കാക്കാനേ
കാക്കാൻ: മ്പ്രാനേ
തൊങ്കതക്കതരി - കിണതോ
തമ്പ്രാൻ: നെന്റ കളികണ്ടിട്ട് കൊറേ നാളായല്ലോ
കാക്കാൻ: അയ്നെന്തമ്പ്രാ, കെണവതീ[1] വാത്തിതുതിച്ച്[2] കാക്കാൻ
തൊടങ്ങാമേ
തക്കൊടുതിമിന്തിമി
തരികൊടു തിമിന്തിമി
താകുതെയ്യത്താം
തൊങ്കതക്കതരികിണതോം...

1. ഗണപതി. 2. വാഴ്ത്തി സ്തുതിച്ച്

തമ്പ്രാൻ: നെന്റ കാക്കത്ത്യോളോ

കാക്കാൻ: ന്റമ്പ്രാനേ...

അയ്യപ്പൻ കാക്കാൻ പോയേപ്പിന്ന, ആയാൻ ചിന്നൻകാക്കാൻ. എടേങ്കിലും കളിത്തറേന്ന് അയ്യപ്പൻകാക്കാൻ ആളയച്ചാ, ചിന്നനും കറുമ്പനും ആട്ടത്തിന് പോയി.

മുരുകവിലാസം കാക്കാരിസ്സി കളിത്തറേ, പാക്കരൻ പറഞ്ഞ്.

“ആയാനേ, ചിന്നൻ ആയാനേ, ങ്ങള് പാത്ത് നടക്കണേ. യമ്മ്യേളും ചിങ്കിട്യേളും ങ്ങള പിടിക്കാൻ നടക്കേണ്, കളിത്തറേ, ആരൊക്കേണ്ടന്ന് ആരായാൻ ചട്ടം കെട്ട്യേക്കണ്. പസ്സേ, മ്മള് ചെയ്യണത്, മ്മള കൊലത്തിന്റ കളിയല്ലേ. അയിനെന്തര് തോയം*. ആത്തുങ്ങള് കളിച്ചോട്ട് എന്ന് പറേണോരുമൊണ്ട്.”

“ന്നാ, മ്മക്ക് കാക്കാരിസ്സി, അരങ്ങേറ്റം ചെയ്യാം. ല്ലാരും ഒരുങ്ങീം. ഗഞ്ചിറേം ഡോലക്കും ബെച്ച് ഒന്ന് ചിട്ടപ്പെടട്ട്. കൊയ്ത്ത് കയിഞ്ഞാ, മ്മക്ക് ‘ചങ്കരലീല’ ആടണം.” ചിന്നൻ പറഞ്ഞ്.

“എട ആടാം.”

“സംസ്യേന്തരിന്. മാങ്കുടി മുത്തപ്പന്നട, ആത്തറ.”

കളിക്കാര് തന്തോയംകൊണ്ട്.

പയ്യപ്പയ്യ ഓരോ കാതിലും കളികത എത്തി. മ്മള ആളേള് മാത്തറം മതി.

കൊയ്തൊയിഞ്ഞ്. വയലൊയിഞ്ഞ്.

മാങ്കുടി മുത്തപ്പന്റാത്തറേ, കാടൊതുക്കി കളമൊരുക്കി.

കാള്യേമ്പി മുത്തപ്പൻ പെരച്ചൻ, പടുക്കയിട്ട്.

മണ്ണോരമ്മച്ചിക്ക് മുറുക്കാൻ. കരിങ്കാളിക്കും ചാത്തനും ചൊടലമാടനും തേയപ്പൊരുമയൊത്ത മുത്തപ്പനും കള്ള്; അവല് മലര് പയം ചക്കര; പടുക്ക. അന്തിപ്പൊലരി കള്ള്; ചാരായം.

നെറക്കായ്ചയ്ക്ക് പന്തം. തൊള്ളിയെറിഞ്ഞ് പെരച്ചൻ കാള്യേമ്പി ഒച്ചയിട്ട്.

“ങ്ങളെടുത്തേമ്മെച്ച്, ഇക്കുരുന്നേള, ആട്ടം പെയക്കാത, നോട്ടം മൊടക്കാത, ചൊവട് കണ്ണ് കയ്യേള്, മെച്ചം ചൊല്ലി ആടട്ട് കാച്ചവ്ട്ട് പൂമിക്ക് പാരപ്പെടല്ല്. പെരുമ കൂട്ടണം. ങ്ങളേ, ഈത്തുങ്ങക്ക് തൊണ.”

കളിത്തറേ പന്തം തെളിച്ച് കാക്കാരിസ്സി ആടി.

കളിയേറണ്. കാണികള് രസിക്കണ്. തമ്മീപ്പറയണ്. നാട്ടരങ്ങില് കാക്കാരിസ്സി തെളതെളങ്ങണ്. കളികയിഞ്ഞ് കറുമ്പൻ തമ്പ്രാൻ ചൂട്ടും മിന്നിച്ച് വയി നടന്ന്. തേയ്യേ കാണണം നെറവയറ്. കണ്ടേ പറ്റൂ. കണ്ടേപ്പിന്ന കളിയോകത്തില് എത്തേം ബേണം. കളി എനീം നന്നാബണം. ചിന്നൻ ചേർപ്പ്കൾ കണ്ട് ബ്രും. നന്നാവും.

---

* ദോഷം

ഭാഗം രണ്ട്
അമരവാഴ്വുകളിങ്ങനെ

ജീപ്പിനുള്ളിലേക്ക് കയറുന്നതിന് മുമ്പ് അയാൾ, രഘൂത്തമനെ തിരിഞ്ഞൊന്നു നോക്കി. നിനക്കറിയില്ലേ ഇതു ഞാനാണ്.

കോളനിയിലേക്കുള്ള പ്രധാന കവലയായിരുന്നു. അവിടെ നിന്നും പൊട്ടിയടർന്ന സിമന്റ് സ്ലാബ് ചവിട്ടിക്കയറുക. സ്ലാബിനു കീഴിൽ കോളനിയുടെ നാറ്റം അട്ടിപെട്ടു. സ്ലാബ് കടന്ന് കോളനിയിലേക്ക് ചവിട്ടുപടികൾ തൂക്കായും കൃത്യതയില്ലാതെയും ഇളകിപ്പറിഞ്ഞും. പടവുകൾക്കിരുവശവും അഴുകലിന്റെ ഗന്ധം ചാലായി. ചാലിന്നപ്പുറം ടാർഷീറ്റ്, പുത്തൻ മേച്ചിലായും പ്ലാസ്റ്റിക് തകരം ഓലഷെഡ്ഡുകളും.

കുറച്ചു മുൻപുവരെ ബഹളങ്ങളിൽ പ്രകമ്പനം കൊണ്ട പുനരധിവാസകേന്ദ്രം ദുർഗ്ഗന്ധത്തിന്റെ മേലാപ്പിൽ ശൂന്യത ഭാവിച്ചു.

ഒരു സംഘം പൊലീസുകാർ കോളനിയിൽനിന്നും പകൽവെളിച്ചത്തിൽ ഒരാളെ തൂക്കിയെറിഞ്ഞു. കൊണ്ടുപോയിട്ടും നിഗൂഢ നിശ്ശബ്ദത.

രഘൂത്തമൻ ആദ്യം കണ്ട കുടിലിലേക്ക് ഊളിയിട്ടു നോക്കി. അടുത്തുള്ള വീടുകളിലേക്ക് ഒച്ചതാഴ്ത്തി വിളിച്ചു. ആരും പുറത്തുവന്നില്ല.

ജീപ്പ് പിന്നോട്ടെടുത്ത് വളഞ്ഞ് നേർ റോഡിലേക്ക് തിരിയുമ്പോൾ പിറകിലിരുന്ന് അയാൾ രഘൂത്തമനെ നോക്കി ചിരിക്കുകയും 'കുഞ്ഞിരാമൻ' എന്നുറക്കെ പറഞ്ഞു പരിചയപ്പെടുത്തുകയും ചെയ്തു.

വാഹനത്തിന്റെ ഒച്ച കോളനിയിൽനിന്നും അകന്നപ്പോൾ അവർ തല നീട്ടി പുറത്തിറങ്ങി. തലമുളയ്ക്കുന്ന കൂരകൾ.

"കുഞ്ഞിരാമൻ, നിങ്ങളിലാര്' രഘുത്തമൻ ചോദിച്ചു.

അവർ മിണ്ടിയില്ല.

എത്ര ആവർത്തിച്ചിട്ടും അവർ ഒന്നും പറഞ്ഞില്ല. ചിലർ ഊറിച്ചിരിച്ചു. ചിലർ രൂക്ഷമായി നോക്കി. ഒരപരിചിതഭ്രാന്തനോടെന്ന അവഗണനയിൽ അവർ സ്വന്തം പ്രവൃത്തികളിലേക്ക് തിരിച്ചുപോയി.

രഘുത്തമൻ പടവുകൾ കയറി കോളനി പിന്നിട്ട് കുന്നിൻമുകളിലെത്തി. താഴെ നദിയുടെ ഞരക്കം കേട്ടു. ചുറ്റും തലകീറിയ കുന്നുകളും പുതുമണ്ണിന്റെ പൊലിപ്പം നിറച്ച താഴ്‌വാരങ്ങളും. നദിയിലേക്ക് എപ്പോഴും വീഴാവുന്ന മണ്ണടരിന്റെ പുറത്താണ് കോളനിയും താനുമെന്ന തിരിച്ചറിവിൽ പെട്ടെന്ന് അയാൾ പിന്നോട്ട് ചാടി. ഒരു ഭാഗത്ത് അടർത്തി മാറ്റപ്പെടുന്ന മണ്ണിനുമേൽ ഒരുപറ്റം ജീവികൾ കൂടാരം പണിതു പാർക്കുന്ന അതിശയത്തിലേക്ക് ഞെട്ടുമ്പോൾ, നദിക്കരയിൽനിന്നും വെളുത്ത ചേല, പുകപ്പറ്റ് അയാളെ മൂടുന്നു. ഏതോ മനുഷ്യന്റെ അവസാനിക്കാത്ത ആശകൾക്കുമേൽ തീ നടത്തുന്ന പര്യവേക്ഷണം പച്ചമാംസം ചുട്ടെടുക്കുന്ന ഗന്ധത്തിൽനിന്നും രഘൂത്തമൻ കോളനിയിലെ പടവുകളിലേക്ക് പിന്തിരിഞ്ഞു.

പടികൾ ഓടിയിറങ്ങുമ്പോൾ കോളനി അയാളുടെ സാന്നിദ്ധ്യം തിരിച്ചറിയുകയും പട്ടികൾപോലും നിശ്ശബ്ദമാണ്ടു മാറുകയും ചെയ്തു.

പൊലീസ് ജീപ്പ് നിന്ന കവലയിൽ അധികം വൈകാതെ എത്തി. അവിടെ വാഹനത്തിന്റെ ഒരടയാളവും ശേഷിച്ചിരുന്നില്ല. ഇരുട്ടധികം പരക്കാതിരുന്നതിനാൽ അയാൾക്കവിടം വ്യക്തമായിരുന്നു. അവിടത്തെ നിർജ്ജനതയിൽ നില്ക്കുമ്പോൾ പൊടുന്നനെ ഒരു തിരിച്ചറിവ് അയാളെ ഞെട്ടിക്കുന്നു. പൊലീസുകാരുടെ കൂർമ്പൻതൊപ്പി. അരനിക്കർ. കാൽപ്പട്ട. പിരിയൻമീശ. വിശദാംശങ്ങൾ വേണ്ടാത്ത പഴമ.

രഘൂത്തമന് ഈയിടെ ചിത്തഭ്രമത്തിന്റെ തരികളുണ്ട്. കോളനിയിലേക്ക് തിരിഞ്ഞു നോക്കുമ്പോൾ അയാൾക്കപരിചിതമായ ലോകം അതിന്റെ പുഷ്കലഭാവത്തിൽ. ടി വി കിയോസ്ക് തുറന്നിരിക്കുന്നു. തെറിവിളി, അടിപിടി. ലഹള, കുട്ടിക്കൊടുപ്പ്, പ്രേമം, പൈപ്പിൻചുവട്, ഒറ്റുകൊടുക്കൽ കള്ളവാറ്റ്....

ഒരപരിഷ്കൃത കോളനി, സമൂഹത്തിനു നല്കുന്ന തെറ്റിദ്ധാരണകളെ എങ്ങനെ നിർദ്ധാരണം ചെയ്യാം. രഘൂത്തമൻ അതേക്കുറിച്ച് ഏറെ ചിന്തിച്ചശേഷമാണ് നഗരസഭ തയ്യാറാക്കിയ കോളനിയിലേക്ക് പോന്നത്. എന്താണ് കോളനിയുടെ പേര്. അതും മറന്നു. യാത്രയ്ക്കിടയിലെ അലക്ഷ്യത അയാളെ വല്ലാതെ വലയ്ക്കുന്നു.

കുന്നിനെ വലംവച്ചിറങ്ങുന്ന കോൺക്രീറ്റ് വഴിയിലൂടെ രഘൂത്തമൻ ഏറെ നടന്നില്ല. മുന്നിലതാ അയാൾ.

"നിങ്ങൾ"

"ഓ, അവരങ്ങന എന്ന കൊണ്ടാവും. തിര്യേ വിടേം ചെയ്യും."

"എന്തിന്."

"ടൗണില് അടിപിടി എന്തരെങ്കിലും നടന്നാ അവര് വരും."

"എന്തിന്."

"അവര്ക്കെപ്പോഴും ഒരു പുള്ളിവേണം; പ്രതി."

"പേരെന്താണ്."

"കുഞ്ഞിരാമൻ."

അതെ. അയാൾ ജീപ്പിലിരുന്നു വിളിച്ചുപറഞ്ഞതും ഇതുതന്നെ.

"നിങ്ങക്ക് ടൗണീ പോണ്ടേ. ഞാങ്കൊണ്ടാക്കാം."

"വേണ്ട. ഞാൻ തനിയെ..."

"ശരി, ഇനീം കാണാം."

കോൺക്രീറ്റ് പാത ടാർ റോഡിൽ ചേർന്നു. ഏതെങ്കിലുമൊരു വാഹനത്തെ പ്രതീക്ഷിച്ചു നിന്നു. ഒടുവിൽ നടന്നു.

ടാർറോഡിന് പതുപതുപ്പ്. നനുത്ത കുളിര്. നെല്ലിൻതലപ്പിൽ കാറ്റുരസുന്ന മർമ്മരം. സാന്ത്വനിപ്പിക്കുന്ന പുരാതനിമയിലേക്ക് താഴ്വര വളരുന്നു.

നെല്ലിൻതലപ്പില്ലാതെ. കാറ്റില്ലാതെ. കുളിരില്ലാതെ.

രണ്ടു ദിവസം മറ്റു ചില കുന്നുകളും പാറകളും സന്ദർശിച്ചു. നഗരത്തോട് ചേർന്നുകിടക്കുന്ന കോളനികളും. തകർന്ന പാറമേടുകളോ മണ്ണടർന്ന കുന്നുകളോ രഘുത്തമനെ തിരിച്ചറിയുന്നില്ല.

എന്തുകൊണ്ടോ അയാളെപ്പോഴും കുഞ്ഞിരാമന്റെ കോളനിയിലാണ്.

"കുഞ്ഞിരാമൻ താമസിക്കുന്നതെവിടെയാണ്."

ചോദ്യം കേട്ട് ചിലർ ചുണ്ടു പിളർത്തി. "ആ"

ഏതു കുഞ്ഞിരാമൻ.

ചില കുഞ്ഞിരാമൻമാർ മുന്നിലെത്തി.

ഇവരല്ല.

കുഞ്ഞിരാമനെവിടെ.

പുലർച്ചെ വാതിലിൽ മുട്ടി.

തുറന്നപ്പോൾ കുഞ്ഞിരാമൻ.

"ഞാനെത്ര തിരക്കി...." കുഞ്ഞിരാമനെന്നോ ചേട്ടനെന്നോ വിളിക്കേണ്ടത്.

കുഞ്ഞിരാമൻ ഉറപ്പിച്ചു. "കുഞ്ഞിരാമനെ."

"അറിഞ്ഞോണ്ടല്ലേ വന്നത്. സാറെന്തരിനാണ് തെരക്ക്യേത്."

"എനിക്ക് കുറച്ചു വിവരങ്ങൾ ശേഖരിക്കാൻ. കുഞ്ഞിരാമന് അറിയാവുന്നവ. നിങ്ങളുടെ കോളനിയെക്കുറിച്ച്...."

"ഓ അതാ, അതെന്തര് അറിയാനിരിക്കണ്. നാടും കൂടും ഇല്ലാത്ത കൊറച്ചാളേള ഗേർമെണ്ട് സലത്ത് താമസിപ്പിക്കണ്. അത്രേന്നാ."

"സർക്കാർ ഏറ്റെടുക്കും മുമ്പ്...."

"ഓ അത് കോയിന്നേമാന്റേരുന്ന്"

"അതെങ്ങനെ... കുഞ്ഞിരാമാ. നമുക്കൊന്നു അവിടം വരെ, പോകാം."

"അയിനെന്ത്"

കോളനി റോഡിൽ രഘൂത്തമൻ ചോദിച്ചു.

"ഈ റോഡ്...."

"അതാ.. വയലും തോടും നെമത്യേത്.. നെറച്ച് മീനൊണ്ടാരുന്ന തോട്. ങ്ങള്, എമ്പാടും മീമ്പിടിച്ച തോട്. പ്പം, മണ്ണീന്റടീക്കൂട അവുത്തങ്ങള് ഓടേരിക്കും. ആളനക്കം കേട്ട്. പിന്നെ ആണ്ടാണ്ട് തിന്നാത്തീരാത്ത

നെല്ലൊള്ള വയല്."

"കുഞ്ഞിരാമന് ആരൊക്കെയൊണ്ട്."

അയാൾ ചിരിച്ചു. ഉറക്കെയുറക്കെ. കരച്ചിലിന്റെ വക്കോളമെത്തി ചിരി. അയാളു പറഞ്ഞു. "ആരുംല്ല."

വേദനിപ്പിക്കാതെ അയാളിൽനിന്നും ഓരോന്നായി നുള്ളിയെടുക്കണം.

കണ്ണീർനനവ് മാറി കുഞ്ഞിരാമൻ ചിരിച്ചു.

"ഒരുപാട് പേരൊണ്ട്. ഒണ്ടാരുന്നു.....

"നമുക്കാ, നദിക്കരയിലേക്ക് പോകാം."

"എന്തരിന് ആറിന്റെ കരച്ചില് കേക്കാനാ... അല്ല, ങ്ങള് പുത്തനല്ലേ. പോവാം. ങ്ങളും കാണീം. കേക്കീം."

നദി പടർത്തുന്ന നിരാശയുടെ പുല്പടർപ്പിൽ അവർ ഇരുന്നു.

മണൽപ്പറമ്പ് ചൂണ്ടി കുഞ്ഞിരാമൻ പറഞ്ഞു.

"കണ്ണങ്കയം."

പതുക്കെപ്പതുക്കെ മണൽത്തടത്തിൽ, മണൽ കോറുന്ന ഖരാക്ഷരങ്ങളിൽ കുഞ്ഞിരാമന്റെ കഥ തെളിഞ്ഞു.

–ചക്കിമുത്തിക്ക് മൂന്നാണ്.

തണ്ടും തടിയും പോന്നോർ.

കുട്ടൻ. വേലു. രാമൻ.

ആണങ്കി വായും വയറും പൊലരുമെന്ന് വെളുമ്പൻ മുത്തപ്പൻ. കള്ളെടുത്തും കൊക്കുപിടിച്ചും നാടലഞ്ഞു മുത്തപ്പൻ. ചങ്കും[1] വിത്തും കിയിക്കുട്ടിച്ചെരുവി പെരച്ചം വെപ്പ് മുമ്പന്തി. നാടലഞ്ഞ് നാടകന്ന് ചേക്കേറ്റ്യേടം അച്ചിപ്പൊര[2].

നാടുക്കുനാട്, വെളുമ്പൻ മുത്തപ്പൻ പൊലിച്ച്. മക്കളെമ്പാടും കണ്ടെടുക്കാമട്ടി നെറഞ്ഞ്.

പാടത്തിങ്കര മടേല്, കൊക്കിന വീത്താൻ കുരുക്കും വെച്ച് മുത്തപ്പനിരുന്നു. കൊക്കും മുത്തപ്പനും നീർച്ചാലിവീണ് മട മറിഞ്ഞു.

ചക്കി മുത്തി നെലവിളിച്ചു.

വങ്കീ[3]ന്നെടുക്കുമ്പം ഞണ്ട് വേലൂന്റ ചൂണ്ടാണിവെരല് കടിച്ച് മുറിച്ച്. രാമൻ പിടിച്ചൊന്ന മീനൊന്ന് ചാടിപ്പോയി. പിടിച്ചെടുത്ത മീനും ഞണ്ടും പാളക്കൂട്ടിലിട്ട് എളക്കി കളിക്ക്യേരുന്നു കുട്ടൻ.

ചക്കി മുത്തീട നെലോളി അവരത്തെരഞ്ഞ് കൊയ്യണ പാടമെത്തി.

ഞണ്ടും മീനും നെറച്ച പാളക്കൂടേകൊണ്ട് കുട്ടൻ പിമ്പേ ഓടി.

മുത്തോർ പറഞ്ഞു. "അതുങ്ങള വിട്ടേയ്ക്കപ്പീ."

കുട്ടൻ കലിതുള്ളി. "ങ്ങളെ ത്തറ വെവരം കെട്ടോര്. അപ്പൻ ചാവോന്ന് അറിയാരുന്നെങ്കി ങ്ങള് ഈത്തുങ്ങള വെറുതെ വിട്ടൂടേരുന്നാ. പെറ്റുപെരുവമ്പം പിടിക്കാരുന്നല്ല." കുട്ടൻ പാള ഒതുക്കി ഓടി.

"അപ്പി, വാ."

1. ശംഖ് 2. ഭാര്യവീട്. 3. മാളം.

"യ്ക്ക് ആരുണ്ടിനി തൈവേ." ചക്കി നെലോളിച്ചു.

മക്കള് മൂവരും മുമ്പില്.

"ങ്ങളില്ലേ അമ്മച്ചി പറഞ്ഞോ. അമ്മച്ചികണ്ടോ. പനന്തടിപോലെ വള രോല്ലാ. ങ്ങള്" രാമൻ പറഞ്ഞ്.

"അമ്മച്ചീട കണ്ണും കാതും ങ്ങളാവും. വാക്കും നോക്കും ങ്ങളാവും. അപ്പീ നീയും കരയാത."

"ല്ലാം പോയില്ലേ..." പാളക്കൂട നോക്കി കുട്ടൻ അലറി.

കൊറുങ്കാല് പോയ ഞണ്ടേള് പല്ല് ഞറുമ്മി വേതനയെറക്കി. ചത്ത മീനേള്, കാണാത്ത കണ്ണേള് മാനത്തിട്ട്.

മണ്ണ് പൊതപ്പിച്ച് വെളുമ്പൻമുത്തപ്പന് തണുപ്പാറ്റി. മക്കളുടെ തല തെരിയാതെ പോവാനും തളച്ച മാറ്റാനും കള്ളുങ്കൊടങ്ങള് കാക്കലും തല ക്കലും. ദാവം തീക്കാൻ എളനീര്. കൺനെറകായ്ച്ചയ്ക്ക് തീപ്പന്തം. മങ്കൊ ടമൊടച്ച് ക്റിയ.[1]

ചക്കിമുത്തിക്ക് മടപൊട്ടി.

മക്കള് മൂവരും അമ്മച്ചിക്ക് കാവല്.

കാവക്കാര് വളന്ന് ഒത്തവരായി.

മങ്കൊടം മണ്ണുംമൂടി. കള്ളുങ്കൊടം കുടിച്ചും പോയി. എളനീര് മൂത്ത് പയുത്ത്, ചെന്ത്യേങ്ങായി; ചെന്തെങ്ങായി.

കുട്ടന് പതിനെട്ട്.

അണ്ണന്മാര് ഒടപ്പെറന്നോനേം കൊണ്ട് കണ്ണങ്കയത്തീ ചൂണ്ടയ്ക്ക് പോയി. തലയെടുത്ത് കാല് വീശി കുട്ടൻ ഒപ്പം നടന്ന്.

കണ്ണങ്കയം കണ്ണാടിത്തെളക്കം. വാരകളെണ്ണി വാരകളെണ്ണി ചൂണ്ട യെറിഞ്ഞ് അവര് കാവലിരുന്ന്.

മീനേളെല്ലാം ശത്രുനക്കണ്ടറിഞ്ഞ് ആയത്തിന് മാനത്തീ ഒളിച്ചു. അന്നേരം കയത്തിന്റെ നടൂല് രണ്ട് നെയലേള്; രണ്ട് ചേറ്*

മൂന്ന് വീരമ്മാർ കരേല്, അവര കാത്തിരിക്കണത് അറിയാത, വെള്ള ത്തിന്റ മീതേന്ന് ഒരു വിട്ടിലിന അതിലൊന്ന് എടുത്ത് ആണൊരുത്തൻ ആപത്തറിഞ്ഞ് എണേം കൂട്ടി, കയത്തീന്റടീല് ഊളിയിട്ട്. കുട്ടൻ ചരട് അയച്ച് വിട്ട്. അണ്ണമ്മാർ 'ഹുറേ' വിളിച്ച് വീര്യോം കൂട്ടി. കുട്ടൻ ആർത്ത ലച്ച് ചരട് വലിച്ച്, കയം അലയെളകി. കുട്ടൻ കരേലേക്ക് മറിഞ്ഞുവീണ്.

വേലും രാമനും കയത്തീച്ചാടി താന്നു. കോൾവായ അടന്ന് അവള് വേലൂന്റ കൈയീ ഞെരിഞ്ഞ്. രാമൻ വാലീ പിടിച്ച്. ഇരുവർക്കും എതി രാടി അവള്.

അവള നെലവിളി കുട്ടനറിഞ്ഞു. "അണ്ണാമ്മാര് അവള വിടീം." കുട്ടൻ കരഞ്ഞ്.

ചൂണ്ടയെടുത്ത്. മുറിവീ പച്ചെല നീരീറ്റി അവള തിരിച്ച് വിട്ട്.

അന്ന്വര കാണാത്തേം പിടിക്കാത്തേം ഒരു മീനിന വെറുതെ വിട്ടിട്ടും അവരിക്ക് തന്തോയം.

1. ക്രിയ, കർമ്മം. * ആറ്റുമീൻ

പാടം കടന്ന്, മുറ്റം മുറിച്ച് വരാന്തേലെത്തീട്ടും അമ്മച്ച്യേ കണ്ടില്ല. മൂന്നോരും വരാന്തേ നെരന്നിരുന്നു. അമ്മച്ചിയെവടെ.

അന്തിവീണ്.

അകത്ത മുറീല് വെളക്കിന്റെ വെട്ടത്തില് അന്നുവര കേക്കാത്ത കാലൊച്ച വരാന്തേ എത്തി.

യാര്?

ഇതാര്?

എവളാര്?

തൊട്ടു പിന്നീ അമ്മച്ചി.

“മക്കളേ ങ്ങക്ക് ഞാം എന്തര് തരാൻ. കാത്തുവെപ്പാൻ. ന്റ, കൈയീ ഒന്നുംല്ല.ല്ലാം, കാണേം കേക്കേം ചെയ്യണ അപ്പനപ്പൂപ്പമ്മാരെ മുന്നിറുത്തി ഞാനെവള ങ്ങക്ക് തരണ്.”

മൂന്ന് വെലത്ത കൈയീ, മണ്ണിന്റ നനവും പുല്ലിന്റ മണോംള്ള രണ്ടെളം കയ്യോൾ വന്ന് വീണ്.

മൊട്ടവെളക്ക് കരിന്തിരി കത്തി. മണം ഇരുട്ടുമുറി വിമ്മിട്ടപ്പെട്ടു. അതാരാണ്. ആരാണ്? കറുമ്പിക്ക് ആരേം മനതിലായില്ല. കടുത്ത വെരള്ളേ ഞെരിക്കലും കയക്കലും അമർച്ചേം, കാലേള അക്രാന്തതാളോം വിട്ടൊയിഞ്ഞ് വിട്ടൊയിഞ്ഞ് പൊയ്ക്കോണ്ടിരുന്നു.

പിന്നപ്പിന്ന, വെയർപ്പിന്റ, വായിന്റ, കെട്ട മനിതന്റ ചൂരും.

കുഞ്ഞിരാമന് അപ്പനാരെന്നറ്യണം. ചക്കിമുത്ത്യോട് തെരക്കാം.

കുട്ടനപ്പനാ.

ഉം.

വേലു അപ്പനാ.

ഉം.

രാമനപ്പനാ.

ഉം.

എങ്കിലുമെന്റപ്പനാര്.

ല്ലാം നെന്റപ്പൻ.

അതെങ്ങന.

കണ്ടോരൊക്കേം ചോതിക്കും, “കുഞ്ഞിരാമാ നെന്റപ്പനാര്”

തലപെരുത്തപ്പം എയ്ത്താണീം ഓലേം കാട്ടീ എറിഞ്ഞ്. തെങ്ങിമ്മണ്ടേ കള്ളുങ്കൊടമൊണ്ട്. നെട്ടന കേറി. കള്ളുങ്കൊടമൊടഞ്ഞ്.

തലതിരിഞ്ഞ് എറങ്ങാന്തൊടങ്ങി. തല കീപ്പോട്ട്, പൂമ്യേ ചൊമന്ന് പറഞ്ഞ്. “അതെങ്ങന അപ്പമ്മോര്. അപ്പനല്ലേ.”

അപ്പമ്മാരും കുഞ്ഞിരാമനും ആടിയാടി കുടിലെത്തി. ചക്കിക്ക് ആരേം തെരിയണില്ല. മക്കളാര്, ചെറുമോനാര്.

ചക്കിമുത്തീം ചത്തേപ്പിന്ന, വെളുത്ത മുത്ത്യോട് കയ്യുമ്പം ഒറ്റയ്ക്കിരുന്ന് മുത്തി പറേം. “കണ്ണങ്കയത്തീ, മീനേല് തിന്നേ ചിട്ടോണ് നെന്റമ്മച്ചി. നെന്റപ്പമ്മാരേക്കാളും വിർത്തീം മെനേമൊണ്ട് ആത്തുങ്ങക്ക്. നെന്റപ്പമ്മാര്

നെന്റമ്മച്ച്യ മലടീ[1]ന്ന് വിളിച്ച്. നാട്ടീനെരങ്ങി കണ്ടോരിക്ക് മക്കളൊണ്ടാക്കി. അപ്പയും നെന്റമ്മച്ചി മലടി. അവള കണ്ണുംവെട്ടത്ത് വെച്ച് ഓരോരുത്ത്യേള നെന്റപ്പമാര് കേറ്യപ്പം അയിന് തകിച്ചില്ല. "ആണൊരുത്തര് ആരൊണ്ടെങ്കിലും ഓരോരുത്തര് വരീം. പേംവീറ് കാമ്മാം." വെലക്കാരേണ്[2] നെന്റപ്പ്മ്മാരീ ഒരുത്തന, മറ്റൊള്ളോമ്മാര് കാമ്മെ, കുടീക്കേറ്റി. അവൻ കുടീന്ന് തളന്ന് പൊറത്തെറങ്ങ്യേത്, നെന്റ മറ്റപ്പമ്മാര് കണ്ടോണ്ട് നിക്കണ്. അവള് സത്ത്യോള്ളോള്. കുടീക്കേറ്റ്യേത് ആരേന്ന് മാളോരോട പറഞ്ഞുംല്ല. പിന്നെ മറ്റൊള്ളോമ്മാര തൊടീച്ചുംല്ല. നെന്റപ്പനാര് നീ ചോതിക്ക്. "പേറ്റുപൊരേന്ന് ഞാം എണീക്കട്ട്. കെട്ട്യോമ്മാരി അടുത്തോളോം ഞാമ്പൂട്ടും." അവള് പറഞ്ഞ്... നെന്നപെറ്റ് തൊണ്ണൂറെത്തുമ്മുമ്പ് നെന്റപ്പമ്മാര് മൂന്നോരും ഒന്നിച്ച് നെന്റമ്മച്ച്യേ..

മൂന്നോരിക്കും ഒരേ നേരം മലക്കേണ്ടി വന്നപ്പം നെന്റമ്മച്ചി നെലോളിച്ചു. "ര്ച്ചിക്കീൻ പെർമാക്കളേ...."

അപ്പമ്മാര് കാലമ്മാര് എന്റമ്മേച്ച്യേ.

കണ്ണകയത്തില വരണ്ട മണൽപ്പരപ്പിൽ തിരയിളക്കം കണ്ടു.

മീനിളക്കത്തിന്റ ചലനഗതികളും.

"ചക്കി മുത്തി, ന്ന വെളുത്തമുത്തീന ഏപ്പിച്ച്. ന്ന, വളത്ത്യേതും നയിച്ചതും വെളുത്ത മുത്ത്യാണ്. ചങ്കരൻ മുത്തപ്പന കാണും വര."

കുഞ്ഞിരാമൻ തുടർന്ന് ഒന്നും പറഞ്ഞില്ല.

ശങ്കരൻ ആരെന്നറിയാൻ ആഗ്രഹമുണ്ടായിട്ടും രഘൂത്തമൻ ചോദിച്ചില്ല. കോളനിയിലേക്കുള്ള യാത്ര അവസാനിപ്പിച്ചു. കുഞ്ഞിരാമനെ പിരിഞ്ഞു.

അയാൾ നദിക്കരയിലൂടെ നടന്നു. മണലൂറ്റിയ വെള്ളക്കെട്ടുകളും തരിശും പടർപ്പും.

അധികം വൈകാതെ കോളനിക്കുന്നിന്റെ താഴ്വാരമെത്തി.

വീണു തുടങ്ങി, ഒറ്റക്കാലുയർന്ന ഒരാളെപ്പോലെ കോളനിക്കുന്ന് നദിക്കരയിലെ ശ്മശാനം. ശവദഹനപന്തലിന്നരികെ രണ്ടുപേർ. കൂർത്ത വേലിൽ ശവം കുത്തി മറിച്ചിട്ടു കനല് കൂട്ടുന്നു. ഒരു തീക്കൊള്ളിയെടുത്തു ബീഡികത്തിച്ച് ഒരാൾ രഘൂത്തമനെ ക്ഷണിച്ചു. "വരൂ. വന്നു കണ്ടോ. നല്ല നെയ്യൊള്ള കരള് കത്തണത്."

"എരട്ടക്കരളാണ്" രണ്ടാമൻ പറഞ്ഞു.

"ഒരുപാട് കുടിലതകൾ കത്തിത്തീരണം" അയാൾ കരളിലേക്ക് കാർക്കിച്ചു തുപ്പി.

ശവദാഹക്കാഴ്ചയിലും കുഞ്ഞിരാമന്റെ കഥയിലെ അവിശ്വസനീയതയിലും രഘൂത്തമൻ ചുറ്റിത്തിരിഞ്ഞുകൊണ്ടിരുന്നു.

---

1. വന്ധ്യ, 2 ബലാൽക്കാരത്തിൽ.

•

കുഞ്ഞിരാമനെ കൈവിട്ടു പോകാതിരിക്കാൻ ഏറെ ശ്രമിച്ചു.

രഘൂത്തമന് കുഞ്ഞിരാമനെ കാണണം എന്നു തോന്നിയാൽ കുഞ്ഞിരാമൻ മുന്നിലുണ്ട്. കുഞ്ഞിരാമൻ തന്നെ പിന്തുടരുന്നുണ്ടെങ്കിലും എപ്പോൾ വേണമെങ്കിലും വിട്ടുപോകും. അത്തരമൊരു തോന്നലിൽ അയാൾ കുഞ്ഞിരാമനുവേണ്ടി ധ്യാനിച്ചു.

കോളനിയെക്കുറിച്ചുള്ള പഠനവേളയിൽ കുന്നുകൾ എങ്ങനെയോ അയാളോടൊപ്പം ചേരുന്നു. കുഞ്ഞിരാമനുവേണ്ടിയുള്ള തെരച്ചിലിനിടയിൽ കോളനിയിലെ പടവുകൾ കയറുമ്പോൾ മണത്തിന്റെ ചുറ്റോളം അയാളെ പൊതിഞ്ഞു. മാങ്ങാച്ചൂര്. അവിടെ മാവോ മാങ്ങയോ ഇല്ലാതിരുന്നിട്ടും മാങ്ങ മണത്തു. പുലമ്പിക്കൊണ്ട് ഒരു വൃദ്ധ അരികിലൂടെ അന്നേരം കടന്നുപോയിരുന്നു.

കുഞ്ഞിരാമൻ പറഞ്ഞു. “വെളുത്തമുത്തി.”

“നിനക്കെങ്ങനെ അറിയാം.”

“വെളുത്ത മുത്ത്യേ ഒള്ളൂ; ങ്ങള് പറയണ മണത്തില്.”

“അവരെന്താണ് പിറുപിറുക്കുന്നത്.”

“ചിന്നൻ മുത്തപ്പന തെരയേരിക്കും. അല്ലങ്കീ....”

“ചിന്നൻ! അതാര്.”

കുഞ്ഞിരാമൻ പറയുന്നു:

“ചിന്നൻ മുത്തപ്പൻ കാക്കാരിശ്ശി ഒണ്ടാക്കി. നാലാള് കൂട്യാ കാക്കാരിശ്ശി; നാട്ടിലും കാട്ടിലും. ഒരിക്ക,. മാങ്കുടി മുത്തപ്പന്നടേല് കാക്കാരിശ്ശിക്കളി. കളിത്തറേന്ന്, പേറ്റുച്ചൂലി[1] തേയിമുത്ത്യേ കാമ്മാൻ കറുമ്പൻ മുത്തപ്പൻ രാത്തിരി ഒറ്റയ്ക്കു പോന്നു.

കാട് കടന്ന് നാടെത്തി. വയലെത്തി. നടവരമ്പില് നാലാള് വീതി. ഇനി കുന്ന് കേറ്യാ കുടിയെത്തി. തേയി മുത്ത്യേ കാണും.

അന്നേരം കതിര് പടന്ന പാടത്ത്ന്ന് ‘ഹുറേ ഹുറേ’ വിളിച്ച് പാഞ്ഞടുത്ത് കറുമ്പൻ മുത്തപ്പന്റെ നേർക്ക്. അച്ചാലും മുച്ചാലും അടീം ഇടീം. കയ്ത്തോളം പൂന്തക്കണ്ടത്തീ[2] താത്തും വെച്ച്, വന്നപോല, പാഞ്ഞും പോയ്; അടിക്കാര്.

ആര്, എന്തര്. ആക്കറിയാം.

കളിത്തറേ ഇര്ന്ന്ട്ട് ചിന്നൻ മുത്തപ്പന് പന്തി തോന്നീല്ല. നാലാള കൂട്ടി പാത്തും പമ്മീം ചെന്നപ്പോ വയലെളകി മറിഞ്ഞേക്കണ്. കൂറിയ തവളക്കരച്ചില് പോല എന്തരോ ഒച്ച. കറുമ്പൻ മുത്തപ്പന, ചിന്നൻ മുത്തപ്പൻ രച്ചിച്ച്.

കളിമൊടങ്ങതിരിക്കാൻ വയറ്റിച്ചൂള്ള്യേ[3] കാമ്മാത ചിന്നൻ കറുമ്പൻ മുത്തപ്പമ്മാര് പൊറപ്പെട്ട്.

അടീം ഇടീം ചങ്കൂറ്റം കൂട്ടി.

---

1. ഗർഭിണി. 2. ചതുപ്പുനിലം. 3. ഗർഭിണി.

എന്തരിനും യേതിനും വേലയ്വാന്നാര് കുരു ഇതറ്യേണം. കുരു എവട. തിക്കെട്ടും തെരഞ്ഞിട്ടും കാമ്മാത.. അവര് പുലിപ്പാറ കേറി. പുലിപ്പാറ ഉച്ചീല് കള്ളീ മുങ്ങി നെലം തൊടാത കുരു.

കണ്ടപാട് കറുമ്പൻ മുത്തപ്പൻ പറഞ്ഞ്. “ഒരന്തരാളം പറ്റി കുരു. ഇരുട്ടിമ്മേ കരണം മറിഞ്ഞെത്തി അവരെന്ന എറ്റി.”

“ആരെടാ”

“കോയിന്നേമാന്റ വാലേള്.”

“ഫ. പറയാൻ നാണമില്ലേടാ. പന്ന.. മോങ്ങാൻ വന്നേക്കണു.”

വേലായ്വന്നാര്, കറുമ്പൻ മുത്തപ്പന്റെ കരണത്തിമ്മേ പറന്നടിച്ച്. കറുമ്പൻ മുത്തപ്പൻ കല്ലുരുളുമ്പോല മേട്ടീന്ന് തത്തോം പിത്തോം തായോട്ട്.

കുരു, ചിച്യന മടീ കെടത്തി നെലോളിച്ച്.

വേലായ്വന്നാര് തെര്യപ്പെടുത്തി.

“എന്റ കൈപ്പെഴ ആരോടും പറേല്ലേ ചിന്നാ.”

ചിന്നൻ മുത്തപ്പൻ ആരോടും പറേണില്ല.

വെളുത്ത മുത്തി മാത്ത്റം ചിന്നൻ മുത്തപ്പനോട് ചോയിച്ച്.

“അപ്പീ നെന്റെ കൈക്ക് ഇത്തറേം ഓട്ട വന്നേങ്ങന.”

ചിന്നൻ മുത്തപ്പൻ മിണ്ടണില്ല.

കറുമ്പൻ മുത്തപ്പന്റ പതിനാറ്.

വെളുത്ത മുത്തി, ചിന്നൻ മുത്തപ്പന്റ കാതീ പറഞ്ഞ്.

“അപ്പീ, നീയാണിനി, തേയിക്ക് തൊണ.”

ചിന്നൻ മുത്തപ്പൻ വെളുത്ത മുത്തീട കാലീത്തൊട്ട് നെറുകെവച്ച്

കാക്കിരിശ്ശി പിരിഞ്ഞു

ചിന്നൻ നാടലഞ്ഞു. വട്ടപ്പാറ ചെല്ലപ്പൻ ആശാന്റെ ശിഷ്യനായി. കാക്കാരിശ്ശിയിൽ അറിവെഴാ ആഴങ്ങൾ ആശാൻ കാട്ടി. വർക്കല കൊച്ചു ആശാനെ കണ്ടു. കരിങ്ങ കൊച്ചപ്പി ആശാൻ, അണ്ടൂർ കുഞ്ഞ് ആശാൻ. ഗുരുക്കന്മാരുടെ പ്രിയശിഷ്യൻ ചിന്നൻ. നെറുകയിൽ നിറവ് കൈവെച്ചനുഗ്രഹിച്ചു.

വയല് പൂട്ടുമ്പോൾ നിലമൊരുക്കുമ്പോൾ, കിളയ്ക്കുമ്പോൾ ചിന്നൻ, ചിന്നൻ കാക്കാനായി പകർന്നാടി.

ദേശത്ത് പന്ത്രണ്ട് ശിഷ്യരെ കൂട്ടി ചിന്നൻ കാക്കാൻ കാക്കാരശ്ശി പുതുക്കി.

ഗോവിന്ദൻനായരുടെ മകന്റെ വിവാഹം;

നാഗസ്വരക്കച്ചേരി, തകിലടി.

കാക്കാരിശ്ശിയിൽ നാഗസ്വരത്തിന് പ്രസക്തിയുണ്ടോ. ചിന്നൻ ചിന്തിച്ചു. നാഗസ്വരം ചേർത്തു കാക്കാരിശ്ശി പുനരവതരിപ്പിക്കണം. കറുമ്പന് പകരം പന്ത്രണ്ടിലാര്. കണ്ടെത്തണം. നിശാപാഠശാല വിപുലമാക്കണം.

ചിന്നൻ നാഗസ്വരവിദ്വാനെ രഹസ്യമായി കണ്ടു.

തലപോകുന്ന പണിക്ക് അവരില്ല.

വിദ്വാനും സംഘവും നാടുകടന്നു.

ചിന്നനും.

കാക്കാരിശ്ശി, നാഥനില്ലാക്കളരി. നിശാപാഠശാലയിൽ വന്നണഞ്ഞു. പിരിഞ്ഞു. ആര് നയിക്കാൻ. ജന്മിയുടെ ഏറ്റും തുപ്പും ഏറുമ്പോൾ എടുത്തു ചാടാനും വയ്യ.

പാഠശാല ഇരുളടഞ്ഞു.

ഒരു രാത്രി, പുളിമൂട്ടിൽ വെളിച്ചം കണ്ടു. ഹാർമോണിയത്തിന്റെ സ്വരം. വെളിച്ചവും സ്വരവും ചിലരെത്തി. ആരത്.

ചിന്നൻ. ചിന്നൻ കാക്കാൻ. ചിന്നൻ ഭാഗോതർ.

ഇപ്പോൾ ഹാർമോണിയം മാത്രമല്ല നാഗസ്വരവും.

കണ്ടു നില്ക്കേ നാഗസ്വരമുയർന്നു.

ചിന്നൻ ഭാഗോതർ പാടി.

നാഗർകോവിലിൽ ഗുരുവോതിയ കീർത്തനങ്ങൾ.

ഇരുട്ടകറ്റി. ചില ചൂട്ടിൻകറ്റകൾ. പുളിമുട്ടിൽ സമാപ്തം.

ഇരുട്ടകറ്റും നാദം. അവർ ഒച്ചയില്ലാതെ നിന്നു.

"വന്ന്രിക്കീം" കൺതുറന്ന് ചിന്നൻ ഭാഗോതർ. "ആരൊക്കേണ്... ങ്ങള്, വന്നല്ലാ."

"കാക്കാൻ എവ്ടേരുന്ന്."

കണ്ണടച്ചു ചിരിച്ചു.

"ഏടക്ക പോയീ. വന്ന്. പറയാനൊണ്ട് കാരിയം. നാകരകോവില്. കന്നിയകൊമരി.. നടന്നലഞ്ഞ് വന്ന് വെങ്ങാന്നൂര്.... ങ്ങള് നോക്കീം പെറം കോരിച്ചില്ക്കണ്. മ്മളപ്പോല. പാവപ്പെട്ടോന്റെ കശ്റ്റപ്പാട് തീരേണ്. വെങ്ങാനൂര് ഒരയ്യങ്കാളീം, അയ്യങ്കാളീപ്പടേം. വില്ലുവണ്ടി. മ്മള് കാല് തടയണ വയീക്കുട ഓട്ടിച്ച് തടയാൻ വന്നോര മുന്നീ, അയ്യങ്കാളീ. പിന്നീ. പടേം പേടിത്തൂറ്യേള് ഓട്യവയീ പുല്ലെയിച്ചില്ല."

"കാക്കാൻ കണ്ടാ."

"വില്ലുവണ്ടി കണ്ട്. അയിത്തവണ്ടി."

"നമ്മള ചാത്യാ."

"ചാതീലെന്തര്. മനിചൻ. മ്മളപ്പോല മനിചൻ. പച്ചേ, ചങ്കൊറപ്പൊള്ളോൻ."

"അയ്യങ്കാളീന കണ്ടില്ലേ."

"ങ്ങും. മുണ്ട്. തോളീമുണ്ട്. അരക്കൈയൻ ഉടുപ്പ്. അത്തേം പറഞ്ഞ് ഒന്നിനേം പേടിക്കല്ലും. പേടിക്കാതിരിക്കണോങ്കി പടിക്കണം. മ്മള്, ല്ലാം പടിക്കണം. വയീനടക്കാനും ഊയ്യ്യവേല*യ്ക്കും എതിരി പോരാടാമ്പോ വേണ് അയ്യങ്കാളി. ചാത്യല്ല. മനിച്യനാണ് വല്ത്. മ്മക്ക് പടിക്കണ്ടേ."

നാഗസ്വരവിദ്വാൻ ചിന്നൻ കാക്കാൻ പുളിമൂട്ടിൽ മുരുകവിലാസം നിശാപാഠശാലയിൽ നാഗസ്വരം പഠിപ്പിച്ചു. ഹാർമോണിയം പഠിപ്പിച്ചു.

---

* ഊഴിയവേല (കൂലി നല്കാതെ വേല ചെയ്യിക്കൽ)

കാക്കാരിശ്ശി, നാഗസ്വരവും ഹാർമോണിയവും ഇഴചേർത്തു.

പകൽവെട്ടത്തിൽ കാക്കാരിശ്ശി അരങ്ങേറി.

ദേശമൊട്ടുക്കും കാക്കാരിശ്ശി തിളങ്ങി.

ചിന്നനെ തേടി വെളുത്ത വന്നു.

അരങ്ങമരുംവരെ കാത്തുനിന്നു; കണ്ടുനിന്നു.

തേയിപെറ്റു.

ആണ്.

“നല്ലത്.” ചിന്നൻ കാക്കാൻ പറഞ്ഞു. “ഇതവന് കൊട്ക്കീം.” ഒരോടക്കുഴൽ ചിന്നൻ കൊടുത്തു.

“ചുണ്ടൊറയ്ക്കുമ്പം അപ്പിത്തന്ന കൊട്.” വെളുത്ത മുത്തി പറഞ്ഞു.

കളിത്തറയിൽ നിന്നും വെളുത്ത മുത്തി ഇറങ്ങി.

ഒരിക്കൽ ചിന്നൻ കാക്കനെ കാണാൻ രണ്ടുപേർ വന്നു.

അന്നേവരെ കണ്ടിട്ടില്ലാത്ത വേഷം. ആരിവർ.

‘‘അയ്യയ്യയ്യയ്യോ.. മാലോര് എന്നേപ്പം കൊണ്ടോവ്വേ.’’ ചിന്നൻ കാക്കാൻ വിളിച്ചു.

“പേടിക്കണ്ട. കൊട്ടാരത്തിൽ നിന്നും കല്പനയുണ്ട്. വരുന്ന പൗർണ്ണമിയിൽ തിരുമുമ്പിലെത്തണം.”

ചിന്നൻ കാക്കാൻ വീണ്ടും നിലവിളിച്ചു.

“ഒറ്റയ്ക്കാകരുത്. കാക്കാരിശ്ശിക്കൂട്ടം കൂട്ടിനുവേണം. വേഷഭൂഷാദികളും നാദവാദ്യങ്ങളും.”

“എന്തിനാണമ്പരാ, ഇക്കാക്കാന കൊല്ലങ്കോണ്ടെവ്വേണാ.”

കാൽത്തള. കരിമുഖം. പുള്ളികുത്ത്. വെളുത്ത ചുണ്ട്. പാളത്തൊപ്പി. തോൾദണ്ഡിൽ ഭാണ്ഡം.

വന്നവർ സമാധാനിപ്പിച്ചു. ഒരു വഴിക്കടുപ്പിച്ചു. യാത്രയായി.

അവർ പോയശേഷം കാക്കാൻ തലയറഞ്ഞ് ചിരിച്ചു. കൂട്ടരും.

കളികണ്ട്, തൃപ്തനായി രാജാവ് സമ്മാനം നല്കി. ഉടുമുണ്ടൊന്ന്.

രാജമുണ്ടുടുത്ത് ചിന്നൻ, കാക്കാനായി.

ചിന്നൻകാക്കാൻ അപ്രത്യക്ഷനായി.

•

നെടുമങ്ങാട് ചന്ത.

ചന്തേപോണ പെണ്ണുങ്ങള് വട്ടീലൊട്ടീം[1] വയിക്കൊളന്തേം[2] മുക്കണ്ണനും[3] കൂട്ട്. ഒള്ളത് വിറ്റ്പറക്കി അത്തായത്തിന് വയികിട്ടാൻ.

ചന്തപ്പിരിവിന് തടിമാടൻ മേത്തമ്മാര്.

വെളുത്തേം തേയീം പുല്ലുകെട്ടുംകൊണ്ട് നമത്തേന്ന്. എന്നും കൊടുത്തോണ്ടിരിക്കണെ യമ്മിക്ക് പുല്ല് വേണ്ട. ഇട്ടിട്ട് പോവാം. തമ്മതിക്കൂല ഒരു പാള കഞ്ഞ്യേങ്കിലും. അതുംല്ല. രണ്ടോരും കൊശവര് കോട്ട്ന്ന് നടന്ന്;

1. പുളി. 2. ചീര. 3. തേങ്ങ

എത്തറകാതം... നേരത്തേ വന്നോര് റോട്ടിന്റരീല് പുല്ലും കുത്തിച്ചാരി നെരന്ന് നിക്കണ്.

ഒരു മേത്തൻ അരീല് വന്ന് ചോയിച്ച്. "എബ്ടേടീ, പൂണ്ടച്ച്യോളേ ചന്തക്കാസ്"

വെളുത്തേം തേയീം അന്തംവിട്ട്. ഇതിന് മുമ്പേ, മേത്തമ്മാർ ചന്തേ ക്കേറുമ്പം ചീത്തവിളിക്കും. കേട്ടിട്ടൊണ്ട്. കണ്ടിട്ടൊണ്ട്. നേരിക്ക് നേരെ ഇപ്പം. പേടിച്ച് വന്നോല തന്ന.

"ങ്ങള് അടങ്ങീം മൊലാളി. അവ്ത്തങ്ങള് ഈടത്ത്കാരല്ല." പേരുമ ലത്ത നീലിപ്പൊലയി പറഞ്ഞ്. "ങ്ങക്ക്, കടക്കായുല്ലേ ബേണ്ട. പുല്ല് ബിക്കട്ട് അയ്നുമ്മുമ്പ് തിന്നാൻ നിന്നാല." നീലി ചിരിച്ച്. വെകിളിച്ചിരി. ചുണ്ടീ ചോപ്പെരിച്ച് മുറുക്കാഞ്ചിരി.

പകല് മങ്ങണ്.

വെളുത്തയ്ക്കും തേയിക്കും പേട്യായി. പെരുമാള് കൊച്ചിക്ക തനി ച്ചേള്ളൂ.

ചന്തേല വാതിലീന്ന് നെലോളി കേട്ട്. നോക്കുമ്പം ഒരു കെളവി.

"ഒരു മേത്തൻ കൊലവിളിച്ച്. വട്ടീം പിടിച്ച് വലിച്ച് തള്ളേ തള്ളീട്ട് പറഞ്ഞ്. "കണ്ടാറോളി പുണ്ടച്ചി, കടക്കാസ് തരാതേണ ചന്തേ ഊമ്പാൻ ബ്‌രാണേ."

എന്തര്ന്നറീല. മേത്തൻ ആകായത്ത് കറങ്ങി. നെലത്ത് വീണ്.

മഞ്ഞ മുക്കിയ മുണ്ട്. അരക്കൈ മഞ്ഞ ഉടുപ്പ്. മഞ്ഞ തലേക്കെട്ട്. "നെന്നേം നെന്റെ തന്തനേം പെറ്റു പോറ്റേണ്ട തായാണ്. എന്തര് വിളിച്ച്. കാലിതൊട്ട് തൊയ്‌വെടാ."

നെലത്ത്ന്ന് വന്ന് എതിരിടാൻ മേത്തൻ. ചന്തമൊരണ്ട് മേത്തപ്പട.

വന്നോനും, നിന്നോനുംല്ല.

അയ്യങ്കാളീം പടേം മാത്തറം

"അമ്മച്ചി പോയീം. യിനി ഈട, ങ്ങക്കൊരാവത്തും വരൂല്ല."

നമത്തേന്ന് എതിരിട്ട മേത്തൻ കെളവീട കാലീ കെട്ടിപ്പിടിച്ച് കരേണ്.

പുല്ല് വിക്കാത പോന്നിട്ടും പട്ടിണികെടന്നിട്ടും വെളുത്തയ്ക്കും തേയിക്കും വെയക്കണില്ല.

തേയി പറഞ്ഞോണ്ടിരുന്ന്; "അയ്യങ്കാളി...."

•

കൊയ്തൊഴിഞ്ഞ പാടത്ത് ഒരുനാൾ ഒറ്റയ്ക്കൊരു ചിന്നൻ കാക്കാൻ. ഖദറുമുണ്ടുടുത്തു ചിന്നൻ കാക്കാൻ. കൈയില്ലാത്ത ഖദറുടുപ്പിട്ട് ചിന്നൻ കാക്കാൻ. കാൽത്തള. കരിമുഖം. പുള്ളിയഴിഞ്ഞ്. ഖദറ് തൊപ്പി തോളിൽ മുന്നിറക്കൊടി.

പുത്തൻ കാക്കാരിശ്ശി.

വെങ്ങാന്നൂരിൽ കർഷകസമരം.

അയ്യങ്കാളീം പടയും വയ്ല്പണിക്കാരെക്കൂട്ടി. വഴി നടക്കണം.

വേലയ്ക്ക് കൂലി. പഠിക്കാൻ അനുവദിക്കണം. ഒരു വർഷക്കാലം വയല്പണി ചെയ്തില്ല. കൊയ്തില്ല. കിളച്ചില്ല. പൂട്ടിയില്ല. പത്തായത്തിൽ വിത്തൊഴിഞ്ഞ്, വയറ്റിൽ തീയെരിഞ്ഞ്, മണ്ണറിയാത്തോൻ മണ്ണിൽതൊട്ട് പാങ്കെടപ്പായി. ജന്മിമാർ വിശപ്പിന്റെ വിലയറിഞ്ഞ്.

വയല്പണിക്കാർക്ക് വിശക്കാനറിയാം. നിവൃത്തികെട്ട ചിലരെ അയ്യങ്കാളി കൂട്ടി; വിഴിഞ്ഞം കടപ്പുറം മുക്കുവക്കൂട്ടരോട് പറഞ്ഞു. "എവരിക്ക് വെയ്ക്ക്ണ്" അവർ മീൻപിടിക്കാൻ കൂട്ടി....

അരങ്ങിലാടുമ്പോൾ നാട്ടാരിൽ അതിശയം. പിന്നണിയില്ല. വാദ്യമില്ല. ഏകൻ. കാക്കാൻ തകർത്താടുന്നു. പാടുന്നു പറയുന്നു. ഒറ്റക്കാക്കാന്റെ ചടുലച്ചുവടിൽ ജനം.

ജനത്തെ മറികടന്നു ചുറ്റും പമ്മിപ്പമ്മി ആരോ വരുന്നു.

കാക്കാൻ ആടി.

തക്കോടു തിന്തിമി
തരികൊടു തിന്തിമി
താകുതെയ്യത്താം
തൊങ്കതക്ക തരികിണതോ...

ഒറ്റുകാരും കൂലിപ്പൊലീസും ഇരമ്പിയെത്തി.

കാക്കാന്റെ ഖദറുടുപ്പ് ചീന്തപ്പെട്ടു. മുണ്ടഴിഞ്ഞു. ഖദറിന്റെ കോണകം മാത്രം. കൊടി, അനേകം ചവിട്ടടികൾക്കടിയിൽ. കാക്കാന്റെ കൈയിൽ കൊടിക്കമ്പ്. ഖദറ് തൊപ്പി മുരിക്കിൻ പൂ നിറത്താൽ. അവരതാ ഒണക്ക ചണങ്ങോല വലിച്ചിഴയ്ക്കുമ്പോലെ ചിന്നൻകാക്കാനെ കൊണ്ടുപോകുന്നു.

നില്ക്ക നില്ക്ക കൊല്ലുമിന്നെ-
ന്റമ്പിനാലേ നിന്നെ
ഇല്ല തെല്ലും ഭേദമിന്ന്
ശല്യനാം മൃഗാധമാ
ക്രൂരഭാവമേതുമിന്നു
കാട്ടീടേണ്ട ഭീരുവേ
പാരമിന്നെന്റമ്പിനിര
യാക്കിടുന്നുനിന്നെ ഞാൻ
താ തിന്തത്തോം തകതോം
തിന്തത്തോം തെയ് തെയ്
താതിന്തത്തോ തകതോം
തിന്തത്തോം തെയ്തെയ്

•

അയാൾക്ക് ഒരു കണ്ണില്ല. ഇരുണ്ട പോട്. ആറ്റിറമ്പിൽ തോട്ടുവരമ്പിൽ മേടുകളിൽ നിന്നും പച്ചമരുന്നുകൾ ശേഖരിച്ചിരുന്നു; ഉപജീവനമാർഗ്ഗം. രഘൂത്തമൻ കാണുമ്പോൾ ആറ്റിലെ വെള്ളക്കെട്ടിൽ ഓല

അഴുക്കി മെടയുകയായിരുന്നു. "ഇതാർക്കുവേണ്ടി" രഘുത്തമൻ ചോദിച്ചു. ശബ്ദങ്ങളെ തിരിച്ചെടുക്കാത്ത കാതുകൾ. ഓലമെടച്ചിൽ തുടർന്നു. രഘൂത്തമൻ അത് തിരിച്ചറിഞ്ഞു. കഠിനശ്രമത്തിനുശേഷം 'എന്തുവേണം' എന്ന മട്ടിൽ അയാളൊന്നു നോക്കി. കൺ കുഴിയിൽ ആരും കാണാക്കണ്ണ് ഒളിഞ്ഞിരിപ്പുണ്ടെന്നുതോന്നും. എങ്ങനെയാണ് രഘുത്തമൻ അയാളുടെ സൗഹൃദം നേടിയത്. അതിനുമുമ്പ് അയാൾ രഘൂത്തമനെ വിശദമായി പരിശോധിച്ചു. സഞ്ചി, ഷർട്ട്, പാന്റ്സ്, പോക്കറ്റുകൾ, അടിവസ്ത്രം വരെ. "അല്ല, നിങ്ങള കൈയീ ആളപ്പറ്റിക്കണ കുന്ത്രാണ്ടം കാണും. ഞാനൊന്ന് പറഞ്ഞാ ചിരിച്ചോണ്ട് നിങ്ങളത് പിടിച്ചെടുക്കും. എന്റേലൊള്ളതെല്ലാം പിടിച്ചെടുത്താ നിങ്ങള് പറയും, വായീം വെരളിട്ടോ." അയാൾ ചിരിച്ചു.

നരച്ച് ചുരുണ്ടു തൂർന്ന മുടി. നെറ്റിയിൽ കീറിപ്പിന്നിയ തോർത്തു കൊണ്ട് കെട്ടിയിരിക്കുന്നു. ഇടതുകൈ പിന്നിലേക്ക് നീട്ടി മുടിയിഴകൾ ഇളക്കി അയാൾ എല്ലാം പറയുകയാണ്. ചോദ്യങ്ങൾക്കായി ചെവിതരുമ്പോൾ ഉച്ചത്തിൽ പറയണം. ചെവിമടക്കിലെ മുറിബീഡി. നാറ്റം അസ്സഹനീയം.

"ഇതക്ക ഈ പണേല് വീയണ ഓല. മൊടഞ്ഞ് ആക്കെങ്കിലും കൊടുത്താ വല്ല ചായേ, മുറുക്കാനാ... പിന്നെ കാടും പടപ്പും തെണ്ട്യാ കൊറച്ച് കുറുന്തോട്ടി, നറുനീണ്ടി, ചൊറിയണവേര് അങ്ങനേന്തരെങ്കിലും കിട്ടും. വയറ്റിപ്പെയപ്പിന് അത് പോര. പിന്നെ കിട്ടണത്."

അയാളെ ചൂഴ്ന്ന് എന്തോ നിഗൂഢതയുണ്ട്. രഘൂത്തമനു തോന്നി.

"ആറാം വയതീ കന്നാലിമേപ്പും വയലീപ്പണീം പടിച്ച്. അപ്പൻ പടിപ്പിച്ച അമ്മക്കുരുപ്പ് അപ്പനകെട്ടിയെടുത്ത് അമ്മച്ച്യേം പിന്നൊരു തൈവമനിതൻ. ആതിച്ചൻ വൈദ്യൻ എന്ന രച്ചിച്ച്, അല്ലെങ്കീപ്പം ഞാൻ കാടോ പടപ്പോ. ഒരു കുരു അച്ചരക്കു[1]രു. വേറൊന്ന് കാക്കാരസ്സി. നാടായ നാടും തേയമായതേയും ആടി. കൂടപ്പെറപ്പോല ഒണ്ടാരുന്ന ഒരുത്തന്റെ കുരുതിക്കും സാസ്സി[2]. രായാവ് തിരുമനത് ആട്ടം കണ്ട് മുണ്ട് തന്ന്. കായീം തന്ന്, വരിസം[3] തോറും കളീം കാമ്മിച്ച്, സോതന്തറിയം കിട്ടാമ്മേണ്ടി കതറിട്ട്. അടികൊണ്ട് ഒരു കണ്ണുംപോയി. പിന്നാരക്കേ പറഞ്ഞ് അത് കിട്ടീന്ന്. അതെന്തര് ഓലേ തേങ്ങേ പൊതിച്ചെടുക്കാനാ മൊടഞ്ഞെടുക്കാനാ പറ്റോ. എന്തരോ എന്തോ കൂട്ടത്തിപ്പറേണ്. ഞാം കണ്ട തണ്ടെല്ലൊള്ള ഏറ്റോം നല്ല മനിചൻ അയ്യങ്കാള്യാണ്. ഞാനുമാറ്റ് ഒന്നുംല്ല, ങ്കിലും.... അവരക്ക പയറ്റിത്തെളിച്ച വയ്യേള് ആക്കറിയാം. പുല്ലേള്."

അയാൾ മിണ്ടാതായി. കാതിന്മടക്കിൽനിന്നും മുറിബീഡി എടുത്ത് ചുണ്ടീവച്ച് രഘുത്തമനോട് ചോദിച്ചു. "തീപ്പെട്ട്യോണ്ടാ."

"ഇല്ല."

"പിന്നേന്തരിന് നടക്കണ്."

അയാൾ ഉണങ്ങിയ തെങ്ങിൻപൂപ്പെടുത്തു രണ്ടു വെള്ളാരങ്കല്ലുകൾ കൂട്ടിയുരസ്സി. തീപിടിച്ചു. കരിയില കൂട്ടി തീയാളി. അതിൽ ബീഡി

1. അക്ഷരഗുരു. 2. സാക്ഷി. 3. വർഷം

കത്തിച്ചു. പുകയെടുത്തു. ബീഡി തീരുംമുമ്പ് കുത്തിയണച്ച് കാതുമടക്കിൽവച്ച അയാൾ പതുക്കെ പറഞ്ഞുതുടങ്ങി.

“ആരക്കേവന്ന്, കാക്കാനേ, ങ്ങള് പടിപ്പിക്കീം പറഞ്ഞേരീം എല്ലാ ങ്കൊടുത്ത്. എന്നേങ്കൊടുത്ത്. അവരൊണ്ടാക്കി. ഒറ്റക്കണ്ണുകൊണ്ട് ഡെല്ലീ പോയി ആടി. അവമ്മാര് കണ്ണ് തള്ളി. നല്ല പാഞ്ചിപ്പയം പോലത്ത ചെലര് വന്ന് പൈസാ തന്നാ തലേതൊട്ട്. പട്ടിണിക്കഞ്ഞി തന്നില്ല. പ്പം, കൊണ്ടോയോരുംല്ല. എന്നെക്കൊണ്ട് വളന്നോരും, ല്ല. പസ്സേ, ന്റ കുരുക്കന്മാര് എനിക്കോതിത്തന്ന രണ്ടെടനം കാക്കാരീസ്സീം ഈ നെഞ്ചിക്കൂട്ടിലൊണ്ട്. അതൊരുത്തനും കൊണ്ടോവൂല. ങ്ങള, ഒരു യെന്തറത്തിനും അതീന്നെടുക്കാമ്പറ്റൂല്ല. പിന്ന, എന്റേന്ന് വീണ പൊട്ടും പൊടീം വെച്ച് ചെലര് കളിക്കണ്. കളിക്കട്ട്..”

ഇങ്ങനേക്ക വരോന്ന് നെരിച്ചതല്ല. കണ്ണും പോയി കാതും പോയി ക്കെടക്കുമ്പം. യ്ക്കൊരുത്തി, കൂട്ടിരിപ്പ് വന്ന്. അവളീ രണ്ട് മക്കള്. ഒരാണും പെണ്ണും. അങ്ങേനേരിക്കുമ്പം അവള് ചെല മന്തരമായങ്ങളീ പെട്ട്. അങ്ങേതില ഒരു നായന് അവളീ പൂതി. ന്റ, ഒറ്റക്കണ്ണും വച്ച് അവളീ പാത്യേ കാണാമ്പറ്റു. മറ്റേപാതി ഞാനും. ന്റ, കൊച്ചുങ്ങള് നായന്റ അമ്മാവന്റ വീട്ടി ച്ചെല്ലും. ത്തിരി പയിഞ്ഞ്യോള്ളം* മൂപ്പിലാൻ കൊടുക്കേഞ്ചേയ്യും. നായന്റ നോട്ടോം നടപ്പും ന്റ, കൊച്ചുങ്ങക്ക് പിടിക്കണില്ലേരുന്നാ, അവുത്തങ്ങള് മുപ്പിലാന്റോട പറഞ്ഞാ, ക്കറിഞ്ഞൂടേ

എന്നത്തേം പോല വല്ലോം പണിക്കായി ഞായെറങ്ങി. അന്നിത്തിരി പണീം കിട്ടി. ഉച്ച കുടിക്കാന്നേര ആരക്കേ ഓടിവന്ന്.

മമ്മട്ടീം എറിഞ്ഞ് ഞാം ഓടി. വയീട പാതി അറിഞ്ഞ്. മണ്ണിന്റ പാതി അറിഞ്ഞ്.

ഞാങ്കണ്ടത് പപ്പാതി. ന്റ മക്കള്. അവര് വളത്ത്യപട്ടി രണ്ട്. ഏയ്കാക്ക. പിള്ളരിക്ക് പയിഞ്ഞീം കൊടുത്ത് അതീപ്പങ്ക് കുടിച്ച മൂപ്പിലാൻ. അകമ്മതി പറ്റീന്നറിഞ്ഞ്, കുടിലീകെട്ടിത്തൂങ്ങ്യ പിള്ളര തള്ള.

പിള്ളരേം, കാക്കേം, പട്ട്യേം, തള്ളേം, ല്ലാത്തിനേം, കുടിലിന്നവുത്ത കുയീഞ്ഞാം തന്ന...

ആ നായന്റ പെങ്കൊതി”

അയാളുടെ കൺകുഴി നിറഞ്ഞു തുളുമ്പുന്നു

രഘൂത്തമന്റെ സ്വപ്നത്തിൽ വന്നുപോയത് ചിന്നൻകാക്കാനല്ലേ..

കുഞ്ഞിരാമനോടു തന്നെ ചോദിക്കാം.

•

ഖനനം പുറത്തെടുക്കുന്നത് മനുഷ്യരാശിയുടെ പ്രത്യാശയല്ല.

കുന്നുകൾ അടർത്തിമാറ്റുന്നതും പാറകൾ തകർക്കപ്പെടുന്നതും നന്മകളിലേക്കുള്ള വാതിലുകളല്ല.

---

* പഴങ്കഞ്ഞിവെള്ളം

മൺമറയുന്നതോ, വരുംകാലമനുഷ്യന്റെ മണം, വിശ്വാസം, സംസ്കൃതി.

ശ്മശാനം ശിരച്ഛേദനം ചെയ്ത കുന്നുകളാൽ വലയിതം കുന്നുകളുടെ ഷണ്ഡത, ശവഗന്ധത്തിൽ ചേർത്തെടുത്ത ചുടലപ്പുകയിൽ ബന്ധിതം.

രഘൂത്തമന് ഒരാശ്രയവും നല്കാതെ നിലവിളികളാൽ മൂടുന്നു ഇവിടം.

രഘുത്തമന് കോളനിയെക്കുറിച്ച് ഒന്നും എഴുതാനാവുന്നില്ല. ദൗത്യം മറ്റാരാലും സ്പർശിക്കാതെ അങ്ങനെ നഷ്ടപ്പെടാം.

ശ്മശാനത്തിനു നേർകിഴക്ക് നദിക്കപ്പുറം ടാർ റോഡ് തെളിയുന്നു. നദി മുറിച്ച് നടന്ന് റോഡിലെത്തുമ്പോൾ തകർന്ന മൺകുടിലുകളുടെ കൂടാരങ്ങളുടെ ജഡഭൂമി.

ജീവഗന്ധം വമിക്കുന്ന മണ്ണടരുകൾക്കുമീതെ നടക്കുമ്പോൾ അവയ്ക്കിടയിൽ ഒരുചെറുചെടി നീലപ്പൂവുമായി നിലംപറ്റെ നില്ക്കുന്നു. അതിനെ പിഴുതെടുക്കാൻ ദുരമുറ്റി. ചുവടുമാന്തി മണ്ണുമാറ്റുമ്പോൾ അത് ആഴത്തിലേക്ക് നീല വേരോടിച്ചു പോകുന്നു. തല്ക്കാലം ഉദ്യമം ഉപേക്ഷിച്ചു. മണ്ണടിഞ്ഞ ചേരിക്കുമേൽ നിന്നു നോക്കുമ്പോൾ നദി, ശ്മശാനം, തലയടർന്ന കുന്നുകൾ; എതിരെ നഖമാഴ്ത്തി വളരുന്ന നഗരം.

ഇരുട്ട്, താഴ്വാരങ്ങളിൽനിന്നും കുന്നുകളിലേക്ക് അതിവേഗം കയറുന്നു.

ലോഡ്ജിലേക്ക് നടക്കാൻ തിരിയുമ്പോൾ നീലപ്പൂവ് ഇരുട്ടിൽ ജ്വലിക്കുന്നു. ഏറെ പിന്നിട്ടശേഷം തിരിഞ്ഞുനോക്കി. പൂവിന്നരികിൽ ഒരു നിഴലിളകുന്നു. അല്ലെങ്കിൽ ഇരുട്ടിന്റെ ഒരു കുഞ്ഞു മനുഷ്യരൂപം

•

കുഞ്ഞിരാമൻ വരുമ്പോൾ രഘൂത്തമന് കഠിനമായി പനിക്കുന്നുണ്ടായിരുന്നു.

"ആതിച്ചൻവൈത്യൻ തന്നത്" എന്നുരുവിട്ട് അയാൾ കൈക്കുടന്ന പച്ചില പിഴിഞ്ഞ് നീര് വായിലിറ്റിച്ചു. ചെറിയ ചവർപ്പോടെ നീരിറങ്ങുമ്പോൾ അതിന്റെ രുചി സുഖകരമായി.

പിടിച്ചുകെട്ടുമ്പോലെ പനി മാറി.

മേശപ്പുറത്തു തുറന്നുവച്ച ഡയറിയുടെ താളുകൾ കുഞ്ഞിരാമൻ മറിച്ചു. അക്ഷരങ്ങളിൽ കനിവോടെ വിരലോടിച്ചു. അക്ഷരങ്ങൾ പറന്നുയരുകയും രഘൂത്തമനെ വലംവയ്ക്കുകയും ചെയ്യുന്നത് കുഞ്ഞിരാമൻ തിരിച്ചറിഞ്ഞു.

"എനിക്ക് പനിയുണ്ടെന്ന് നിന്റെ വൈദ്യനെങ്ങനെ അറിഞ്ഞു."

മുഖത്ത് ഗൗരവം.

"വൈദ്യനെ എനിക്കൊന്ന് കാണണം."

കുഞ്ഞിരാമൻ സൗമ്യമായി ചിരിച്ചു.

"വൈത്യന കാണാങ്കിട്ടൂല. വൈത്യൻ നാടോടി."

"ആതിച്ചൻ, സിദ്ധനാണ് അല്ലേ."

കുഞ്ഞിരാമൻ വിനീതനായി.

"ഇത് കേക്കീം. ഒരു ചാന്നാൻ ഒണ്ടാരുന്നു. ചാന്നാന് കള്ള്കട. ചാന്നാൻ ലകളേപ്പേടിച്ച് നെയ്യാറ്റിങ്കരേന്ന് വന്ന്. പാവത്താൻ. പിന്നേണ് കള്ള് കച്ചോടം തൊടങ്ങ്യേത്. കോയിന്നാര് യമ്മീന്റ മണ്ണീ, കട. ഒരിക്ക കള്ളുകടേ വെച്ച് യമ്മീന്റ മുത്തോനും കൂട്ടാരും ആതിച്ചൻവൈത്യന തടഞ്ഞ്.

പിന്നാമ്പൊറത്ത്ന്ന് ഒരു ചെരട്ടക്കള്ള് പടി. അത് കയിഞ്ഞ്. തലേക്കൊടേം ഊന്നുവടീം മുന്താറും അരേപ്പൊതീം കെട്ടും. ആതിച്ചൻവൈദ്യൻ നടക്കാന്തൊടങ്ങി."

"ആരാണ്ടാ, ആതിച്ചനാ."

"കള്ളമന്തറവാദി നിക്കടാ അവ്ട."

കൊച്ചേമ്മാനും ചിങ്ക്ട്യേളും.

"എടാ തായോളിമോനേ, നെന്റെ കൊറദൈവം എത്തറ കള്ളു കുടിക്കോടാ."

ആതിച്ചര് മിണ്ടുന്നില്ല.

"അവന്റ നാക്ക് പിഴുതെടുക്കെടാ."

"ചിങ്ക്ട്യേള് പായാനെടുത്ത കാലനങ്ങീല. കൈ പൊങ്ങീല.

"ടിയന്റ തൈവങ്ങക്ക് കുടിക്കാൻ കള്ളില്ലേ ഈട."

"എന്നാ, അത് കാണാണോല്ലാ. കൊടുക്കെടാ അവന്റ കൊറദൈവങ്ങക്ക് കള്ള്."

ചാന്നാന് ഉത്തരവ്.

ചാന്നാൻ ഒരു മുട്ടിക്കള്ള് കൊണ്ടവന്നു.

"ടിയന്റ, തൈവങ്ങള്, ങ്ങന കുടിക്കൂല്ലേ."

"പിന്നെങ്ങനേടാ, നെന്റ ദൈവം കുടിക്കണത്."

"കള്ള്പോര. അവലും വേണേ. ഒന്ന് പോര മൂന്നുവേണേ. മൂന്ന് മുട്ടി കള്ള്. മൂന്നെലേ അവല്. മിറ്റത്ത് മണല് കൂട്ടി തടുക്കിട്ട് അതിന്മേ വെക്കണേ."

ചിങ്കിട്യേള് എല്ലാം ചെയ്ത്.

തുമ്പെല. മുട്ടിക്കള്ള്. അവല്. കള്ളിമ്മേ മൂടല്.

ആതിച്ചൻ വൈത്യൻ നിന്നേടത്ത് നിന്ന്. മിണ്ടാട്ടമില്ല. അനക്കോമില്ല.

കാണ്യോളും കൂടി. ആതിച്ചനെന്തര് കാട്ടും.

അരനായിക മൊട്ടം വെയ്ലത്ത് വൈത്യര് നിന്ന്.

കൊച്ചേമാനും ചിങ്കിട്യോളും ചാന്നാനും കാണ്യോളും

"ടിയന്റ, തൈവങ്ങള് കുടിച്ചേ, നി. അടപ്പുമാറ്റീം കള്ളുമ്മുട്ടി. കൊച്ചേമാനേ, അത് ചെയ്യാമ്പാടൊള്ളേ."

കൊച്ചേമാൻ മുട്ടി അടപ്പുമാറ്റി. കള്ളില്ല. നാല് മുട്ടീം കാലി. അവലും

ല്ല. ആതിച്ചൻ വൈത്യന് ഇക്കിള് വന്ന്.

"ചാന്നാരേ, ഒര് ചെരട്ട കള്ളെടുക്കീം." പിന്നാമ്പൊറത്തേക്ക് വൈത്യരോടി.

ചാന്നാൻ കള്ളൊയിച്ച്.

ഇക്കിള് മാറീല്ല.

പിന്നേം പിന്നേം കള്ളുവേണം. ചെരട്ടയൊയിഞ്ഞ്. മുട്ടിയൊയിഞ്ഞ്. കള്ളുങ്കൊടമൊയിഞ്ഞ്. അപ്പോം താവം തന്ന താവം. ഇക്കിള് തന്ന ഇക്കിള്.

അന്തോം കുന്തോം കെട്ട്, ഒരുചെരട്ടക്കള്ളുങ്കൂട, വാങ്ങി നിലത്ത് വെച്ച് മൂവട്ടം തൈവങ്ങക്കെറ്റി. കണ്ണടച്ച് കൈകൂപ്പി ഒറ്റമോന്ത്. താവമടങ്ങി. ഇക്കിളടങ്ങി

ചാന്നാന്റ പൊരേ, കൊച്ചേമാനും ചിങ്കിടേ്യക്കും ഇക്കിള് തൊടങ്ങി.

കള്ളെടുക്കാനോടുമ്പം ചാന്നാനും.

കുറച്ചിട മൗനത്തിനുശേഷം, ചേരിയിൽ കുടിലെടുത്ത ഭാഗത്തേക്ക് പോകരുതെന്ന താക്കീത് നല്കി കുഞ്ഞിരാമൻ ഇറങ്ങിപ്പോയി

അയാൾ ചേരിയിലേക്ക് പോകാനുറച്ചു.

രഘൂത്തമൻ, കുഞ്ഞിരാമന്റെ തലോടലേറ്റ ഡയറിത്താളുകൾ നോക്കി. അക്ഷരച്ചുറ്റുകൾ അയാളെ പ്രകമ്പിതനാക്കി അയാളിലേക്കത് ചുഴിഞ്ഞിറങ്ങി.

കവല

അച്ഛൻ കന്നാലിച്ചെറുക്കനായി മേഞ്ഞു നടക്കുമ്പോൾ പുന്നലത്തു മോലാളി കണ്ടു. കണ്ടമാത്ര ഇഷ്ടപ്പെട്ടു. "വാളിയടിച്ച് നടക്കാത ഇവിട നിക്കടാ." മോലാളി പറഞ്ഞു. "ദാ, അവട തറേക്കെടക്കണ മൊളവൊക്ക പറക്കിയിട്."

വേമ്പൊളിപ്പായ[1] ചിക്കുപായീന്ന് തറയിൽ വീണ നല്ലമൊളവ് അച്ഛൻ പറക്കാൻ തുടങ്ങി. മൊളവ് ചിക്കാനും ഉണക്കാനും കൂടി. കൈക്കാരനായി നാടുകടന്നുചെന്നു മൊളവ് അടങ്കൽ പറഞ്ഞു. പറിച്ചുകൂട്ടി, കാളവണ്ടികളിൽ ചാക്കുകണക്കു മോലാളിക്കെത്തിച്ചു. ചവിട്ടിപ്പൊഴിച്ചു, ചിങ്കും കനവും ചേറിപ്പാറ്റി. മോലാളിയുടെ നല്ല മൊളവ് കട ഒന്നാംകിടയാക്കി.

നാല്ക്കവലയിൽ വിളക്കുവയ്ക്കാൻ ഒരാളെ വേണമെന്നു പാറുവത്യാര് മോലാളിയോട് പറഞ്ഞു. അറയും നിരയുമുള്ള മോലാളിയുടെ കടയിൽ ഉച്ചവെയിലീന്നു കയറി ഇരുന്നതാണ്. എതിരെയുള്ള വഴിയമ്പലത്തിൽ വഴിപോക്കരുണ്ട്. തൊട്ടടുത്ത തണ്ണീർപ്പന്തലീന്നു പച്ചമുളകിഞ്ചി കറിവേപ്പില നാരകയില ഇട്ട മോരുംവെള്ളോം കുടിച്ചു വിശ്രമിക്കുന്നവർ.

"ഇവിടാരെങ്കിലുമൊണ്ടങ്കി, വഴിയമ്പലോം തൂത്തിടാൻ മോലാളി പറയീം. ചൊവട്താങ്ങി[3]പ്പൊറത്ത് കേറി ഇരിക്കണ കവലച്ചട്ടമ്പ്യേളൊന്നും ഇല്ലല്ലാ. ഒരു കണ്ണ് വേണം. പൊന്നുതമ്പ്രാൻ തിരുമനസ്സുകൊണ്ട് കുതി

1. ഈറ്റ, 2. വില്ലേജ് ആഫീസർ. 3. ചുമടുതാങ്ങി. 4. ചുറ്റുകൈവരി.

രവണ്ടിയോട്ടണ വഴിയാണ്. മോലാളീട മുമ്പീ, ചാവാളിത്തരം കാണിക്കാൻ ആരും വരൂല്ലാന്നറിയാം. ആ ദാഹക്കെണറിന് ആളോടി[4] ഇത്തിരിപൊക്കംങ്കുട വേണോരുന്നു. ഇല്ലേ മോലാളി.

മോലാളി തലകുലുക്കി.

മോലാളി അച്ഛനെ ചാവടിയിൽ പറഞ്ഞുവിട്ടു.

രാജചിഹ്നങ്ങളും ലിഖിതങ്ങളുമണിഞ്ഞ കൽത്തൂണിനു മുകളിലാണ് വിളക്കു വയ്ക്കേണ്ടത്. ഏണി ചാരിയെങ്കിലും തൊടാൻ പേടിതോന്നി അച്ഛൻ ഓടി മോലാളിയുടെ അടുത്തെത്തി.

അദ്ദേഹം പറഞ്ഞു: "നീ നിന്റെ ജോലിചെയ്യ്. മറ്റൊന്നും നോക്കണ്ട."

അച്ഛൻ വഴിവിളക്കു കൊളുത്തുകാരനായി.

(മോലാളി പറഞ്ഞുവിട്ട്, അമ്മ വഴിയമ്പലം തൂക്കാൻ തുടങ്ങി. ഒരു മൺകലം നിറയെ വെള്ളം കോരി തിരുവയിൽ[1] ചുവടുറപ്പിച്ചു. അമ്പലത്തിൻമൂലയ്ക്കു വച്ചു. കോരി കുടിക്കാൻ ഒരു ചിരട്ടയും)

ചാവടിയിലാണ് മണ്ണെണ്ണ. മണ്ണെണ്ണ വാങ്ങി ഇരുട്ടുവീഴുമ്പോൾ വിളക്കുകൊളുത്തി. പുലരുംവരെ വിളക്കെരിഞ്ഞു. അച്ഛന് തുച്ഛമായി കൂലി കിട്ടി. പകൽ മൊളവ് കച്ചവടം. രാത്രി വിളക്കുവെപ്പുകാരൻ.

(കറണ്ടുകമ്പി വന്നു. വഴിവിളക്കുകളായി. അച്ഛന്റെ വിളക്കുതൂണു ബാക്കി. അനാഥകൽത്തൂണ്; കവലയിലെ ആദ്യ രക്തസാക്ഷിസ്മാരകമായി ചുവപ്പണിഞ്ഞു. റോഡ് വികസിച്ചു. ദാഹക്കിണർ മൂടി. സ്മാരകത്തൂണ് ചുറ്റി വാഹനമോടി. എതോ രാത്രിവണ്ടിയിടിച്ചു ചുവടു പിഴുതു വീണു. കൽത്തൂണും ചുമടുതാങ്ങിയും ഒരു പുലർച്ചെ കാണാതായി. ഒരു നാൾ വഴിയമ്പലം കാവി ചുറ്റി ഗണപതിയമ്പലമായി. പഥികന്റെ ഇളവേല്പിടം മറഞ്ഞു)

ക്ഷാമകാലം. മണ്ണെണ്ണ വേണം. ചിമ്മിനിവിളക്കുമായി ആൾക്കാർ അച്ഛനെ കാണാൻ വന്നു. വഴിവിളക്കിന്റെ തുള്ളി കൊടുത്തില്ല. വീട്ടിലെ വിളക്കിലെ തുള്ളിയൂറ്റി നല്കി. വിളക്ക് ക്രാവി[2]. അച്ഛൻ എക്കാലവും ഉള്ളതു മുഴുവൻ ആവലാതിക്കു കൊടുത്തു. വീട് എന്നും എരിപൊരി കൊണ്ടു.

പുന്നലത്തു മോലാളിയുടെ ഭൂമി, ഏക്കറുകൾ തെങ്ങുംതോപ്പും, കുന്നുകൾ മരിച്ചീനി, മാവ്, പ്ലാവ്, അയണി, വൻമരങ്ങൾ, കാടുകൾ എന്നിങ്ങനെ. പുന്നലം തെങ്ങിൻതോപ്പിന്നോരം കുടിലു കെട്ടിക്കിടക്കാൻ മോലാളി മണ്ണു കൊടുത്തു.

കുടിൽമുറ്റത്തു നിന്നാൽ കാണാം ആമ്പലും താമരയും വിടർന്ന പുന്നലത്തപ്പന്റെ ചിറ. കുടിൽ മുറ്റമിറങ്ങി ഊരാന്തവഴി ചെന്നു ആൽത്തറ നട. ചിറക്കരയിൽ ആൽത്തറ. അച്ഛനായിരുന്നു പിണിയാളി. അന്തിക്കും വിശേഷനാളും വിളക്ക്. തിരി. ആണ്ടോടാണ്ട് പടുക്ക. കൊടുതി.

(അച്ഛൻ, ട്രാവൻകൂർ ട്രാൻസ്പോർട്ട് ജീവനക്കാരനാകുന്നതോടെ

1. കലം വയ്ക്കാനുപയോഗിക്കുന്ന വളയം. 2. മങ്ങി വെളിച്ചം കുറഞ്ഞു കത്തുക.

പുന്നലം വിട്ടു. കുടുംബസ്ഥലത്തെത്തി. മണ്ണുപയച്ചു വീടു വച്ചു താമസിച്ചു. കുടുംബം വലുതായി. മുറികളിറങ്ങി. വീട് വലിപ്പം വച്ചു)

തേയി–നീലമ്പിമാരുടെ പന്ത്രണ്ടുമക്കളിൽ നാലാമൻ; അച്ഛൻ. രണ്ടാംതരംവരെ പഠിച്ചു. സ്കൂളിൽ പഠിച്ച ഏകൻ.

അച്ഛന്റെ മൂത്ത സഹോദരൻ ചിന്നൻ ഞങ്ങൾ ചിന്നൻ പേരപ്പൻ എന്നു വിളിക്കും. വൈദ്യനായിരുന്നു. എല്ലാ ചികിത്സയും ചെയ്തുപോന്ന നാടോടി. വസൂരി ചികിത്സ മുഖ്യം.

ശങ്കരൻ പേരപ്പൻ രണ്ടാമൻ. അതീവ രാവിലെ തലയിൽ കുട്ടയും വച്ചു, തേഞ്ഞ പാണ്ടിമമ്മട്ടിയുമായി പഞ്ചായത്ത് റോഡിൽ കാളവണ്ടികളുടെ വഴിത്താരയിലൂടെ നടന്നു. ചാണകം കോരി കുട്ടയിലാക്കി പഞ്ചായത്തു പൗണ്ടിലെ കുഴിയിൽ കൊണ്ടിട്ടു. ചൊവ്വ, ശനി മുഖ്യചന്തദിനങ്ങൾ. രണ്ടുപ്രാവശ്യം വഴിനടത്തം. കുഴിനിറയുമ്പോൾ പഞ്ചായത്തുകാർ ലേലം ചെയ്യും. പേരപ്പന് എന്തെങ്കിലും കിട്ടും. കാളവണ്ടിക്കാർ ചന്തവാണിഭങ്ങൾ കൊടുത്തു. മരിച്ചീനി, വാഴയ്ക്കാ, ചക്കക്കഷണം, കാച്ചിൽ, ചെറുകിഴങ്ങ്.

നാലാമൻ തമ്പി പേരപ്പൻ. ഒരു നല്ലമൊളവ് മോലാളിയുടെ കങ്കാണി, ചട്ടമ്പി. അച്ഛനെതിരി. അച്ഛൻ വിലയുറപ്പിച്ച ചരക്ക് മാറ്റി മറിച്ചു ചതിക്കും. കുടിച്ചാൽ പേ. കുടിയൻ, തേയി അമ്മൂമ്മയുടെ പൊങ്കാലക്കലം ചവിട്ടിത്തെറിപ്പിച്ചു. അതും തെവവരു[1]ന്നേരം. അമ്മൂമ്മയെ അടിവയറ്റിൽ തൊഴിച്ചു. പെറ്റവയറ് തവിച്ചു. കുമരത്വം വരണ്ടപ്പോൾ, കാൽപ്പെരുവിരലിൽ തൊട്ടാവാടിമുള്ളു കൊണ്ടു. വിരലുകൾ പഴുത്തു. കാലുകൾ പഴുത്തു പുഴുത്തു.

ഭാര്യയും മക്കളും ഉപേക്ഷിച്ചു.

അച്ഛൻ വീട്ടിൽ കൊണ്ടുവന്നു. അമ്മ ശുശ്രൂഷിച്ചു. ഇറയം മുഴുവൻ പേരപ്പന് വേണം. പുഴു പുളയ്ക്കുമ്പോൾ പേരപ്പൻ വിളിക്കും, കൊണ്ടുവായോ മണ്ണെണ്ണ. അമ്മ മണ്ണെണ്ണ കൊടുക്കും. കാലെല്ല് പുറത്തുന്തിയ വിടവിലൂടെ മണ്ണെണ്ണ ഒഴിച്ചു. കറുത്ത കൊമ്പൻ പുഴുക്കൾ ഇറയത്ത് നിറയും. ഞവയ്ക്കും. അമ്മ അതൊക്കെ തൂത്തുവൃത്തിയാക്കി.

എന്നെ സ്നേഹിച്ചിരുന്നു. എപ്പോഴും. നാറ്റങ്ങൾക്കിടയിലെ ഒരു ചുമരതിരിൽ പേരപ്പന്റെ വീരകഥകൾ എന്നോട് പറഞ്ഞു. ഇടയ്ക്ക് പേരപ്പൻ വിളിക്കും. “ഹരേ... നീ, ഒറങ്ങ്യാ.” ഞാൻ പറയും. “ങും.” “എന്നാ നാള പറയാം.”

വേദന നിറഞ്ഞ നിലവിളിയിൽ, ആപൽഘട്ടത്തിൽ ഉപേക്ഷിച്ച ഭാര്യയെയും മക്കളെയും ശപിച്ചു മുടിച്ചു.

സഹനത്തിന്റെ വാതിൽ തുറന്നെത്തുന്ന അമ്മയെയും എന്നെയും പേരപ്പൻ കണ്ണീരാൽ അനുഗ്രഹിച്ചു ചോദിക്കും. “നിങ്ങക്ക്, നാറണില്ലേ.”

കാലുകൾ മുറിച്ചു മാറ്റി. കണ്ണുപൊട്ടി. കൈവിരലുകൾ അഴുകി വീണു. അവസാനവട്ടം തുണിയിൽ പൊതിഞ്ഞുകെട്ടിയ പഴുപ്പായി ആശുപത്രി

1. തിളയ്ക്കുക

യിലേക്ക് അച്ഛൻ എടുത്തുകൊണ്ടുപോയി.

ഏറ്റവും ഇളയ ആൾ കൊച്ചുചെറുക്കൻ ചിറ്റപ്പൻ. റെയിൽവേ ജോലി. ഭാര്യമാർ പലത്. പണിവിറ്റു. വിലസി. കിടപ്പാടമില്ലാതെ റെയിൽവേ പുറമ്പോക്കിൽ കൂരവച്ചു. ആരോരുമില്ലാതെ മരിച്ചു. റെയിൽവേസ്റ്റേഷനിലെ വലിയ വാകമരച്ചോട്ടിൽ തെക്കോട്ടു തലയും വച്ചു കുഴിയിൽ കിടക്കുകയാണ് ചിറ്റപ്പൻ. റെയിൽപ്പാത എണ്ണമേറി ചിറ്റപ്പന്റെ ചങ്കിലൂടെ റെയിൽവണ്ടിയോടുന്നു.

വഴി

ചാവിറക്ക*നേരങ്ങളിൽ അസമയയാത്രകൾ അച്ഛൻ പറഞ്ഞറിയാം. പുന്നലം തെങ്ങിൻതോപ്പ് പഞ്ചാരപ്പൂഴിയാൽ നിബിഡം. തോപ്പ് നടന്ന് ചെന്നിറങ്ങുന്നത് ഊരാന്തവഴി. ഊരാന്തവഴി ഇടവഴിയിലേക്ക്. ഇടവഴി റോഡിലെത്തി. മുന്നേറി നാല്ക്കവലയിലെത്തി. രാനടപ്പിൽ ഏകാകികൾക്കു താങ്ങല്ല. തെങ്ങിൻതോപ്പും ഇടവഴിയും. ഇടവഴിക്കിരുപുറം ചെറുകയ്യാല. കയ്യാലയ്ക്കപ്പുറം വായ്ച്ച് കാട്.

ആ രാത്രി അച്ഛൻ അഗാധമായി ഉറങ്ങിപ്പോയി. രാവിറങ്ങി. പുലർകാലകോഴി കൂവിയെന്നു തോന്നി. വഴിവിളക്ക് അണയ്ക്കേണ്ട നേരം ഒരുപാട് കഴിഞ്ഞെന്ന വിശ്വാസത്തോടെ എഴുന്നേറ്റുനടന്നു. പുന്നലത്തു കട്ടയ്ക്കാൽ തൈത്തെങ്ങുകളുമായി പരന്നുകിടന്നു. തൊട്ടുമുന്നിൽ വെളുവെളുത്ത ഒരു മുയൽ. കൗതുകം നിറഞ്ഞു പിടിക്കാനായുമ്പോൾ, കബളിപ്പിച്ചു പിന്നാക്കം പാടി. പിൻതിരിഞ്ഞാൽ എതിർവശത്തേക്ക്. അരിശം മുഴുത്ത് ഇടുപ്പിൽ നിന്നും പിച്ചാത്തിയെടുത്ത് അരയ്ക്കൊപ്പം തൈത്തെങ്ങിൻ പച്ചോലവെട്ടി. ഓലചീന്തി മടലെടുത്തു. മുയലിനെ ആഞ്ഞടിച്ചു. ചാടിക്കുതറി തെന്നിച്ചാടി അച്ഛനെ പരവശപ്പെടുത്തി മുയൽ. ഒത്തൊരു പുരുഷൻ വെറുമൊരു മുയലിനോട് തോല്ക്കരുതെന്ന് നിനച്ച് ഊക്കിനടിച്ചു. അടിയേറ്റ മുയൽ ഉരുവം മാറ്റി, ചെന്നായ. നെരിപ്പോടുമാടന്റെ വഴിയോട്ടനേരം. അച്ഛനെ രക്ഷിക്കാൻ ചെയ്തത് പുന്നലത്തപ്പൂപ്പൻ. കയ്യാലപ്പുറത്തൂടെ പാഞ്ഞുപോയി നെരിപ്പോടുമാടൻ.

ട്രാൻസ്പോർട്ട് ഡിപ്പോയിൽ നൈറ്റ് ഡ്യൂട്ടി കഴിഞ്ഞു വരികയാണച്ഛൻ. കൊയ്തൊഴിഞ്ഞ വയൽ. വെറിയേറ്റുവിണ്ട മണ്ണ് പൂട്ടി മറിച്ചു ചവറുകൂന[1] തീ പിടിപ്പിച്ചിരുന്നു. വെന്ത മണ്ണിൻമണം പാതിരാവിൽ തങ്ങിനിന്ന നിലാവിറങ്ങിയ മീനരാത്രി. നെടുവരമ്പിന്റെ പാതി പിന്നിട്ടു. മുന്നിൽ ഉണക്കം പിടിച്ച മടവ ചാടിക്കടക്കണം നടവഴിയെത്താൻ. അന്നേരം മുറിഞ്ഞ മടവയിൽ നീരൊഴുകി. മടവ ചിനച്ചുപൊട്ടി അച്ഛനു തലയ്ക്കു മീതെ പാഞ്ഞു മറുകണ്ടമെത്തി. അച്ഛൻ അന്തിച്ചുപോയി. അന്നേരം ആറടിക്കപ്പുറം നടവഴി പിന്നിട്ടു മേലാങ്കോട്ടമ്മ ഇലങ്കത്തേക്ക് തിരിച്ചുപോയി. ദേവിയുടെ കൺപാട് പെടാതിരിക്കാൻ അച്ഛനെ തടഞ്ഞ വെള്ളപ്പാച്ചിൽ.

---

* ആത്മാവ്. 1. മകരക്കൊയ്ത്തിനുശേഷം പാടം ഉഴുതുമറിച്ചു കരിയിലകൾ. ചവറുകൾ കൂട്ടിയിട്ട് തീയിടുന്നു.

അച്ഛൻ അടിപതറി ഓടി വീട്ടിലെത്തി വീണു. ഇതിനെല്ലാം താക്കീതായി കടുത്ത പനി. പിച്ചും പേയും പറച്ചിൽ അങ്ങനെ പലത്.

നാലു കാളവണ്ടി നല്ലമൊളവ് ലോഡുമായി അച്ഛനെത്തി. മോലാളി അച്ഛനോടു ചോദിച്ചു. “നിന്റ തള്ള തേയീം, നിന്റെ പെമ്പറന്നോരും ചെട്ടി ത്തെരുവീ തൂക്കാൻ പോണില്ലേടാ. നിന്റെ കെട്ട്യോള് വഴിയമ്പലോം തൂക്കണ്. എന്നാപ്പിന്ന നെനക്കും തൂക്കാൻ പൊയ്ക്കൂടെ.” അച്ഛൻ അന്ധാളിച്ചു. മോലാളിയെ വിട്ടു തൂക്കാൻ പോവുക. അദ്ദേഹം പറഞ്ഞു: “നീ പേടിക്കേണ്ട. ഇവിടത്തെ ഗ്യാരേജി വരണ ബസ്സേള്, തൂക്കേം തൊടയ്ക്കേം കഴുവേം ചെയ്താ മതി. നെനക്ക് ചമ്പളം കിട്ടും. സ്രീപപ്പനാവന്റ ചക്കറം.”

അച്ഛന് പേടി തോന്നി. മേലാളര് കേറണ ബസ്. ഓടിക്കണ ബസ്. അച്ഛൻ മിണ്ടാതെ നിന്നു. “നീ പോയി നോക്ക് ഗതിപിടിക്കും. ഇല്ലങ്കിപ്പോര്. നല്ലമൊളവും ഞാനും ഒണ്ടങ്കി നെനക്ക് കൊറവൊന്നും വരൂല്ല.”

സർ സി പിയുടെ ട്രാവൻകൂർ ട്രാൻസ്പോർട്ട് അച്ഛനെ തിരികെ വിട്ടില്ല.

ട്രാവൻകൂർ ട്രാൻസ്പോർട്ട് കെ എസ് ആർ ടി സി ആയി. അച്ഛൻ മെക്കാനിക്കും. ചാർജ്ജുമാനും. അച്ഛന്റെ നീലകാക്കി വേഷത്തെ ഞാൻ ആരാധിച്ചു. ഗ്രീസും കരിഓയിലും കലർന്ന കാക്കിമണത്തെ ആസ്വദിച്ചു. ഡ്രസ് കഴുകാനെത്തുമ്പോൾ കാലുറയുടെ പോക്കറ്റിൽ സോപ്പ് കഷണങ്ങൾ. കോട്ടൺ വേസ്റ്റ്. ഒന്നിന്റെ രണ്ടിന്റെ നാണയങ്ങൾ. ഇതൊക്കെ നിധി. നാണയമിടാൻ മൺകുടുക്ക. അച്ഛന്റെ വേഷം പരിശോധിക്കാൻ അടിപിടി. ആറ്റിൽ തുണി നനച്ച് പാറപ്പുറത്തിട്ട് മടൽ കൊണ്ടടിക്കുമ്പോൾ നദി കറുത്തു.

ഇക്കാലയളവിൽ അച്ഛൻ നടത്തിയിട്ടുള്ള ഉഴിഞ്ഞുകളയൽ, മന്ത്രവാദങ്ങൾ.

വെളുപ്പിന് അച്ഛനും അനുചരന്മാരും വന്നു. തലയറുത്ത മുട്ടൻ കരിങ്കോഴി. ചന്ദനത്തിരിയും തെള്ളിയും മണക്കുന്ന പഴംപൊരി[2] അവിൽ, കരിക്ക്, ശർക്കര. ഒരുക്കിന്റെ ഉപദംശങ്ങൾ. ഞങ്ങൾ ആർത്തിയോടെ തിന്നു. ചുട്ടെടുത്ത കോഴിക്കാല് കുട്ടികൾക്ക്. കോഴിക്കറി; ഊച്ചുവലിച്ചു എരിവ് കറി കൂട്ടി അച്ഛനും കൂട്ടരും ചാരായം കുടിച്ചു. സാഹസനാളുകളുടെ പഴയ താളുകൾ പരസ്പരം തുറന്നുപിടിച്ചു.

ചില രാത്രികൾ, വീട്ടിൽ അപരിചിതർ വരും. കുറിപ്പടി ഒരുക്കുകൾ വയ്ക്കും. ഒരുക്കുകൾ പൂർത്തിയായാൽ തെറിവിളിച്ച് ദേവതകളെ അനുനയിപ്പിച്ചിരുന്നു അച്ഛൻ. ആൽത്തറ തെക്കതുകളിൽ ദേവന്മാരെ നേർക്കുനേർ തെറിയാട്ടി. പല്ല് ഞെരിച്ചു നില്ക്കുന്ന അച്ഛനെ എനിക്കറിയാം

തിരിയും വിളക്കും

പുന്നലത്തു താമസിക്കുമ്പോഴാണ് അമ്മ വല്യണ്ണനെ ഗർഭം ചുമ

1. മലർ.

ക്കുന്നത്. അച്ഛൻ ജോലി കഴിഞ്ഞു വരാൻ താമസിക്കും. രാത്രി അമ്മ ഒറ്റയ്ക്കിരിക്കുമ്പോൾ മുറ്റത്തു വടി കുത്തി നടത്തം കേൾക്കാം. പുന്നലത്തപ്പൂപ്പന്റെ നിത്യസാന്നിദ്ധ്യം.

ഞങ്ങളെപ്പോഴും പുന്നലത്തപ്പൂപ്പന് ഒരു തിരിയും വിളക്കും നേരുന്നു. ഞങ്ങളുടെ പനി, ഇടർച്ചകൾ, കലുഷിതങ്ങൾ, ആശങ്കകൾക്കെല്ലാം. അപ്പൂപ്പൻ എപ്പോഴും ഞങ്ങൾക്കരികിലുണ്ട്. (വിളിപ്പുറത്തുണ്ടായിരുന്ന ഞങ്ങളുടെ പുന്നലത്തപ്പൂപ്പനും മാടൻ മറുതകളും ചാവുകളും പുനരുദ്ധാരണ ക്ഷേത്ര നിർമ്മിതിക്കുള്ളിൽ ഞങ്ങൾക്കന്യരും അസ്പൃശ്യരുമായി. ഞങ്ങളുടെ കാണും കാണിക്കയും നേദ്യവും ചുറ്റുമതിലിനുപുറത്തെ തെക്കെ മൂലയ്ക്കലൊതുക്കി)[1]

തൂപ്പുകാർ

ഒരർത്ഥത്തിൽ അമ്മ അനാഥയായിരുന്നു.

അമ്മയുടെ കൊച്ചുന്നാളിൽ അമ്മയുടെ അമ്മ മരിച്ചു. അമ്മയുടെ അച്ഛൻ നാടുനീളെ ജന്മിമാർക്ക് മണ്ണറഞ്ഞു. എവിടേക്കോ പോയി. എന്റെ അമ്മൂമ്മ തലയ്ക്കു വെളിവില്ലാതെ മരിച്ചു. അല്ല, ജന്മാവകാശം ചോദിച്ചതിന് ജന്മിമാർ തല്ലിക്കൊന്നു. നടവഴിയിൽ ഒരനാഥശവം.

മക്കളില്ലാതിരുന്ന രാഘവപണിക്കർ-ദമയന്തി ദമ്പതിമാർ അമ്മയെ വളർത്തി. എട്ടുമക്കൾ അവർക്കുണ്ടായി. അപ്പോഴും മൂത്തമകൾ അമ്മ. വളർത്തച്ഛനും അമ്മയ്ക്കും ആദ്യം വായ്ക്കരിയിട്ടതും[2] അമ്മയാണ്.

അച്ഛൻ, അമ്മയെ കെട്ടുമ്പോൾ അവർ പറഞ്ഞു. "ഏനക്കേടൊന്നും വരുത്തല്ലും. പൊന്നേപ്പോല നോക്കണം."

അച്ഛൻ അമ്മയെ കെട്ടിയശേഷം, അമ്മ ചെട്ടിത്തെരുവിൽ തൂക്കാൻ പോയി. അവിടേക്ക് അമ്മയെ കൊണ്ടുപോയത് തേയി അമ്മൂമ്മ. മരുമക്കളിൽ എന്റെ അമ്മയെ ആയിരുന്നു അമ്മൂമ്മയ്ക്ക് ഏറെ ഇഷ്ടം, അമ്മ വഴിയമ്പലം തൂക്കാൻ തുടങ്ങിയതും ആയിടയ്ക്ക്.

തൂപ്പുകഴിഞ്ഞ് വരുമ്പോൾ അമ്മൂമ്മ തോൾത്തോർത്തിൻതുമ്പുകളിൽ തിന്നാനുള്ളതെന്തെങ്കിലും കിഴികെട്ടിയിരുന്നു. വന്നയുടൻ ചാണകം തേച്ച അരച്ചുമരിലേക്ക് കാലുകൾ കയറ്റിവച്ച്, തറയിൽ മലർന്നുകിടന്നു മയങ്ങും അമ്മൂമ്മ ഉണരുന്നതും കിഴി അഴിക്കുന്നതും കാത്തു തലയ്ക്കൽ ഞങ്ങളിരിക്കും; പാളവിശറി അമ്മൂമ്മയ്ക്ക് വീശിക്കൊണ്ട്.

പഞ്ചായത്തിലേക്ക് ഒരു തൂപ്പുകാരിയെ വേണം.

അച്ഛൻ മോലാളിയെ കണ്ടു. "നമ്മള കേശോൻനായരദ്യേമാണ് പ്രസിഡന്റ്. മോലാളി ഒന്നു പറയണം. മോലാളി പറഞ്ഞാ കേക്കും."

മോലാളി തലകുലുക്കി.

"ഇക്കണ്ട മലേന്നും മണ്ണീന്നും നല്ലമൊളവേറ്റിക്കൊണ്ടു വന്നോനല്ലേ അവന്റ പെണ്ടാട്ടിയല്ലേ."

---

1. കീഴാളദേവതകൾക്ക് സ്ഥാനം ക്ഷേത്രമതിൽക്കെട്ടിന് പുറത്ത്. കന്നികോണിൽ.
2. മരണാനന്തരകർമ്മം.

പഞ്ചായത്ത് തൂപ്പുകാരി ആയപ്പോഴും അമ്മ, അമ്മൻകോവിൽ പൂജാരിയുടെ വീട്ടിൽ തൂക്കാൻ പോയി. വഴിയമ്പലം തൂക്കുന്നതും മുടക്കിയില്ല.

•

പെരുമാളിന് ഇരുപത്തെട്ട്;

നൂല്കെട്ട്.

പുറുത്തിനൂല് മഞ്ഞതേച്ച് മുക്കൂട്ട് ലോഹം[1] പിരിയക്കല്ല്[2] ചേർത്ത് തുമ്പെലേ വെച്ച്.

വെളക്ക് നെറനായി മുക്കല്ലുടുപ്പ്. പൊങ്കാല നേത്യം.

കെയക്കിരുണ്ട്. ആകായമടച്ച് പേമയ.

വെളുത്തമുത്തി തിക്കായ[3] തിക്കെല്ലാം കാണുമ്മാറ്, തിക്കായ തിക്കെട്ടും കേക്കുമാറ് ഉച്ചത്തി പറഞ്ഞ്.

"ഇക്കണ്ടത് കാണേം, ഇച്ചൊല്ല് കേക്കേം ചെയ്യണ എന്തരോമ്മാരേ, ങ്ങക്ക്, കണ്ണീച്ചോരേല്ലേ. ഇച്ചടങ്ങിന്നറുതി വര, ന്റ, കൊച്ചുങ്ങള് നനയല്ല്; നനയിക്കല്ല്. ഇപ്പേരീന്റ കൊച്ചുങ്ങക്കൊരാവത്ത് വരേം ചെയ്യല്ല്."

മയചാറി.

മയ തെമർത്തു.

പൊങ്കാലക്കളത്തിന്നപ്പുറമിപ്പുറം മയ ചെലച്ചാർത്തു.

പൊങ്കാല തെവ, കെയക്കോട്ട് മറിഞ്ഞ്.

പെരുമാളിന് നൂലുകെട്ടി. തേയീം കൊച്ചും അകത്തേക്കു മാറുമ്പോ ആകായം ഇടിഞ്ഞ് വീണ്. പൊങ്കാലക്കളം ഒലിച്ചുംപോയി.

•

എന്നിട്ടും ചോദിക്കുകയാണ്

"ശങ്കരൻ"

മൗനം കൂടപ്പിറപ്പിനെപ്പോലെ കുഞ്ഞിരാമനോട് ഒട്ടിനിന്നു.

കുഞ്ഞിരാമൻ പറയണം. ശങ്കരൻ!

"വന്ന് കേറ്യപ്പം ആരന്നറിഞ്ഞൂട. എറങ്ങിപ്പോവുമ്പം, ഞാങ്കരുതി, ന്റ തങ്കടങ്ങക്ക് ഒരറുതി ചങ്കരൻമുത്തപ്പനെന്ന്."

പിന്നീച്ചേന്ന്. അപ്പം പറഞ്ഞ് "നെന്റ തൊണ വേണ്ട. നാനും നെനക്ക് തൊണയാവൂല." പെറങ്കാലോണ്ട് എടുത്തെറിഞ്ഞിറ്റും ഞാമ്പോയില്ല. ചങ്കരൻ മുത്തപ്പന്റ പിന്നാല...

ആരാ, നയിക്കുമ്പോല. എടംവലം നോക്കാത നടന്ന്, വെയപ്പില്ല. താവോംല്ല. മാങ്കുടി മുത്തപ്പന്നടെ നമിച്ച്, ആറ്റിൻകരേക്കൂട കീയോട്ട്. പ്പം, മണത്തിട്ട* ചങ്കരൻ മുത്തപ്പൻ ആടനിന്ന് നെലോളിച്ച് "ന്റ, പൊന്ന് നീലമ്പി മുത്തപ്പാ." ഞാങ്കണ്ട്, മണലീ ഞെരിപിരിയണ രായമൂക്കനും ഒര് മുത്ത

1. മൂന്ന് ലോഹക്കൂട്ടുകൾ (വെള്ളി, പിത്തള ചെമ്പ്) 2. പിരിയൻകല്ല് 3. ദിക്ക്.
* മണൽത്തിട്ട

പ്പനും, ചൂണ്ടത്തുമ്പീ പൊളയണ നെടിമീനും. കരച്ചിലടങ്ങി. മണല് മണലായിട്ട് കെടക്കണ്. പൂയിത്തരി അനക്കമറ്റ്.

പിന്നേം, നടന്ന് കാട്ടീക്കേറി. പുലിപ്പാറ. പാറേക്കേറും മുമ്പ് നിന്ന്. പാറച്ചോട്ടി ചിന്ചിനാ ചോരപൊട്ടണ്. "യ്യറിയോ അപ്പീ" ചോര പറയണ്. ചങ്കരൻ മുത്തപ്പൻ കാന്തൊറന്ന് നിന്ന്. കറുകറുത്ത പാറ, പാറ മാത്തരം.

മലയെറങ്ങി വയല് താണ്ടി. കുന്ന് കേറി കൊശവര് കോട്ടെത്തി.

ഇരുട്ട് കുമറി വരണ്. ഞാങ്ങണപ്പില്ലിന്റടേന്ന് ആത്യം പച്ചെല മരുന്നേളമണം. പിന്ന, മൂക്കടച്ച് നാറ്റം, പുയുക്കള് വരിവച്ച് വരിവച്ച്. ചങ്കരൻ മുത്തപ്പന പൊതിയണ്. കറുത്ത കൊമ്പും വാലോള്ള പുയുക്കള്. മുച്ചൂടും മൂടൃപ്പം ചങ്കരൻ മുത്തപ്പൻ പറഞ്ഞ്. "മതി, ന്റ ആതിച്ചൻ മുത്തപ്പാ, ങ്ങള, ത്നേകം, ഈ പടപ്പൻവേരിനിത് മതിയേ...."

ചങ്കരൻ മുത്തപ്പന കണ്ടേയില്ല.

•

പെരുമാള് മടിച്ചില്ല. ഒന്നും പിന്നീടാക്കീംല്ല. കണ്ട വിത്തക്കേം കുയിച്ചു വെച്ച്.

"മക്കളേ നെനക്കെന്തര്. ആരാന്റ മണ്ണീ നട്ടുമൊളപ്പിച്ചാ നെനക്കാ. എന്റപ്പൻ ആരാന് വിത്ത് നട്ട് മുടിഞ്ഞും പോയി. അമ്മച്ചീടപ്പനും അങ്ങനതന്ന. പിന്നേം, നീയെന്തരിന് മണ്ണീമുക്കറയിടണ്. സൊന്തമാവാത്തേന്നും സൊന്തോല്ല."

"അങ്ങനെ പറേല്ലമ്മച്ചീ,ല്ലാം നമ്മള സൊന്തോന്ന് നെനയ്ക്ക്. ചൂരിയനും ചന്ത്രനും കാറ്റും മരോം വെള്ളോം. ല്ലാം തമ്മീച്ചേത്ത് നമക്ക് സൊന്താക്കി വച്ചേക്കേല്ലേ."

തേയിക്ക് നാവടങ്ങി.

"ന്റ, പെറപ്പ് മറ്റൊന്നിന് നല്ല ചെയ്യാനെങ്കി ഞാ, യെന്തിന് മടിക്കണം. ഞാഞ്ചെയ്യും ല്ലാ, മണ്ണും നമ്മേക്ക് സൊന്തംതന്ന."

പെരുമാൾ വരണ്ട മണ്ണീ വിത്തിട്ടു. നനഞ്ഞ മണ്ണീ മൊളപ്പിച്ചു. കാണക്കാണ, മൊളപ്പിന്റ തെമർപ്പായി മണ്ണീമ്മീത.

ഉച്ചയ്ക്ക്, പച്ചക്കഞ്ഞി കുടിക്കുമ്പോ, കടിച്ചുതിന്നാൻ വേലിക്കപ്പൊറത്ത കാന്താരി വിളിച്ച്. നട്ടതും വളത്ത്യേതും പെരുമാളല്ലേ.

രണ്ട് കാന്താരീം ചവച്ച് കഞ്ഞികുടിച്ച് ഏമ്പക്കം വിട്ട് മമ്മട്ടീം എടുത്ത് കെളയ്ക്കാൻ പോയി.

ആരുടെ ചൂണ്ടാണ്.

അടിതട പടിച്ച നാടാമ്മാര്. കെയക്ക്ന്ന് വന്നോര്. കൊച്ചേമ്മാന്റ പുത്തൻ കൂറ്റുകാര്. അവരെത്തി. പെരുമാളിന കീയ്മേൽ നോക്കി.

"നീയാര്ണ്ടാ, പെരുമാള്."

ആളും പരിച്ചേ്യാം ഇല്ലാത്തോര്. കണ്ണുമ്മുന്നീ നേർപേർ വിളിച്ച് ചോതിക്കണ്.

"തന്ന എന്തര്..."

പറഞ്ഞ് നാക്കെടുക്കും മുമ്പ് അടി.

കാല് വാരണ്. കൈ പിടിക്കണ്. കവിള് ചേത്തമത്തി വാതൊറക്കണ്. തൊറന്ന വായില് എളവിയ മണ്ണ്. ഒരു പിടി കാന്താരി. "കൊച്ചേമാന്റ മണ്ണിക്കേറി അതികാരിയാവും അല്ലേടാ പുണ്ടച്ചിമോനേ."

കൊതറി വിടുവിച്ച് പൊന്നൊടയതുങ്ങളേ എന്നു നിരുവിച്ച് ഇരുകൈ പൂയിവാരി ഒന്നൊയത്തി പാറി. ഇരുവട്ടം ചാടിപ്പൊന്തി നെലത്ത്ന്ന് മണ്ണെളക്കി കാലാൽതൂറ്റി. നാടാമ്മാരിക്ക് കണ്ണ് കടഞ്ഞേ പോയ്. വേലിക്കൊന്ന എടക്കൊമ്പൊടിച്ച്, എതിരികളിരുവരേം മണ്ണീച്ചേത്ത്. "പൊറുക്കുണോം മ്മേച്യേ' എന്നലറി മമ്മട്ടിക്കൈ തിരിച്ച് അവര വായി ഇടിച്ചെറക്കി. മമ്മട്ടി തൂര എറിഞ്ഞ്. എടക്കമ്പ് തൂര എറിഞ്ഞ് പെരുമാള് കാട്ടീക്കേറി.

തേയി പെരുമാളിനേം കാത്തിരിപ്പായി.

വെളുത്ത, പെരുമാളിനേം തെരഞ്ഞ് കൊശവര്കോട്ടെറങ്ങി.

•

പാർക്കിന്റെ പണി ധൃതഗതിയിൽ.

വീണുടഞ്ഞ മൺചുമരുകളൊന്നും ബാക്കിയില്ല. പൊടിഞ്ഞു ചേർന്ന മണ്ണ് നിരപ്പാക്കി. പാർക്ക് ഡിസൈനിങ് ആരംഭിച്ചു. ഒരു പുൽക്കൊടി പോലും അവശേഷിപ്പിക്കാതെ.

ചെറുപ്പക്കാരൻ ഡിസൈനർ പറഞ്ഞു. "ഇത്ര ഭംഗിയുള്ള സ്ഥലം ഞാൻ മുമ്പ് കണ്ടിട്ടില്ല. കുടിലുകൾ ഇടിച്ചു നിരത്തിക്കിട്ടിയ നദിയുടെ പശ്ചാത്തലം പാർക്കിനു സൗന്ദര്യം കൂട്ടും. നഗരത്തിലെ മനുഷ്യർക്ക് ഇതില്പരം ആഹ്ലാദം നല്കുന്ന മറ്റൊരിടമില്ല."

"പക്ഷേ, ചുഴലിപോലെ വന്നു പതിക്കാവുന്ന പുകയും ശ്മശാന ഗന്ധവും പാർക്കിനെ വേർതിരിക്കുന്നില്ലല്ലോ!" രഘൂത്തമൻ സ്വയം പറഞ്ഞു.

ഡിസൈനർ ഉത്സാഹപൂർവ്വം പണിയെടുപ്പിക്കുന്നു.

ഇരുട്ടിയശേഷം കോളനിക്കുന്നിൽനിന്നും രഘൂത്തമൻ വരുമ്പോൾ പാർക്കിന് നടുവിൽ നീലജ്വാല. ഒരു കോരിത്തരിപ്പ് ബാധിച്ചു. എങ്കിലും ധൈര്യം നടിച്ചു. അതിനടുത്തേക്ക് നടന്നു.

പൂർവ്വാധികം വളർന്നു മുറ്റിയ നീലപ്പൂവ് പ്രകാശിക്കുന്നു. കോളനിയുടെ വേദനകളുടെ ഒരുവരിപോലും ചേർത്തെഴുതാനാകാതെ രഘുത്തമന് രാത്രി ഉറക്കംമുട്ടി.

വീണ്ടും ഡിസൈനറെ കാണാനെത്തുമ്പോൾ, പാർക്കിനു നടുവിൽ കുഴിമാന്തി അതിൽ മൂത്രമൊഴിക്കുകയായിരുന്നു അയാൾ.

"ഇവിടൊരു നശിച്ച ചെടി."

അയാൾ അവസാന തുള്ളിയും കുഴിയിലേക്ക് കുടഞ്ഞു

"എല്ലാവരും ഇന്നിവിടെ മൂത്രമൊഴിക്ക്." അയാൾ ജോലിക്കാരെ വിളിച്ചു.

അയാളോട് ഒന്നും പറയാൻ തോന്നിയില്ല. അയാളെ കാണാതെ രഘൂ

ത്തമൻ നടന്നു.

കുഞ്ഞിരാമനുമായി കുറച്ചിടങ്ങൾ പോയശേഷം നിലാവ് നിറഞ്ഞ രാത്രിയിൽ അവർ പിരിഞ്ഞു. കുഞ്ഞിരാമൻ കൂട്ടിനു വരാമെന്നു പറഞ്ഞതാണ്. അയാൾ വേണ്ടെന്നു നിർബ്ബന്ധിച്ചു.

പാർക്കിനു നടുവിൽ അയാളെ ഞെട്ടിച്ചുകൊണ്ട് നീലപ്പൂവ് വിടർന്നു നില്ക്കുന്നു. അരികിലൊരാൾ. അടുത്തെത്തിയപ്പോൾ അതൊരാൺകുട്ടി. അവൻ പൂവിനെ ലാളിക്കുകയും സൗമ്യമായി പാടുകയും ചെയ്യുന്നു.

രഘൂത്തമന്റെ സാന്നിദ്ധ്യം അവനറിഞ്ഞതേയില്ല.

"അമ്മച്ച്യേ" എന്നരുമയായി വിളിച്ചു. സ്നേഹത്താൽ മുത്തം വച്ചു. മണ്ണിന്നാഴത്തിലേക്ക് അവൻ കരളലിയേ ചോദിച്ചു. "അമ്മച്ചിക്ക് സുകോല്ലേ."

അയാളുടെ സാമീപ്യം തിരിച്ചറിഞ്ഞ കുട്ടി എഴുന്നേറ്റോടി. നദിയിലേക്ക് വീണമർന്നു.

നിലാവിൽ നദി പൂർണ്ണനിശ്ചലമായിരുന്നു.

കുഞ്ഞിരാമനെത്തുമ്പോൾ, രഘൂത്തമൻ വീണ്ടും പനിപ്പിടിയിലായി.

"യിനി, നിങ്ങള് അവടപ്പോയാ, ആതിച്ചൻ വൈത്യൻ മരുന്നേ തരല്ല."

തന്റെ അനുമതിക്ക് കാത്തുനില്ക്കാതെ കുഞ്ഞിരാമൻ ഒരു കറുത്ത ഗുളിക നാവിലേക്കിട്ടുകൊടുത്തു.

രഘൂത്തമന് ഒന്നും മനസ്സിലാകുന്നില്ല.

ചെറുചവർപ്പിൽ ഗുളിക അലിയുന്നു

കുഞ്ഞിരാമൻ ഡയറി പലയാവർത്തി മറിച്ചശേഷം യഥാസ്ഥാനത്തു വച്ചു. താളുകളിൽനിന്നും അടർന്നുതെറിച്ച നിലവിളികൾ കാതരികിലൂടെ പാഞ്ഞുപോകുന്നത് രഘൂത്തമൻ അറിയുന്നു.

കമ്പം

മേലാങ്കോട്ടമ്മ, മുത്താരമ്മ, മുത്തുമാരിയമ്മ: അമ്മദൈവങ്ങൾ. മൂന്നിടത്ത് മൂന്നു വഴക്കങ്ങളിൽ വാണു. മക്കൾക്ക് വിധിവിളയാട്ടം നടത്തി. കുംഭത്തിൽ അവസാന ചൊവ്വ കുത്തിയോട്ടം. ഒരാഴ്ച മുന്നേ ഒരുമിച്ച് കൊടിയേറി. ഓട്ടനാൾ മുടിയേറ്റി ആനപ്പുറത്തെഴുന്നള്ളിപ്പ്. തീവെട്ടി. ഓട്ടം പൂമാല ഉരുൾനേർച്ചകൾ. ഓട്ടം കാണാൻ ജനാരവം. ഓട്ടത്തറയിൽ. റോഡിറമ്പിൽ. ഞങ്ങൾ ഇരിക്കുന്നത് പഞ്ചായത്താപ്പീസിന്റെ അരമതിൽപ്പുറത്ത് ഞങ്ങൾക്കധികാരം കൂടും. ഞങ്ങൾ നിനച്ചു.

രാത്രി, വയലുകൾ വഴിവാണിഭക്കാരാൽ നിറയും. നീളെ ചിമ്മിനി വിളക്കെരിച്ചു തത്തക്കൂടും ചിത്രച്ചീട്ടും വച്ചു മലങ്കുറത്തികൾ ഭാവി പ്രവചിച്ചു. രാശിചക്രം വരഞ്ഞ ചതുരക്കള്ളിയിൽ കവടി നിരത്തി മലങ്കുറവന്മാർ ചെവിമടക്കിൽ തിരുകിയ പെൻസിലെടുത്ത് കൈനീട്ടി.

"വാ, അമ്മാ, ഉന്നുടെയും കുളന്തൈകൾടെയും നൽഭാവി ചൊല്ലലാം. രൊമ്പ പാക്യമാന കൈ, നീട്ടമ്മാ ഫലം ചൊല്ലലാം."

അമ്മ, വട്ടപ്പെട്ടിയിൽ സൂക്ഷിച്ച താഴമ്പുമണക്കുന്ന കോടി ഉടുത്തു കൊഴുന്നു* ചൂടി ഞങ്ങളെ കൂടി നടന്നു.

---

* തോവാളപ്പച്ച സുഗന്ധവാഹിയായ ചെടി.

മുറുക്ക്, കുണുക്ക്, വട്ടി, കുട്ട മോതിരം, നെയ്യപ്പം, അച്ചപ്പം, ഉണ്ണി യപ്പം പലഹാരങ്ങൾ വില്ക്കുന്ന പണ്ടാരത്തികളുടെ നിരയെത്തുമ്പോൾ പരിചിതമുഖങ്ങൾ അമ്മയെ വിളിച്ചു. "വാ അക്കാ ഓട്ടപ്പങ്ക് വാങ്ങീം."

ഓട്ടപ്പറമ്പിലൂടെ വെളിച്ചത്തിലും തിരക്കിലും പെട്ട് ഒടുവിൽ മേലാങ്കോട് തെങ്ങിൻതോപ്പിൽ ഇരിക്കും. വെളുപ്പിന് കമ്പം1 തുടങ്ങുംവരെ കഥകളി കാണാം.

(ഓട്ടത്തിനു മുന്നോടിയായുള്ള കതിരുകാളക്കളിയുമായി വേടർ സംഘം ചെണ്ടമുട്ടി ചുവടുവയ്ക്കുന്നുണ്ട്. കൊയ്തു നേടിയ കതിര്, കാള കെട്ടി തോളിലേറ്റി മേലാങ്കോട്ടമ്മയ്ക്ക് ചുറ്റും അറുതിയറ്റ ആശങ്കകൾ പങ്കുവച്ച് അവരങ്ങനെ താളബദ്ധമായി ചലിച്ചുകൊണ്ടേയിരിക്കും.

അവർക്കൊപ്പം മലയിറങ്ങിവന്ന വേടത്തികൾ ചോറുകലവും കറിച്ചട്ടികളും ഉറിയിൽ അടുക്കി, വച്ചുകെട്ടി, നിരപ്പാർന്ന തറയിൽ തിരുവ വച്ച് ഉറി അതിൽ ഉറപ്പിച്ച ശേഷം അതിനരികിൽ ഇരുന്നു കഥകളി കാണുന്നു. ചിലർ കുട്ടികൾക്കൊപ്പം കിടക്കുന്നു. തലങ്ങും വിലങ്ങും. അവർ തെങ്ങിൻതോപ്പിൽ തിരക്കൊഴിഞ്ഞ തെക്കേ ഭാഗത്താണ് കൂട്ടമായി ഇരിക്കുന്നതും കിടക്കുന്നതും. വെളുപ്പിന് കമ്പത്തിനുശേഷം പഴിഞ്ഞി[2]യും കുടിച്ച്, ഓട്ടപ്പങ്കും വാങ്ങി, ദേവിക്ക് കതിരർപ്പിച്ച്, കാളയുമായി തിരികെ മല കയറുന്നു)

ആൾക്കാർക്കിടയിൽ അമ്മ ഞങ്ങളെ കാഴ്ചക്കിരുത്തും. എപ്പോഴോ അമ്മ മടിയിലേക്ക് മറിഞ്ഞു. ഞങ്ങളണിഞ്ഞ ദേവീപ്രസാദം അഴിഞ്ഞു പോകും. ഒരു വിളി, "മക്കളേ, എഴുക്കീം കമ്പം തുടങ്ങാമ്പോണ്."

ഗന്ധക വർണ്ണ വെളിച്ചത്തിലേക്ക് തിരുമ്മിത്തുറക്കുന്ന ഞങ്ങളുടെ കണ്ണുകൾ (സ്കൂളിൽ പഠിക്കുമ്പോൾ, കമ്പപ്പിറ്റേന്ന് കമ്പത്തറ അരിച്ചു പെറുക്കി കിട്ടുന്ന മാലപ്പടക്കങ്ങളും കരിമരുന്നും കൊണ്ടൊരു ചെറുകമ്പം വീട്ടിൽ).

കമ്പം കണ്ടു വീട്ടിൽ വന്നു. പല്ലുതേച്ച് മുഖം കഴുകി ചെട്ടിത്തെരുവിലേക്ക് തൂക്കാൻ പോകും. അമ്മയ്ക്കും ഞങ്ങൾക്കും കിട്ടുന്ന ഉത്സവ പങ്കുകൾ പൂവ്, ഹാരം, വേവിച്ച ചുണ്ടൽകടല, പുട്ടമൃത്, പായസം, പഴം, നേദ്യങ്ങൾ.

അതുകഴിഞ്ഞ് വളയൽതെരുവിൽ. ആദ്യം വാങ്ങുന്നത് കരിവള, കൺമഷി, കറുത്ത ചരട്, പിരിയക്കല്ല്; കന്യാവു[3]കൾക്ക്. ഉയിരെടുത്തു മണ്ണിൽ വേരുറയ്ക്കാതെ പോയ കന്യാവുകൾക്ക് ആണ്ടോടാണ്ട് ചെറിയ വട്ടപ്പെട്ടിയിൽ കാഴ്ച നിറച്ചു.

ഞങ്ങൾക്ക് വർണ്ണവളകൾ. ചാന്ത്, റിബൺ, കടലകപ്പലണ്ടി, പേരേത്തമ്പഴം.[4] എണ്ണപ്പലഹാരങ്ങൾ പണ്ടാരത്തികൾ നേരത്തേ വീട്ടിലെത്തിച്ചിരുന്നു. കൊയ്ത്തിനു കിട്ടിയ നെല്ല് സൂക്ഷിച്ചു; നെല്ലെടുത്ത് പകരം അവർ പലഹാരം തന്നു.

---

1. വെടിക്കെട്ട്, കരിമരുന്നുപ്രയോഗം, 2. പഴങ്കഞ്ഞി. 3. കന്യകയായ ആത്മാവ്. 4. ഈന്തപ്പഴം

ആളാരവമൊഴിഞ്ഞ ഓട്ടപ്പറമ്പിൽ ഇരുട്ടടച്ചപോലെ വിജനത. ഒന്നാം മഴയിൽ മണ്ണിൻമണമോടൊപ്പം പൂഴിയിൽ തെളിയുന്ന നാണയത്തുട്ടുകൾ. പലയാവർത്തി ചികഞ്ഞിട്ടും കിട്ടാത്തവ അന്നേരം കൺമുന്നിൽ.

കളിത്തട്ട്

ചെല്ലമ്മ അപ്പച്ചിക്ക് ചോരത്തിളപ്പേറും കാലം. പാക്കുപുരയിൽ പണി. ഉത്സവക്കൂട്ടിന് എന്നെ വിളിച്ചു. അമ്മ അനുവദിച്ചു. പകൽ മുഴുപ്പട്ടിണി. ഉത്സവക്കാഴ്ച ഭ്രമിച്ചു. വിശപ്പാറി. സന്ധ്യ നിറഞ്ഞ അമ്മൻകോവിൽമുറ്റം. തൊഴുതിറങ്ങി കാണിക്കയിട്ടു. അവർ പരിചയക്കാരെ കണ്ടു കളിത്തട്ടിൻ കീഴിൽ ഞാനിരുന്നു. ഇരുൾ നിറഞ്ഞു. സ്റ്റേജിൽ വലിച്ചുകെട്ടിയ വെളുത്ത സ്ക്രീൻ. ആദ്യം സിനിമ. കാഴ്ചകൗതുകത്തിനിടയിൽ തിരക്കേറി. അപ്പച്ചി എവിടെ. ആളിടങ്ങളിൽ അവരെവിടെപ്പോയി. വിശപ്പേറി. കോവിൽ വടക്കേപടിക്കെട്ട് കാക്കത്തോട്ടിൽ ചെന്നിറങ്ങി ഇരുട്ടിലവസാനിക്കുന്നു. ഞാനെവിടെപോകും ഇടമറിയാതെ. എനിക്കാരുമില്ല; പൂഴി നുള്ളിയിടാൻ ഇടമില്ലാത്ത ഇടത്ത് പടിക്കെട്ടിലിരുന്ന് കരഞ്ഞു. കണ്ണീരിൽ വിശപ്പടങ്ങി. അനാഥന്റെ ഭയമേറി. പരിചയക്കണ്ണുകളെ ചുറ്റി പതുക്കെ നടന്നു. വിശ്വസിക്കാൻ കഴിഞ്ഞില്ല. മാതേവൻ അപ്പൂപ്പൻ. അമ്മൂമ്മ.

"അപ്പൂപ്പാ." തോളിൽ പിടിച്ചു.

"അപ്പീ ആരൊണ്ട് കൂട."

പിടിച്ചടക്കിയില്ല നിലവിളിച്ചു. "വെശക്കണ്."

വഴിവാണിഭങ്ങൾ ആവോളം. ചുക്കുകാപ്പിയും. സിനിമ തീർന്നു കഥകളി തുടങ്ങി അവസാനിച്ചില്ല.

അപ്പൂപ്പൻ തോളിലേറ്റി. തോർത്തു മൂടിത്തന്നു. 'കിലുക്കാംപെട്ടിയും അപ്പൂപ്പാ അമ്മൂമ്മ ബലൂണും' കൊണ്ട് അമ്മൂമ്മ കൂടെ. "അപ്പിക്ക് തണുക്കണ്." അമ്മൂമ്മ പറഞ്ഞു.

തോളേറി ഉറങ്ങിപ്പോയി. വീടെത്തിയതറിഞ്ഞില്ല.

ചോറ്, മരിച്ചീനി, മീൻ കുഴച്ചുരുട്ടി അമ്മൂമ്മ തന്നു. അപ്പൂപ്പനും അമ്മൂമ്മയ്ക്കുമിടയിൽ കിടക്കുമ്പോൾ ഉറക്കം വന്നില്ല.

അമ്മ കരയുകയായിരിക്കും. അമ്മ, അച്ഛനോടെന്തുപറയും.

വെളുക്കാറായോ. അല്ല. ചൂട്ടിൻവെട്ടം. കാലനക്കങ്ങൾ "ആര്." അപ്പൂപ്പൻ എഴുന്നേറ്റ് മുറ്റത്തിറങ്ങി. "പേടിക്കണ്ട, കൂടെയൊണ്ട്. അറുവാണ്യേളോട കൊച്ചിന വിട്ടപ്പം ഓർമ്മിക്കണോരുന്ന്. അവക്കെന്തര്. അവളെങ്ങും തൂറിയടിച്ചിട്ടില്ലല്ലാ."

അച്ഛനും അണ്ണന്മാരും മാമന്മാരും.

എനിക്ക് സങ്കടമടക്കാൻ കഴിഞ്ഞില്ല. പേടിയും തോന്നി. അച്ഛൻ എടുക്കാൻ വന്നു.

"കൊച്ചിന ഒന്നും ചെയ്യല്ലും. ഞാനെടുക്കാം."

അപ്പൂപ്പന്റെ തോളിക്കേറി. പിടിച്ചിരുന്നു. അമ്മൂമ്മയും കൂടെവന്നു. വീടെത്തുമ്പോൾ നേരം വെളുത്തു.

"നീയക്ക തൊട്ടുപോവല്ലും കൊച്ചിന."

അമ്മയ്ക്ക് തോരാക്കണ്ണീർ.

ഞാൻ കണ്ടു. അച്ഛനും കരയുന്നു.

ഒരാഴ്ച കഴിഞ്ഞ് അപ്പൂപ്പൻ വന്നു. "വലിയൊരു പാളയിൽ പൊതിഞ്ഞു കെട്ടി എന്തോ ഒന്ന്. പാളക്കെട്ടഴിച്ചു. വല്യൊരു നെടിമീൻ "ഉളിയൂരേലായി ഒരു മടവേല് എവൻ എല്ലാരേം പറ്റിച്ച് കെടക്കേരുന്നു"

മരിച്ചീനി വയ്ക്കണെ വലിയ കലത്തിൽ വെള്ളത്തിലേക്കിടുമ്പോൾ ഞാൻ പിടിക്കാൻ നോക്കി. അത് പുളഞ്ഞു വെള്ളം തെറിച്ചു. ഞാൻ പേടിച്ചു.

"അവന്റ നെയ്യെടുത്ത് കൊച്ചിന് കൊട്. നന്നാവട്ട്."

കവിളത്തൊരു മുത്തം തന്ന് അപ്പൂപ്പൻ നടന്നു.

ഉദ്യോഗസ്ഥനായി, അവധിക്ക് വന്നു. തെരുവിൽ ഒരു ഭിക്ഷാകൈ. പോക്കറ്റിൽ ചില്ലറ പരതി മുഖമുയർത്തുമ്പോൾ, മുഖം കോടി തോളമർന്നു വലതുകൈയും കാലും തളർന്ന മട്ടിൽ വടിയൂന്നി, നില്ക്കുന്നതാർ.

"അപ്പൂപ്പാ" വിളിച്ചപ്പോൾ ഭാവമാറ്റമില്ല. കണ്ണിന്റെ കോണിൽ ചെറിയ തിളക്കമില്ലേ. മാതേവൻ അപ്പൂപ്പൻ നീട്ടിയ കൈ തിരിച്ചെടുത്തു. ഒന്നും മിണ്ടാതെ വലിഞ്ഞിഴഞ്ഞു നടന്നു മറഞ്ഞതെന്തിന്?

കാറ്റാൻ

ഓടിക്കളിക്കുന്ന പ്രായം മുതൽ ഞാൻ അമ്മയ്ക്കൊപ്പം തൂക്കാൻ പോയി. പഞ്ചായത്ത്, നഗരസഭ ആയിത്തീർന്നപ്പോഴും 'തൂപ്പുകാരിയുടെ മകനേ' എന്നു വിളിക്കുമ്പോൾ ഞാൻ സന്തോഷിച്ചു (അമ്മയ്ക്ക് നന്നായി വയല്പണിയും ഓലമെടയാനും അറിയാം. ഞങ്ങളുടെ ഗമണ്ടൻ വീട് കെട്ടാനുള്ള ഓല മുഴുവൻ അമ്മ മെടഞ്ഞു) തൂപ്പുകാരൻ എന്ന നില യിൽ സഹപാഠികൾ കുറച്ചകലത്തിൽ എന്നെ നിർത്തുമ്പോഴും ക്ലാസ് റൂം വൃത്തിയാക്കുന്ന ചുമതല ഏറ്റെടുക്കുമ്പോഴും തുറപ്പയെ ഞാൻ സ്നേഹിച്ചു. ഒരീർക്കിലൊടിഞ്ഞാൽ എനിക്ക് സഹിക്കില്ല. തുറപ്പയുടെ ബലത്തിലാണ് ഞാൻ വായനശാലയിലും ലൈബ്രറിയിലും കയറുന്നത്. അമ്മയാണെന്റെ വായനയുടെ നടവഴി തുറന്നു തന്നത്.

ആറ്റിലും തോട്ടിലും വയലിലും മീൻ പിടിച്ചു. ഞണ്ടു പിടിച്ചു. ചുട്ടു തിന്നു കറിവെച്ചു.

ഒരു പെരുച്ചാഴിക്കുവേണ്ടി, പകൽ മുഴുവൻ 'കാറ്റാനറി'[1]യാതെ വങ്ക്[2] തോണ്ടി. എലി കാറ്റാൻ പൊത്തു പായുമ്പോൾ തമ്മിൽ പായാരം പറഞ്ഞു.

---

1. എലിയുടെ രക്ഷാമാർഗ്ഗം – പെരുച്ചാഴി വങ്ക് ആഴത്തിൽ തോണ്ടും. താമസിക്കാനും പ്രസവിക്കാനും വേണ്ടുന്ന ഇടം സുരക്ഷിതമായി കൂടു കൂട്ടും. കൂടിനപ്പുറത്ത് ആഴത്തിൽ നിന്നും തൂക്കായി മുകളിലേക്ക് മേൽമണ്ണോളം തുരന്ന് വയ്ക്കും. വണ്ടുതോണ്ടി എലിയെ പിന്തുടർന്നാൽ പെട്ടെന്ന് മണ്ണുമാന്തി വങ്കടയ്ക്കും. അപകടഘട്ടത്തിൽ തൂക്കായ ദ്വാര ത്തിലൂടെ മുകളിലേക്ക് കയറി മണ്ണിന്റെ നേർത്ത പുറന്തോട് (കാറ്റാൻ) പൊട്ടിച്ച് എലി രക്ഷപ്പെടും.

എലിയെ പിടിക്കുന്നതിനു മുന്നോടിയായി വങ്കിടു ചുറ്റുപാടും കൂർത്ത മുനയുള്ള

പിന്നാലെ ഓടി. അതിനെ കിട്ടാതെ തളർന്നു. ഒരണ്ണാനു വേണ്ടി തെങ്ങിൻ തോപ്പു മുഴുവനലഞ്ഞു. മരപ്പൊത്തുകളിൽ അരക്കൊട്ടിച്ച് കിളിയെ പിടിച്ചു. കൊയ്ത വയലിൽ ഇറുനെല്ലു പെറുക്കി എലിമാളം കുത്തി നെൽശേഖരമെടുത്തു.

അക്കാലത്തുണ്ടായിരുന്ന കൂട്ടുകാരെവിടെ?

നിറച്ചും മരങ്ങളുണ്ടായിരുന്നു. ഞങ്ങൾ മരങ്ങളിൽ നിന്നും മരങ്ങളിലേക്ക് ചാടി തൊട്ടുകളിച്ചിരുന്നു. ഒരാൾ തൊടാനെത്തുമ്പോൾ മറ്റുള്ളവർ കുരങ്ങന്മാരെപ്പോലെ കൊമ്പുകളിലേക്ക് ചാടി. തൊടാനെത്തുന്നവർ പിന്നാലെയും. അവൻ തൊടുന്ന ആദ്യയാൾ തുടർന്നും മറ്റുള്ളവരെ തൊടണം. ബാബു ആയിരുന്നു അന്ന് തൊടുന്നവൻ. ചാട്ടം പിഴച്ചു. വീണ് നട്ടെല്ല് പൊട്ടി അന്നേ പോയി.

മുതുക്കൻ പുളിമരച്ചോടായിരുന്നു മറ്റൊരു കളിസ്ഥലം. തിരഞ്ഞെടുപ്പുകാലങ്ങളിൽ പുളിമരത്തിൽ കൊടിക്കൂറകൾ കായ്ച്ചു.

പുളിമരച്ചോട്ടിൽ നീളെ വെൺപൂഴിപ്പരപ്പ് അതിനപ്പുറം ചെല്ലപ്പൻചിറ്റപ്പൻ വീടുവയ്പിന് കട്ടയറുക്കാൻ മണ്ണെടുത്ത കുഴി. ഇളം പച്ചപ്പായൽ നിറഞ്ഞു. ചിറ്റപ്പൻ പാക്കുപുരയിൽ ജോലിക്കുപോയി. ഭാര്യ കൊയ്ത്തിനും മക്കൾ വിക്രമനും സോമനും ഞണ്ടും മീനും പിടിക്കാനും. ഇളയകുട്ടി മാത്രമേ വീട്ടിലുണ്ടാവൂ. ഇഴഞ്ഞു നടക്കുന്ന പരുവം ഇടവഴിക്കരികിൽ വീട്. വല്ലപ്പോഴുമുള്ള വഴിപോക്കരോട് കുട്ടി വയറ്റിലടിച്ചു പൈദാഹമറിയിച്ചു.

പുളിമരച്ചോട്ടിൽ കളി തുടങ്ങിയിരുന്നില്ല. അന്നേരമാണ് ഞങ്ങൾ കാണുന്നത് മണ്ണെടുത്ത കുഴിയിൽ പായൽ മൂടി പച്ചത്തവളയെപ്പോലെ ചെല്ലപ്പൻ ചിറ്റപ്പന്റെ ഇളയമകൻ.

ആരോ കൊടുത്ത അവിച്ച മരിച്ചീനിക്കഷണം തിന്നു. കുടിവെള്ളത്തിനായി ഇറങ്ങിയത്. കുഴിക്കരയിൽ ഇഴഞ്ഞ പാട്. കരയിൽ വെള്ളമെടുക്കാൻ കൊണ്ടുവന്ന പാത്രം.

സോമൻ; ആറ്റിലെ പാറയിടുക്കിൽ ഞങ്ങൾ ഇരുവരും ഊളിയിച്ചു ചെന്നു ഒടവലഷറ്റത്തെ പിടിച്ചു. മെഡിക്കൽകോളേജിൽ നിന്നും വന്നവരുടെ നിർദ്ദേശപ്രകാരം പാറ്റയും ചെതുമ്പൂരനും* പിടിച്ചു കുപ്പിയിലടച്ചു. തവള പിടിച്ച് ചാക്കിലാക്കി. അവർ വന്നുവാങ്ങി ചില്ലറ തന്നു.

സോമൻ ഡെങ്കിപ്പനി വന്നു മരിച്ചു; ഈയിടെ.

ചന്ദ്രനും കുമാറും ഗൾഫിൽ പോയി; പൊട്ടിയ ഫിലിമിൽ ഞങ്ങളു

നീണ്ട കമ്പുകൊണ്ട് കുത്തിനോക്കും. കാറ്റാനുള്ള ഭാഗം മുനതാഴും. കാറ്റാൻ തുറന്നു. അവിടെ ഒതു തുണികൊണ്ടു മുടി കൈകൾ വിരുത്തു. കാറ്റാനും ചുറ്റും പിടിച്ചു. കഴുത്തു ഞെരിക്കാനെന്ന മട്ടിൽ അമർത്തിപ്പിടിക്കും. കാറ്റാനുമുകളിലുള്ള തുണിക്ക് അയവ് ഉണ്ടായിരിക്കും. രക്ഷപ്പെടാൻ കാറ്റാനിലേക്ക് വരുന്ന എലി അയഞ്ഞ തുണിയിലേക്ക് തല കയറ്റുന്നതോടെ തുണി പിടിക്കുന്ന ആൾ കഴുത്തിൽ പിടിമുറുക്കും.

2. മാളം.

* ചാക്കാണി പഴുതാര.

ണ്ടാക്കിയ സിനിമകൾ.

ഇടവഴി അരികിൽ മഞ്ഞക്കളി തേച്ച വീട്. കാൽപ്പങ്ക് ഉയരം കരി തേച്ച് ചാണകം മെഴുകി. വഴിയിലേക്കുള്ള കിളിവാതിലിൽ എപ്പോഴും ചിരിപ്രകാശവുമായി വെളുവെളുത്ത ഒരമ്മൂമ്മ. ഒരുപിടി പൊടിയണിയില കൊടുത്താൽ, രാവിലെ വില്പന മിച്ചംവന്ന ഗോതമ്പ് ദോശ ഒന്ന്. മുള കുകറി.

അകത്തെ ഒരു മുറിയുടെ ഇരുട്ടിൽ വെളുപ്പിൽ ഒരപ്പൂപ്പൻ. കൂനിക്കൂടിയിരുന്നു. അമ്മൂമ്മ മുലക്കച്ച കെട്ടി. കരിയെഴുതി കനപ്പിച്ച പുരികം, കൺപീലി. മുറുക്കിച്ചുവന്ന ചുണ്ട്. ചിരിപ്രസാദം

തൂർന്നുപോയ വീടിനുമീതെ ടാർറോഡ്. അണയാതെ നില്ക്കുന്ന വൈദ്യുതിവിളക്ക് രാത്രികളിൽ കെട്ടാൽ, അമ്മൂമ്മയുടെ തിളക്കം. ചിരി.

പൊടിയനി ഇലയിൽ വാങ്ങിത്തിന്ന ചോളപ്പൊടി. നാലാംതരം വരെ ഉച്ചകളെ സമൃദ്ധമാക്കിയ ഉപ്പുമാവ്. ഉപ്പുമാവില്ലാത്ത നാൾ സ്കൂളിനടുത്തെ കേരള ഹോട്ടലിൽ പോയി. പിന്നാമ്പുറത്ത് കിട്ടിയ സാമ്പാറൊഴിച്ച കഞ്ഞി വെള്ളം. ജോണിയായിരുന്നു കൂട്ട്. ഞാൻ കോളേജിൽ പഠിക്കുമ്പോഴാണ് അവൻ മരിച്ചത്. കഞ്ചാവിനടിമയായി.

സദ്യ ഇലകൾ തേടിനടന്നു. മുൻപന്തികളിൽ ഇരിക്കാൻ ശ്രമിച്ചപ്പോഴൊക്കെ തൂക്കി പുറത്തെറിഞ്ഞു. അടിതന്നു. എന്നിട്ടും എച്ചിലിന്റെ സ്വാദ്. സദ്യയുടെ ഉന്മത്തഗന്ധം.

പൊണ്ടാട്ടി/മാപ്പള

കുടുംബക്കാരൊത്തു കൂടുന്ന വിശേഷങ്ങളുണ്ട്. പതിനാറ് കുളി. കല്യാണം. തെരണ്ടുകുളി. കൊടുതി....

ഞങ്ങൾ കുട്ടികൾ ബന്ധുത്വം അറിഞ്ഞും അറിയാതെയും കൂട്ടുകാരാകും. മുറക്കാരെ തമ്മിൽ ചേർത്ത് മുതിർന്നവർ പറയും. "ദാണ്ട നിക്കണ് നിന്റെ പൊണ്ടാട്ടി/ നിന്റ മാപ്പള" ഞങ്ങൾക്കിടയിൽ എപ്പോഴൊക്കെയോ ഉറന്നുകൂടന്ന അനുരാഗവായ്പുകൾ. സ്വന്തമെന്ന തോന്നലുകൾ. ചിലപ്പോൾ ഇതൊന്നുമില്ലാതെ ആളൊഴിഞ്ഞ മുറികളിൽ ഞങ്ങൾ ഒത്തുകൂടി തലവഴി മുണ്ടുമൂടി ഇരുട്ടുണ്ടാക്കി, പരസ്പരം കാലിടുക്കുകൾ പ്രദർശിപ്പിച്ചു. ആൺ പെൺ വൈജാത്യങ്ങളിൽ അത്ഭുതംകൂറി. ചിലപ്പോൾ പരസ്പരം തൊട്ടുനോക്കി പരിശോധിച്ച് സംശയനിവാരണം വരുത്തി. തങ്ങൾക്കില്ലാത്ത ചിലതിൽ സങ്കടം മുട്ടി.

മുതിർന്ന ആരുടെയോ ഇടപെടലുകളിൽ ഞങ്ങളുടെ രഹസ്യയോഗം പാടേ തകർന്നുപോയി.

വിളക്കുകൾ

ചെറിയ വീടുകളായിരുന്നു.

അടുക്കള, ഒരു മുറി, ചെറിയ വരാന്ത, കൈവരി.

മേൽക്കൂര ഓലമേഞ്ഞ് കരിചേർത്ത് ചാണാം!* മെഴുകിയ തറ. മണ്ണു പയച്ചു വെച്ച അരച്ചുമര്.

അരച്ചുമരിൽ എപ്പോഴും ഒരുചിമ്മിനി വിളക്കിരുന്നു. രാത്രി, വിളക്ക്, വെളിച്ചം ഇരുമുറികളിലും കൊടുത്തു.

എപ്പോഴും വൃത്തിയിൽ കാത്തുപോന്ന മുറ്റം.

വീടുകളിൽ പകൽനേരം മുതിർന്നവർ ആരും ഉണ്ടാവില്ല.

പുല്ലറുക്കാൻ, വയൽപ്പണി, കിളയ്ക്കാൻ, കിണറുവെട്ടാൻ, മണ്ണുവയ്ക്കാൻ, ചുമടെടുക്കാൻ പോയിരിക്കും.

ഇത്തരമൊരു പകൽ.

ഞങ്ങൾ, അച്ഛനുമമ്മയും കളിച്ചിരുന്നു. പൂഴി അളന്നു കനപ്പിച്ച വീട്. പ്ലാവില പാത്രങ്ങൾ, ചെടിയിലകൾ കറി, മണൽച്ചോറ്, മരിച്ചീനി തണ്ട് മാല.

മാലയിട്ട് കല്യാണം. രാവുറക്കം, പ്രസവം, മുലയൂട്ടൽ, മദ്യപാനം, അടിപിടി ഇങ്ങനെ..

വീടും പാത്രങ്ങളും ഉണ്ടാക്കിയ ആഹാരങ്ങളും ചവിട്ടിത്തെറിപ്പിച്ച് പിണങ്ങിപ്പിരിഞ്ഞ്, "ഇനി അവന്റൂട/അവളുടെ മിണ്ടണ്ട" എന്നും തീരുമാനിക്കും.

ഞങ്ങൾ കൂട്ടായി വത്സാമണിയെ ഭോഗിനിയാക്കിയതും അത്തരമൊരു പകൽ.

അവൾ അരയോളം പാവാട ഉയർത്തി മലർന്നു കിടന്നു.

ഞങ്ങൾ ഓരോരുത്തർ, ആണും പെണ്ണും ചെന്നു. സ്വശരീരം അവളുടെ മേൽ ചേർത്ത് എഴുന്നേറ്റ് പോന്നു. അരച്ചുമരിനു മീരെ തലനീട്ടി വത്സാമണിയുടെ സഹോദരന്മാരും മറ്റുള്ളവരും അത് കണ്ടുകൊണ്ടേയിരുന്നു. ഊഴം കഴിഞ്ഞവർ മറ്റുള്ളവർക്ക് നിർദ്ദേശം നല്കുന്നുണ്ടായിരുന്നു.

ആരുടെ കുരുന്നുതലയിലാണ് ഈ ആശയം കൊമ്പുമുളച്ചത്.

ഞാൻ ഹൈസ്കൂൾ വിട്ടപ്പോഴാണ്, നീലിയക്കൻ, വത്സാമണിയുടെ തിരണ്ടുകുളി പറഞ്ഞു വന്നത്. ഋതുവറിയിച്ച് അധികനാളാവും മുമ്പ് വത്സാമണിക്ക് ഗർഭച്ഛിദ്രം നടന്നതും അറിയാം.

ഈയിടെ വത്സാമണി, ക്ഷീണിച്ചുടഞ്ഞ ശരീരവുമായി വന്നു. മകളുടെ വിവാഹം ക്ഷണിക്കാൻ

അവളുടെ ഒരു സഹോദരൻ വയറ്റിൽ നീരു വീർത്തു മരിച്ചു. അവന്റെ അച്ഛന്റെ തൊഴി അടിവയറ്റിൽ കൊണ്ടശേഷമാണ് വേദന തുടങ്ങിയതെന്ന് ആരോ പറഞ്ഞു.

വത്സാമണിയോട് ആ രഹസ്യം ചോദിക്കാൻ എനിക്ക് ഭയമാണ്.

ചോറ്

ഒരു കളിക്കൂട്ടുകാരി ഉണ്ടായിരുന്നു. മുറപ്പെണ്ണ്. ഏറെ ഇഷ്ടപ്പെട്ടവൾ.

അവൾക്കിഷ്ടപ്പെട്ട മാനത്തുകണ്ണിയെ പിടിച്ചു, ചേമ്പിലയിൽ വെള്ളം

* ചാണകം

നിറച്ച് ഇട്ടുകൊടുത്തു. വാഴക്കൂമ്പിലെ തേനെടുത്തു. ഓണക്കാലത്തും ഉത്സവനാളിലും പണ്ടാരത്തികൾ തരുന്ന മുറുക്കും അച്ചപ്പവും അവൾക്കായി പാത്തുവെച്ചു. ശിവരാത്രിനാളിൽ ഇലയപ്പമുണ്ടാക്കി ചൂടാറാതെ നല്കി.

മരപ്പൊത്തിൽ ചക്കഅരക്കൊട്ടിച്ചു കിളികളെ പിടിച്ചു. ചിറകു മുറിച്ച് കൊടുത്തു.

പ്ലാവിലയിലും അയണി ഇലയിലും മരിച്ചീനി ഇലയിലും അവൾ ഒരുപാടു ചിത്രങ്ങൾ വരച്ചുതന്നു. ഇമ്പമേറിയ പാട്ടുകളും പാടി.

ഒരു പാത്രത്തിൽ കഞ്ഞികുടിച്ചു. അവളുടെ ചുണ്ടത്ത് തങ്ങിയ ഒരു ചോറ് എനിക്കും തന്നു. ഇല്ലാത്ത സംശയങ്ങളാൽ അവളെന്നെ വലച്ചു. ആരുമില്ലാ തക്കങ്ങളിൽ വാതിൽമറവിൽ നിന്നും മുന്നിൽ ചാടി പേടിപ്പിച്ചു.

ഒരു ഏപ്രിൽ ഒന്നിന് എന്റെ കൂട്ടുകാരൻ അംബുജൻ അവളെ ആദ്യമായി രമിച്ചു (അടിപ്പാവാടയിലെ ചോരക്കറ കാട്ടി, തന്റെ കന്യകയിലെ ഉണർവ്വ് അവളറിയിച്ചു)

മറ്റൊരുവൻ ഗർഭിണിയാക്കിയ അവൾ തൂങ്ങിച്ചത്തു.

പലരാലും അവൾ സ്നേഹിക്കപ്പെട്ടിരുന്നു

കടവം[1]

അരിയും മണ്ണെണ്ണയും കിട്ടാനില്ലായിരുന്നു.

റേഷൻ കടയിലെ തിരക്കിൽ ദിവസങ്ങൾ കാത്തുകിടന്നു. ഒരു യൂണിറ്റ് ഗോതമ്പും ഇറുങ്ങും ചിലപ്പോൾ കിട്ടും. ഗോതമ്പ് അവിച്ച് നെടുനെടുങ്കൻ കഞ്ഞി. ഇറുങ്ങ് ഉണക്കിപ്പൊടിച്ച് പുട്ടും.

മരിച്ചീനി വാങ്ങാൻ വലിയ കടവങ്ങളിൽ ചാമ്പലു[2]മായി കുന്നുകൾ കയറിയിറങ്ങി. മരിച്ചീനിക്കായുള്ള നീണ്ട കാത്തുനില്പുകൾ. നിര മരിച്ചീനിവില്പനക്കാരന്റെ അടുത്തെത്തിയപ്പോൾ ഉടമസ്ഥന് ആവശ്യമുള്ള ചാമ്പൽ കിട്ടിക്കഴിഞ്ഞിരിക്കും. അല്ലെങ്കിൽ മരിച്ചീനി തീരും.

വീണ്ടും ചോദിച്ചറിഞ്ഞ് മറ്റെവിടെക്കെങ്കിലും.

പുലർച്ചെ തുടങ്ങി അന്തി കഴിഞ്ഞെത്തുന്ന തീർത്ഥയാത്രകൾ.

വെറും കൈയുമായെത്തുന്ന ചില രാവിന്റെ കണ്ണീർ യാത്രകൾ.

ഇടവഴിയോരത്ത് അമ്മ കാത്തിരിക്കും. "എന്റെ മക്കളെക്കണ്ടോ...."

കരുവാട്*

മൂന്നാംക്ലാസിൽ രാജലക്ഷ്മി സാർ ചോദിച്ചു. "നല്ലൊരു ഉടുപ്പിടാത്തതെന്ത്?"

ഞാൻ കരഞ്ഞുപോയി.

---

1. വലിയവട്ടി. പനയോലകൊണ്ടോ ഈറ്റപ്പാളികൊണ്ടോ ഉണ്ടാക്കിയത്. 2. ചാരം.
* ഉണക്കമീൻ

പിറ്റേന്ന് രാജലക്ഷ്മി സാർ, ഭർത്താവ് പ്രഭാകരൻസാറിന്റെ ഉടുപ്പ് എനിക്ക് കൊണ്ടുതന്നു.

അദ്ദേഹം എന്റെ സ്കൂളിൽ മറ്റൊരു ക്ലാസിലെ സാറാണ്.

വളരെക്കാലം ഉടുപ്പുതന്നു. സഹായിച്ച സഹപാഠി അനി; വിശപ്പും ദാഹവുമകറ്റിയ മാന്തുഞ്ചിലെ കണ്ണിമാങ്ങ. ഉപ്പ്, വെള്ളം. താളിമാങ്ങ കൊത്തിയരിഞ്ഞു മുളകും ഉള്ളിയും ഉപ്പും ചേർത്ത് പ്ലാവിലത്തവിയാൽ കോരിനിറച്ച ഉച്ചകൾ. മൂട് പൊട്ടിച്ച് ഉപ്പുമുളക് വെള്ളം ചേർത്ത് ഈർക്കിൽ ഇളക്കി ഐസ്ക്രീം കുടിച്ച വാളൻപുളി. അടീപ്പിടിച്ച മരിച്ചീനിയും പഴിഞ്ഞിക്കഞ്ഞിയുംകലക്കി കൈയിൽ ചുട്ട കരുവാട്ടുത്തലയും പിടിച്ച്, വെയിൽകൊണ്ട മകരപ്പുലർകാലം. വേവിച്ച ചക്കയും മാങ്ങാക്കറിയും കഞ്ഞിയിൽ കലക്കിയെടുത്ത കുംഭമീന ഉച്ചകൾ. കുന്താലി മണ്ണിളക്കി അയണിക്കരിയില വാരിക്കൂട്ടിയിട്ടു തീ പിടിപ്പിച്ചു ചുറ്റിനുമിരുന്ന കുംഭമീനരാവുകൾ. മണ്ണാറി കിളച്ചു മരച്ചീനി നട്ടു, പ്ലാവില, അയണിയിലക്കുമ്പിൾ കുത്തി തണ്ടുമൂടി വെള്ളം കോരിയ കുംഭസന്ധ്യകൾ.

ഉറക്കത്തിൽ രഘൂത്തമൻ പറഞ്ഞുകൊണ്ടിരുന്നു. കോളനി... കോളനി.. എഴുതണം.... ഞാൻ.. ഞാൻ..

•

നാളും മാതോം വരിഷോം കടന്ന്.

പെരുമാളെത്തീല.

തേയ് പ്നാറ്റി. "നാട്ടീക്കേറാമ്പറ്റാത്ത എന്തര് ചെയ്വനേണ്, ന്റ, മുത്തിന്. ചാവാൻ പോണോൻ എതിരിയെ എന്തരും ചെയ്യും. അത്തറേ പെരുമാളും ചെയ്തോളല്ലാ. അവന്നട്ട കാന്താരീന്ന് ഒരെണ്ണം പറിച്ചാ പൂമീം ആകായോം ഇടിഞ്ഞ് പോവോ."

കാണുന്നവരോട് തേയി ചോദിച്ച്.

"പെരുമാളിനെ കണ്ടാ. കാട്ടീക്കേറീമ്മിച്ചും അവനേട പോയി."

വെളുത്ത കണ്ണും മുഞ്ഞീം തൊടച്ച് ഏങ്ങലടിച്ച്.

"അവന്റപ്പന കൊന്നാല കൊച്ചിക്കേം അവുത്തങ്ങള്.."

തേയി തെരക്കി.

"എന്തരമ്മച്ചീ, പെരുമാളിന്റപ്പന കൊന്നേണാ.. യാര്."

കണ്ണേറമാറാത, വെളുത്ത കാണണ്.

പുലിപ്പാറമേട്ടീന്നതാ സൊകമൊള്ള മണം. ആക്രാന്തം കൊണ്ട ചാമ്പോരി മാങ്ങാച്ചൂര്. വേലായ്വന്നാര്, മേത്ത്ന്നെയുന്നേറ്റ് ഉടുമുണ്ടുടുക്കണ്. ആരാണ് പാറേമ്മേ ഒളിനോക്കണത്. തൈവേ അപ്പൻ. അല്ലല്ല. കറുമ്പൻ. കറുമ്പനെന്തര് കായ്ച. അതുമല്ലന്നേ. പാറമോളീന്ന് കല്ലുരുള മ്പോല ഉരുണ്ടുരുണ്ടു പോണതാര്. കറുമ്പൻ. വേലായ്വന്നാരാ നെലവിളീപോല കീപ്പോട്ടോടണ്.

കാത്തിരിക്കാമ്പറ്റൂല.

വേലായ്വന്നാര കാണണം.

തേയി നെനച്ചു.
ന്റമ്മച്ച്യ, ന്റപ്പന, ന്റ, കെട്ട്യോന...
അയാള പച്ചയ്ക്ക് തിന്നണം.
തേയി വേലായ്വന്നാര കാണാനെറങ്ങി.
കള്ളുകടേല്. കവലേല്. കാട്ടില്. മേട്ടില്. വേലായ്വന്നാരില്ല.
വേലായ്വന്നാര് ഏടപ്പോയി.
തേയി ആരോടും തെരക്കീല്ല. കാണും അയാള കണ്ണ്മ്മുന്നീ കാണും.

•

രാവിലെ കോളനിക്കുന്നിലേക്ക് നടക്കുമ്പോൾ എതിരെ വന്ന പെണ്ണുങ്ങളെ വെളിച്ചെണ്ണ മണത്തു. മുഖത്തേക്ക് കിനിഞ്ഞിറങ്ങുന്ന എണ്ണ. എണ്ണമിനുങ്ങുന്ന മുടി. തിരുപ്പൻ[1] കെട്ടി. പേശ, ബ്ലൗസ് ചുട്ടിക്കര തോർത്ത്. അണ്ടിക്കറ ചർമ്മമായ കൈവിരലുകളിൽ ഞാന്ന് തൂക്കുപാത്രം; ചോറ്റുപാത്രം.

കൊടിപ്പൊറം തേയം മുയ്യോൻ കൊല്ലത്ത്ന്ന് വന്നോര് മോലാളി വാങ്ങിച്ച് ചുറ്റിനും കയ്യാലകെട്ടിപ്പൊക്കി. വല്യപൊകക്കൊയൽ വെച്ച്. ഓടിട്ട പെരേളൊണ്ടാക്കി; അണ്ടിയാപ്പീത്.[2]

ചുട്ടെടുത്ത അണ്ടിതല്ലാൻ മ്മള ആളേള് മാത്തറം. പരിപ്പ് തൊലിപ്പാനും തൂക്കാനും മറ്റുള്ളോര്. കൈയ്യീക്കറ പറ്റാതിരിക്കാൻ. കങ്കാണിപ്പണിക്ക്.

കൊല്ലത്ത്ന്ന് വന്നോര് അണ്ടിതല്ലാൻ പടിപ്പിച്ച്. പടിച്ചോരിക്ക് കൊറച്ചോസം തല്ലണ പരിപ്പ് പൊട്ടി. തൂക്കക്കൊറവില് കൂലി കൊറഞ്ഞ്. വേതനതിന്ന്. പിന്നപ്പിന്ന വെരളേള് കറനെറഞ്ഞ്. കറുത്ത വെരളേള്.

ആയ്ച്ചോറും ചക്കറം കിട്ടി. ഉടുപ്പും പാവാടേം. തിനിമേം[3] സോപ്പും ചീപ്പും. പലാരോം. തന്തോയം.

അപ്പം അറീണ്. അണ്ടിയാപ്പീത് പൂട്ടി.

പെണ്ണായ പെണ്ണേളും ആണായ ആണേളും വെളുപ്പാങ്കാലത്തേ ആപ്പീതിന്റ നടേച്ചെന്ന് കുത്തിയിരുന്ന്. മോന്തിവര.

പിന്നപിന്ന റോട്ടിന്റരീ, ആപ്പീതിന്റെ മതിലീ ചേത്ത് കൂരവെച്ച് തമരം[4] ചെയ്തുകൊടിയും വെച്ച്. പട്ടിണിയും കെടന്ന്. അടീം കൊണ്ട്. വെച്ചും കുടിച്ചും തമരപ്പന്തല് വളർന്ന് പടന്ന് ചോന്ന നെറത്തി പന്തല് മുങ്ങി.

ചീലമുറുക്കിക്കെട്ടി തകിക്കാഞ്ഞ് ചെലര് പുല്ലറുപ്പാൻ പോയി. പാക്ക് പൊളിക്കാൻ പോയി. ഓലമെടയാൻ പോയി. മോന്തിക്ക് വരുമ്പം തമരപ്പന്തലീക്കേറി "ഇതിരിക്കട്ട്, ങ്ങക്കൊള്ളത്" എന്നും പറഞ്ഞ് ചില്ലറ കൊടുത്ത്.

പിന്നും തമരം തന്ന.
ഒടുക്കം അണ്ടിയാപ്പീത് തൊറന്ന്.
പിന്നേം പൂട്ടി.
പിന്നേം തമരം.
പിന്നേം തൊറന്ന്.

---

1. മുടി പിരിച്ചെടുത്തുണ്ടാക്കുന്നത്. തിരുപ്പൻ തലമുടിക്കൊപ്പം ചേർത്തുകെട്ടുന്നു.
2. കശുവണ്ടി ഫാക്ടറി. 3. സിനിമ. 4. സമരം.

മോലാളി മാറി. മോലാളി മാറി.

തമരപ്പന്തല് നാട്ടിയ കുറ്റ്യോൾ വന്മരങ്ങളായി. കൊടിക്കൂറേൾ നെര നെരന്ന്.

ഇന്നിപ്പം മക്കള മക്കള മക്കള്.

അണ്ടിയാപ്പീത് തൊറക്കുമ്പം പോവും.

അടയ്ക്കുമ്പം പോരും.

പാവത്തുങ്ങള്.

•

ഗോവിന്ദൻനായരല്ല ഭരണം.

മകൻ; മൂത്തമകൻ

അടിതട പഠിച്ച കെഴക്കൻ നാടാന്മാർ കാവൽ. വച്ചുകുടിച്ചു കെടന്നു. വാക്കൊന്നിനു കുതിച്ചു ചാടാൻ.

അവർക്ക് ഇരവുപകലില്ല. കുടിക്കാൻ. കിടക്കാൻ. കൊച്ചേമാൻ കൊടുത്തു. വരുതിവച്ചു.

പെരുമാൾ നാടെറങ്ങിയതോടെ എതിരാളി നിന്നു. ശക്തികൂട്ടാൻ നാടാന്മാര് എരിവ് നിറച്ചു. മൂന്നും നാലും പെട്ട ചേർന്നു കിങ്കരന്മാർ. അവർക്കതിരില്ല. ആകാശോം സ്വന്തം. വാക്കൊന്ന് രണ്ടിന് തല്ല്; കത്തിവീശ്.

ഗോവിന്ദൻനായർക്ക് മിണ്ടാട്ടമില്ല. "അമ്മേ, ആയി" എന്നലറും. ആരും തിരിഞ്ഞു നോക്കിയില്ല. അകത്തളത്തിൽ ഇടുങ്ങിയ കാറ്റു കടക്കാമുറി. എണ്ണ വിളക്ക് മുനിഞ്ഞു. കാണ്മോരും കേൾപ്പോരും കഷ്ടി.

വയല്പണി, ചാണാംകോരൽ എത്രത്തോളം. നോക്കാൻ ചാണാക്കുഴിക്കരപ്പോയി. കാലൊന്നു വഴുതി. ഒന്നുമറിഞ്ഞില്ല. മുറിയിൽ ഇരുട്ടിൽ. ഉയരുന്നില്ല. വലങ്കാലും കൈയും. മരക്കട്ടിലോട് ചേർന്ന് പൊറ്റ പിടിച്ചു. ചലംനാറ്റം. എല്ലാം കിടപ്പിൽ. ആരെങ്കിലും എപ്പോഴെങ്കിലും വരുന്നവർക്ക് മുഖമില്ല. നാവില്ല. അസ്പഷ്ടചോദ്യങ്ങൾക്ക് മൂളൽപോലുമില്ല.

കൊച്ചേമാൻ കാണുന്നു.

എരുത്തിലോരത്ത് ഒരു നെഴൽകുറ്റി.

"ആരത്"

"..........."

"ആരാണ്"

"ടിയൻ"

അടിതട ആശാന്മാർ ഇരച്ചെത്തി.

അന്തിവീണിട്ടില്ല. എങ്കിലും എരുത്തിലിരുണ്ടു.

ഓടി വന്നോർ നെലച്ചു.

ആതിച്ചൻവൈത്യൻ പറഞ്ഞു. "വല്യമ്പ്രാന് തീനം പാരോ*ണെന്ന് കേട്ട്"

"അതിന് നീയെന്തര് ചെയ്യാൻ. മുതുക്കൻ തൊലയട്ട്. കെട്ടിപ്പിടിച്ചോണ്ട് കെടന്നിട്ട് എന്തൊരൊണ്ടാക്കാൻ"

---

* കൂടുതലാണെന്ന്

"ടിയന, മ്പ്രാന ഒന്ന് കാണാൻ തമ്മതിക്കോ."

"ചാവാമ്പോണോര കണ്ടിട്ട് നെനക്കെന്തര്."

"കൊച്ചമ്പ്രാൻ തമ്മതിച്ചാ, അടേ്യനൊന്ന് കാണാരുന്ന്"

"ശരി തൊലയുമ്മുമ്പ് കണ്ടോ"

നാടാന്മാർ, ആതിച്ചനും ഗോവിന്ദൻനായരുടെ മുറിക്കരികിലെത്തി. മരയഴികടന്നു നാറ്റമെത്തി. നാടാന്മാർ മൂക്കുചീറ്റി പിന്മാറി.

ആതിച്ചൻവൈെത്യൻ, രോഗിയെ നെറച്ചുകണ്ടു. കൊണ്ടു. മറഞ്ഞു. മൂന്നാം നാൾ ആതിച്ചൻ വൈെത്യനെത്തി.

"വല്യമ്പ്രാന, ടിയൻ ചീത്സിക്കാം. പച്ചേ, മ്പ്രാന കാറ്റും വെട്ടോ ള്ളേടത്ത് കെടത്തണം. ടിയന്, വല്യമ്പ്രാന തൊടാമോ. പറ്റൂല്ലങ്കി, ഒരാ ളേങ്കൂട കൂട്ടിന് വേണേ."

"നീ എന്തര് വേണേ കാണിച്ചോ. ചാവുമ്പോ അതീക്കൊറച്ച് തീയി ട്ടാമതിയല്ലാ."

(കോയിന്നാര് യമ്മിത്തമ്പ്രാൻ കത്തിത്തീരാൻ തമയമെടുത്ത്, എര ട്ടക്കരള്. തീകൂട്ടി കരളുരുവി കരളുരുവി തീക്കുയി നെറഞ്ഞ് തൂവി. മക്കളും പ്ടാകയും തീയിട്ട് തീയിട്ട് തളർന്ന് പോയി).

ഓലക്കൊട, ഊന്നുവടി പുറത്തുവെച്ചു കിഴിക്കെട്ടും മരുന്നുമായി ആതിച്ചൻ വൈെത്യൻ, മുറീ കേറി. കോയിന്നാർതമ്പ്രാന്റെ അരിൽ ചെന്നു. എടങ്കൈെത്തണ്ടയിൽ, വെരൽ ചേർത്തു.

കോയിന്നാര് യമ്മിത്തമ്പ്രാന്റ കാലിടുക്കിലും കട്ടിലിലും പുഴുവരിച്ചു.

•

ചേരി നീക്കം ചെയ്യുമ്പോൾ ഒരു ജനതയെ എങ്ങനെ ഉന്മൂലനം ചെയ്തു എന്നല്ല അയാൾ പറഞ്ഞത്. പുനരധിവാസകേന്ദ്രങ്ങളിൽ മീൻ പിടിത്തക്കാരൻ പാറപൊട്ടിക്കാൻ, പഠിക്കേണ്ടതെങ്ങനെ?

പാറയുടെ നിലവിളി വരുംകാലങ്ങളിൽനിന്നുള്ളതാണെന്നു വ്യക്ത മായില്ല.

തെരുവുവേശ്യ മാലാഖയാവണം എന്നയാൾ പറഞ്ഞു.

പുരനധിവാസം അവളുടെ മാംസം നുറുക്കി വില്ക്കും എന്ന് പറ ഞ്ഞതേയില്ല.

തെരുവുവേശ്യ ഉടലോടെ സ്വർഗ്ഗം പൂകുന്നത് അവളുടെതന്നെ മണ്ണിൽ ആരോരുമില്ലാതെ വീഴുമ്പോഴാണെന്നും ഈച്ചകളാർത്ത് കാമി ക്കുമ്പോഴാണെന്നും ചേരിയിലെ തെറിയിലും വെറുപ്പിലും തിരസ്കൃത ജന്മങ്ങളാൽ സംസ്കരിക്കപ്പെടുമ്പോഴാണെന്നും അയാൾ പറഞ്ഞതേയില്ല.

ചേരികൾക്ക് കോളനിക്കുന്നു നല്കുകയും ചേരി പാർക്കായി രൂപാ ന്തരപ്പെടുകയും ചെയ്തതാണ് ഭൂമിയിലെ കമനീയ പ്രവൃത്തിയെന്ന് അയാൾ വാദിച്ചു.

നഗരപിതാവിന്റെ വാക്കുകൾ കൂടുതൽ കേൾക്കാൻ താല്പര്യമി ല്ലാത്തതിനാൽ രഘൂത്തമൻ പാർക്ക് ഉദ്ഘാടനച്ചടങ്ങിൽനിന്നും ഇറങ്ങി.

പാർക്കിന് മദ്ധ്യേ സിമന്റ് ശില്പത്താൽ ആച്ഛാദനം ചെയ്തത് രഘൂത്തമൻ ശ്രദ്ധിച്ചു. അതിനിടയിൽ ആർദ്രതയാൽ നീലഞരമ്പോടിയ ഒരു ചെടിയുടെ അവിസ്മരണീയ ദൃശ്യം അയാൾക്കിപ്പോഴും കാണാൻ കഴിഞ്ഞു.

നദിക്കക്കരെ ശ്മശാനപ്പുകയിൽ ഒരായുസ്സിന്റെ ധൂമചിത്രണം നടക്കുന്നു.

കുഞ്ഞിരാമൻ ചിലപ്പോൾ രഘൂത്തമനെ കാത്തിരിക്കുന്നുണ്ടാവാം.

ഓർമ്മകളാൽ വലയിതമാക്കിയ സ്വജീവിതത്തിലേക്ക് രഘൂത്തമൻ പിടഞ്ഞുവീണു.

ചെണ്ട

പ്രവ്ദ, ലീല, ഭുവനേശ്വരി, ഞങ്ങളുടെ സിനിമാപ്പുരകൾ.

പ്രവ്ദ, റഷ്യൻ ഓർമ്മ. ലീല പാക്കുപുര, ഭുവനേശ്വരി, അമ്മദേവ സ്ഥാനം. പഞ്ചായത്ത് ജീവനക്കാർക്ക് സിനിമ സൗജന്യം.

പഞ്ചായത്ത് തൂപ്പുകാരിയുടെ മക്കൾക്കും ലഭിച്ചു ഈ ആനുകൂല്യം

സെക്കന്റ് ഷോയ്ക്ക് അമ്മയും മക്കളും മാത്രമെങ്കിൽ ഇരുട്ടുവീഴുമ്പഴേ പോയി ഫസ്റ്റ് ഷോയുടെ ശേഷിച്ച ഭാഗം മുതൽ കുട്ടികളായ ഞങ്ങൾ കണ്ടു.

(മുതിർന്നപ്പോൾ സിനിമ കാണാൻ കാശില്ലാതെ സിനിമാപ്പുരയ്ക്കു പുറകിലെ മൂത്രപ്പുരയിൽ പോയി നിന്നു. 'ശബ്ദരേഖ' മുഴുവൻ കേട്ടു. കൂട്ടുകാരോട് കഥ പറഞ്ഞു)

'തറ' ടിക്കറ്റിലാണ് ഞങ്ങളിരിക്കുക. നാലു മുതൽ ആറുവരെ കീറുകളുണ്ടായിരിക്കും സിനിമയ്ക്ക്. ഓരോ കീറിനു ശേഷവും വെളിച്ചത്തിലേക്ക് തുറന്നു പുര. ഇന്റർവെല്ലിനു മുതിർന്നവർ പുറത്തേക്കുപോയി. സിനിമയ്ക്കിടയിൽ മൂത്രം മുട്ടുമ്പോൾ പൂഴി മാന്തി ഞങ്ങളെ മൂത്രമൊഴിപ്പിച്ചു. മുറുക്കിത്തുപ്പി മണ്ണിട്ടു മൂടി. 'ശുഭം.' കാണിച്ച്. വിളക്കു തെളിഞ്ഞാലും എന്തോ ബാക്കിയുണ്ടെന്ന തോന്നൽ; സ്ക്രീനിൽ നോക്കി നിന്നു.

വിളയിലെ കുട്ടിപ്പെണ്ണ്. തേക്കെവീട്ടിലെ അരുവി. കുഴിവിളയിലെ ചക്കി. എള്ളുവിളയിലെ വള്ളി, പാറു, പാത്ത അമ്മൂമ്മമാരാണ് സിനിമാ നേതാക്കൾ. രാസിനിമയ്ക്ക് അവർ ഞങ്ങളെ നയിച്ചു. പൊക്കമുള്ള കുട്ടിപ്പെണ്ണ്, വള്ളി, ചക്കി, പാറു അമ്മൂമ്മമാരാണ് പ്രധാന വിളക്കേറ്റുകാർ. തിരികൂട്ടി പന്തം കണക്കെ തലയിലിരുന്ന്. വിളക്കെരിഞ്ഞു. ഇടയ്ക്കിടയ്ക്ക് ചെറിയ വിളക്കുകളും ചെറു ചൂട്ടിൻകറ്റകളും. നീണ്ടനിര. ഗ്രാമനിര (ഒരു കറ്റച്ചൂട്ടിൽ എല്ലാവർക്കും വഴിത്തെളിച്ചം കിട്ടാതെ പോരും).

കുന്നിറങ്ങി, ഇടവഴി കഴിഞ്ഞ്, വയലിറങ്ങി, കയറ്റം കയറി, റോഡെത്തും മുമ്പ് കീഴോട്ടിനടിയിൽ ഓലമേഞ്ഞ കയ്യാലയ്ക്കുള്ളിൽ വിളക്കുകൾ ഒളിപ്പിച്ചു. സിനിമ കഴിഞ്ഞാൽ തിരിച്ചെടുത്തു. കൊളുത്തി നടന്നു. (സിനിമാക്കഥകൾക്കിടയിൽ, ചിലപ്പോൾ വിളക്കു മറന്നു) ഇരുട്ടെരച്ചു കിടക്കുന്ന കാക്കത്തോടും മേലാങ്കോട്ടമ്മ നടയും കഴിഞ്ഞ് സുരക്ഷിതരായി വീടെത്തി. വീടിറങ്ങും മുമ്പ് ആരാണ് അമ്മയ്ക്ക് അരച്ചക്രം നേർന്നത്!

സിനിമ മാറുന്നത് ചെണ്ടകൊട്ടി അറിയിപ്പ്; കൈവണ്ടി, കാളവണ്ടി പരസ്യവണ്ടികൾ.

ചെണ്ടകൊട്ട് കല്ലുവ്ളാത്ത് തേരിയിറങ്ങുമ്പോൾ പമ്മിപ്പമ്മി വിളവാരം കൊല്ലങ്കാവിലെത്തി. കല്ലമ്പാറയ്ക്കു നടന്നു. കാളവണ്ടിക്കു പുറകെ മൈലുകൾ. വസൂരിക്കുത്തുള്ള നോട്ടീസ് വിതരണക്കാരൻ, കുട്ടികൾക്ക് നോട്ടീസ് തരില്ല. മുതിർന്നവരുടെ കൈയിലേക്ക് ചുരുട്ടിയിടുന്നത് കൈതെറ്റി നിലത്ത് വീണാൽ അതെടുത്ത് തലതെറിക്ക ഓടി. അല്ലെങ്കിൽ നോട്ടീസ് കിട്ടുന്ന ഭാഗ്യവാന്റെ പുറകെ കൂടി. അതിൽ ഉറ്റുനോക്കി. അക്ഷരങ്ങൾ ഉറക്കെ വായിച്ചു. ഒടുവിൽ കൈ നീട്ടി യാചിച്ചു. ചിലർ തരാതെ കൊതിപ്പിച്ച് നടത്തിച്ചു. ചിലർ തന്നു. അതു ലഭിച്ചാൽ കിട്ടുന്ന ആഹ്ലാദം.

ചെണ്ടകൊട്ട് കേൾക്കുമ്പോഴേ അമ്മൂമ്മമാർക്ക് ഇരുപ്പുറയ്ക്കില്ല. പണിയില്ലെങ്കിൽ അവരെന്നെ തിരക്കി വീട്ടിൽ വന്നു.

അച്ഛനുണ്ടെങ്കിൽ പറയും. "കെളവ്യേള് വന്നല്ലാ. നിങ്ങള എസ് പി പിള്ളേട സിനിമേണ്."

"അടൂറ് പാസിയില്ലേ" അവർ ചോദിക്കും.

"അടൂരും എസ് പി ബഹുദൂറും ഒണ്ടെങ്കി പിന്നാരുവേണം അല്ലേ, കെളവ്യേളേ."

"മുതുകുളോം വാണക്കുറ്റീം." അവർ ചിരിക്കും.

ഞാൻ നോട്ടീസുമായി അമ്മൂമ്മമാരുടെ വീടുതോറും ചെന്നു. എന്നെ കാണുംവരെ അവർക്ക് പണിയൊന്നും നടക്കില്ല.

"നിന്ന എപ്പഴേ കാത്തിരിക്കണ്. നീ എവിടെപ്പോയി കെടന്ന്." അവർ പരിഭവിക്കും.

"നല്ല കഥ" ഞാൻ പറയും.

"കേക്കട്ട്" ക്ഷമകെട്ട് അവർ ചോദിക്കും.

കഥാസാരം കേൾക്കുമ്പോൾ പറയും. "എവമ്മാർക്ക് ബാക്കീങ്കൂട എയുതിക്കൂടേരുന്നാ."

പിന്ന വേവലാതിപ്പെട്ട് അമ്മൂമ്മമാർ പരസ്പരം കണ്ടു. കുട്ടിപ്പെണ്ണ് അമ്മൂമ്മയാണ് നേതാവ്. എല്ലാരെയും ഇണക്കിച്ചേർത്ത് ടിക്കറ്റിനുള്ള പണ സമ്പാദനമാർഗ്ഗവും തെളിച്ച് അവർ പോവും.

മരിച്ചീനിക്കിഴങ്ങും ചുട്ടുതിന്ന് തേയിലവെള്ളവും കുടിച്ച് സിനിമ കാണാൻ ഒരുക്കം തുടങ്ങുന്നു.

രഞ്ചൻ കൊള്ളിമലൈക്കള്ളനായ് കുതിരയോട്ടി. 'ആനവളർത്തിയ വാനമ്പാടി' യായി ആനന്ദൻ. *ബാഗ്ദാദ് തിരുടൻ* എം ജി ആർ. എതിരാളികൾക്കുമുന്നിൽ നിരായുധനായപ്പോൾ, ഞങ്ങളുടെ തലമൂത്തവർ പിച്ചാത്തി എറിഞ്ഞുകൊടുത്തു. *നീലക്കുയിലി*ലെ നീലിക്കുവേണ്ടി കരഞ്ഞു. പോസ്റ്റുമാസ്റ്ററുടെ ധീരത പുകഴ്ത്തി. സത്യനെ കണ്ണീച്ചോരയില്ലാത്തോൻ എന്ന് വിളിച്ച്. *കറുത്ത കൈ*യിൽ നസീറിനുവേണ്ടി കൈയടിച്ചു. *പരാശക്തി*യിലെ ശിവാജിഗണേശൻ ശിവനായും കർണ്ണനായും ഘടോല്ക്കചനായും പിന്നീട് ഞങ്ങളെ അതിശയിപ്പിച്ചു. *പാതാളഭൈരവിയിലെ* കാന്താറാവു *സമ്പൂർണ്ണ രാമായണ*ത്തിൽ എൻ ടി രാമറാവു ഞങ്ങൾ തൊഴുതു. *അദ്ധ്യാപിക*യായ, *ഭാര്യ*യായ രാഗിണിയുടെ കണ്ണീർ ഞങ്ങൾക്ക് തുടയ്ക്കാൻ കഴിഞ്ഞില്ല. കണ്ണീരുപ്പിട്ട് കാണാത്തവറ്റിട്ടു. ശാരദ

നല്കിയ കണ്ണീർ മുണ്ടിൻ കോന്തലയാൽ പിഴിഞ്ഞെടുത്തു.

ഞങ്ങളെപ്പോഴോ പാടിത്തുടങ്ങി. "കണ്ണാരം പൊത്തിപ്പൊത്തി കടയ്ക്കാടും കടന്നുകടന്നു." "ഞാനെവിടെച്ചെന്നേപ്പിന്നേ കുളിക്കാനും കുളവും വെട്ടി." ലീലാടാക്കീസിൽ വാതിൽപ്പാളികൾക്കിടയിലൂടെ സെക്കന്റ് ഷോയ്ക്ക് കാത്തിരിക്കുമ്പോൾ കണ്ടത്.

സീത ഒരു വർഷം ഭുവനേശ്വരിയിൽ കളിച്ചു. നൂറാംനാൾ മുതൽ എന്നും ഉച്ചയ്ക്ക് കഞ്ഞിവീഴ്ത്ത്. ഫസ്റ്റ് ഷോ തുടങ്ങും മുമ്പ് പ്രത്യേക പൂജയും ഭജനയും. ഭക്തകാഴ്ചക്കാരുടെ മതിപ്പ് മാനിച്ച് വെള്ളി, ശനി, ഞായർ മാറ്റിനി ഷോ തുടങ്ങി.

ഫിലിം പെട്ടി കൊടുക്കില്ലെന്നായപ്പോൾ കമ്പനിക്കാർ സംഘമായി വന്നു. പെട്ടി പിടിച്ചെടുത്തു. പ്രതിഷേധമായി. സിനിമാപ്പുരയ്ക്കു മുന്നിൽ ഓലപ്പന്തലിട്ടു. ഒരാഴ്ച നിരാഹാരവും ഭജനപ്പാട്ടും നടത്തി.

മനം നൊന്ത സിനിമാപ്പുര ഉടമ പത്മനാഭ അയ്യർ മദ്യപിക്കാൻ തുടങ്ങി.

സിനിമകളിങ്ങനെ.....

സിനിമകളിൽ നിറം പടർന്നപ്പോൾ, ഇരുൾ, വെളിച്ചം സിനിമകളെ സ്നേഹിച്ച അമ്മൂമ്മമാർ പറഞ്ഞു. "ഇതയ്യോടെ, വെളുവെളുത്ത നസീറിനേം സത്യനേം കാണുമ്പോല പറ്റൂല്ല. എന്നാ, നെറോള്ള എം ജി യാറും ശിവാജിയും കാന്താറാവും രാമറാവും കാണാൻ ചന്തോണ്ട്."

അന്നത്തെ നോട്ടീസുകൾക്ക് പ്രത്യേക മണമുണ്ടായിരുന്നു. ഓർമ്മകളിൽപ്പോലും ആ മണം മണക്കുന്നു.

സിനിമാനോട്ടീസ് ശേഖരിച്ചു. അപൂർവ്വം ചിലപ്പോൾ വിറ്റു സിനിമ കണ്ടു.

സിനിമാപ്പുരയിലെ ഓപ്പറേറ്റർ റൂമിനരുകിൽ പശകാച്ചുന്നിടത്തു പഴയ ഫിലിമുകൾ മുറിച്ചിട്ടിരുന്നു. തുണ്ടുകൾ പെറുക്കി സ്ലൈഡാക്കി. ഫ്യൂസായ ബൾബിൽ വെള്ളം നിറച്ചു. കണ്ണാടിത്തുണ്ട് വെയിലടിപ്പിച്ചു. വീട്ടുമുറി സിനിമാപ്പുരയാക്കി. ഒന്നും രണ്ടും പൈസ നിരക്കിൽ സിനിമ കാണിച്ചു.

നോട്ടീസുകളും പ്രൊജക്ടറും കണ്ണാടിത്തുണ്ടുകളും എവിടെപ്പോയി.

ലീലാ ടാക്കീസ് ഇന്നില്ല. ടാക്കീസും പരിസരപ്രദേശങ്ങളും വൈദ്യുത സംഭരണകേന്ദ്രമായി. അവിടത്തെ വൈദ്യുത പ്രസരണവെളിച്ചത്തിൽ ഞാൻ ഇതെഴുതുന്നു.

പ്രവ്ദ; റഷ്യയുടെ തകർച്ചയ്ക്കുശേഷം സിനിമയോടിയില്ല. ഇപ്പോൾ കുന്നിൻ വൻകെട്ടിട സമുച്ചയങ്ങളുയർന്നു. എൻജിനീയറിങ് കോളേജ് രൂപം കൊണ്ടു.

ഭുവനേശ്വരി; പത്മനാഭയ്യരുടെ മരണശേഷം മദ്യപന്റെ കടംതീർക്കാൻ വിറ്റു. ഷോപ്പിങ് കോംപ്ലക്സ്. ഇന്റർനെറ്റ് കഫേയിൽ കൗമാരക്കാരുടെ തിരക്ക്.

ഓർമ്മിച്ചെടുക്കാൻ ഓർമ്മകളുണ്ട്.

ഞായർ പൊങ്കാല, ആൽത്തറവിളക്കുവയ്പ്, പൂജ, പുണ്യവെള്ളം വാങ്ങൽ, മണ്ഡലകാല ഭജന, പായസം ഉണ്ടാക്കൽ....

പക്ഷേ, ഞാനെന്റെ ഉദ്യോഗബലം കാട്ടി ആരേയും തിരിച്ചറിഞ്ഞില്ല. ജോലിയിൽ നിന്നും സ്വയം പിരിഞ്ഞുപോരേണ്ടിവരും വരെ.

ഇന്നെനിക്ക് നിങ്ങളോട് ചിലത് പറയണമെന്ന് തോന്നി.

അല്ലെങ്കിൽ എനിക്കുറക്കം വരില്ല.

സംഗതിവശാൽ ഉദ്യോഗം; ഉദ്യോഗസ്ഥ; ഭാര്യ; മകൻ, ഇംഗ്ലീഷ് മീഡിയം. (ഒന്നിൽക്കൂടുതൽ വേണ്ട. പത്തു മക്കളുള്ള ഒരു കുടുംബത്തിന്റെ ഞരക്കനിശ്വാസങ്ങൾ ഞാൻ മൂടിവയ്ക്കുന്നു. ഭാര്യ, ഏക മകൾ. അവൾക്ക് ഒരു ഭാരം തന്നെ താങ്ങാൻ വയ്യത്രേ. തൊഴിലില്ലാത്ത എനിക്ക് ശബ്ദമില്ല) സ്കൂട്ടർ, കാർ, ഇരുനിലവീട് എല്ലാം നിങ്ങൾക്കറിവുള്ളപോലെ തന്നെ. ജോലിയീട്.

ഇതൊക്കെ ഇനിയെങ്ങനെ...?

വെളുപ്പുനിറം. പതിഞ്ഞ മൂക്ക്. ഞെരുക്കമുള്ള നീളൻമുടി (ആരും ഒന്നും നോക്കും എന്ന തോന്നൽ). ഇടയ്ക്കിടെ ചിലതൊക്കെ കുത്തിക്കുറിക്കും. ചില മാഗസിനുകളിൽ അച്ചടിച്ച് വന്നത് നിങ്ങൾ കണ്ടിരിക്കും.

ശ്രദ്ധിക്കപ്പെടാൻ എന്തുവേണം.

ഫോക്‌ലോർ പഠനകേന്ദ്രത്തിലെ സ്ഥിരാംഗം. കൂടെ പഠിച്ച സുരേഷും ഗിരിജയും ഐ എസ് ആർ ഒ ശാസ്ത്രജ്ഞർ. ബാങ്ക് ഓഫീസർമാർ, ഡോക്ടർമാർ, കവികൾ, കഥാകൃത്തുക്കൾ, ഇവർക്കൊപ്പം ചില കൂടിച്ചേരലുകൾ; അവധിക്കാലവിനോദങ്ങൾ.

ഗ്രൂപ്പ് ഫോട്ടോയിൽ എന്റെ ചിരി നോക്കൂ. എന്തൊക്കെയോ വെട്ടിപ്പിടിച്ചതുപോലെയുള്ള..

(കൂട്ടുകാരൊത്തു ലൈബ്രറിയുടെ പടി കയറുമ്പോൾ എന്റെ തുറപ്പയോട്ടത്തിന്റെ അടയാളം അവിടെങ്ങാനും പതിഞ്ഞു കിടക്കുന്നുണ്ടോ; രഹസ്യമായി നോക്കും) രഘൂത്തമൻ ഡയറി അടച്ചു. മേശ വലിപ്പിനുള്ളിൽ വച്ചു പൂട്ടി.

•

ഓരോ കാഴ്ചയിലും കുഞ്ഞിരാമൻ കഥകളാൽ നിറഞ്ഞു.

നദിയുടെ നഗ്നതയിൽ.

കോളനിക്കുന്നിലെ സിമന്റ് റോഡിൽ.

ലോഡ്ജ് മുറിയിൽ.

വന്നപാടേ, കിനാവുകൾ ചികഞ്ഞെടുക്കുമ്പോലെ, കഥകൾ പറയാൻ അയാളാര്?

വിശദീകരണങ്ങൾക്കപ്പുറം ഇനിയും കണ്ടെത്താനാകാത്ത ഒരുപാട് നിഗൂഢതകളാണ് കുഞ്ഞിരാമൻ.

ഒരു നിനവിൽ മറയുകയും മറുകനവിൽ പ്രത്യക്ഷനാവുകയും ചെയ്യുന്ന മായ. കുഞ്ഞിരാമൻ എന്തോ നിയുക്തതയിൽ രഘൂത്തമനോടൊപ്പമുണ്ട്. എപ്പോഴും വിളിച്ചു പറയാൻ ഒടുങ്ങാത്ത കഥകളവറ. ആരെയും നേർ പരിചയപ്പെടുത്താൻ അയാൾ തയ്യാറല്ല. ഓരോ ചോദ്യത്തിനും ഇരുട്ടടച്ച മറുപടികൾ.

കുഞ്ഞിരാമൻ ഇതാ ഇങ്ങനെ പറയുന്നു:

തൊണ്ണൂറാംനാൾ ഗോവിന്ദൻനായർ ഒന്നലറി. “ആരെടാ അവട”

കുഞ്ഞ്യങ്കരന്നായര സ്ഥാവര ജംഗമങ്ങൾ കിടുങ്ങി. എല്ലാം ഒറ്റയ്ക്കെ

ടുത്തനുഭവിക്കാൻ ഗോവിന്ദൻനായർ കാര്യസ്ഥനല്ല ജന്മി തന്നെയായി.

കുഞ്ഞ്യങ്കരന്നായർ ധൂളി.

ഒച്ചയിൽ ഇളമുറക്കാർ ഞടുങ്ങി.

മകനും കാര്യക്കാരും വൈത്യപ്പൊരയ്ക്കപ്പുറം കാര്യമറിയാതെ കുഴങ്ങി.

കൊച്ചമ്പ്രാൻ തലനീട്ടി.

ഒരാട്ടും തുപ്പും.

"വാടാ. ഇവ്ട"

അയാൾ വിറച്ചുപോയി.

മുന്നിൽ വടിവാളുയർത്തി ഗോവിന്ദൻനായർ.

"എന്ന പിണ്ഡം വച്ച് നെനക്കൊക്കെ സുഖിക്കണം. അല്ലേടാ പൊല യാടിമക്കളേ."

ആതിച്ചൻവൈത്യൻ നെലവിളിച്ച്

"കൊച്ചമ്പ്രാൻ, കുഞ്ഞല്ല്യോ. അയിറ്റിങ്ങള പയിക്കല്ലേ."

കൊച്ചേമാൻ കുതറിത്തുള്ളി പുറത്തേക്കോടി.

"ആ കുണ്ടക്കൊറവന്റെ കമ്പും തേങ്ങാക്കോലേം" എന്നലറി വടിയും കൊടയും നാടാന്മാരുടെ മുമ്പിലേക്ക് ചവിട്ടിയെറിഞ്ഞു. പരിച്ഛേതം ബാക്കി വെക്കാതെ കൊട തകർത്തു വടിനുറുക്കി.

"എനിക്കെല്ലാത്തിനും പെഴമൂളണം ആതിച്ചാ...."

ഗോവിന്ദൻനായർ ആതിച്ചൻ വൈത്യന്റെ കാക്കി വീണു

"എല്ലാം അറിയേം കാമ്മേം ചെയ്യണോര്, ല്ലാം പൊറുക്കും, മ്പ്രാ." എന്നു മുനിഞ്ഞ് ആതിച്ചൻ വൈത്യൻ മുറിവിട്ടു.

കൊടയില്ല. വടിയില്ല. ആയെടം മിച്ചം.

യെന്ത് ചെയ്യണമെന്റ ഒടയൊത്തുങ്ങള' എന്ന് മനതാണ്ടു ചുറ്റുമിറ്റും നോക്കുമ്പോ അവടെങ്ങും പനയോല പാറിനടക്കണ്. എടമെങ്ങും ചൂര ലടി മൊഴങ്ങണ്. ചതിച്ചല്ലാ മുത്തിമുത്തപ്പമ്മാരെ, എന്ന് നെഞ്ചുകുമറി എറങ്ങിയ പാട് നടന്ന്. നടന്നപാട് ചവിട്ടടി നീങ്ങണില്ല. നീങ്ങാത്ത അടി നീട്ടുമ്പം പതുപ്പത്ത് ചൊവടെത്തണില്ല. വിമ്മിട്ടം. കെതപ്പ്. നെഞ്ചിങ്കൂട് പൊരിയണ്. നാവടച്ച് തീക്കൊള്ളി. കണ്ണടച്ച് കരിങ്കാട്.

നടക്കാത നടന്ന്. അടുക്കാത നടന്ന് കൊശവരു കോട്ടെത്തി.

അമ്മച്ചി ചോതിക്കണേന്തര് പറ്റി,
അക്കച്ചി ചോതിക്കണതെന്തരിതപ്പീ
നാട്ടാരും കേപ്പോരും ഒന്നിച്ച് വന്ന്
മിണ്ടീം മൊനങ്ങീം അടുത്തങ്ങ് കൂടി–
ട്ടെന്തര് വൈത്യാ പൈത്യം പിടിച്ചാ
വൈത്യൻ കമാന്നു മിണ്ടീല്ല.
മൊകം കുനിച്ച്, കുട്ടിത്തേവാങ്ക്

•

അടഞ്ഞ ചെറ്റ തൊറക്കണില്ല.

വൈത്യപ്പൊരേന്ന് മരുന്നും മങ്ങിണീം മണക്കണില്ല.

മീണ്ടുകേപ്പും മൊനക്കോമില്ല.

ആരെന്ത് പറഞ്ഞാലും ചെറ്റതൊറക്കണേയില്ല.

കുന്നെറങ്ങി വയല് താണ്ടി ആറ് നീന്തി ഒരു കൂട്ടര് വന്ന്; വെഷം തീണ്ടി.

മിറ്റത്ത് തീണ്ടലും വെച്ച് കാത്ത്.

അമ്മച്ചീം തേയീം കാക്കത്തൊള്ളായിരം വിളിവിളിച്ച്.

ചെറ്റ താനേ തൊറക്കും. ആതിച്ചൻ വരും. ഏയയലമെത്തുംമുമ്പേ ആതിച്ചന്റ മനതീ മറുമരുന്ന് തെളിയും.

വന്നോരൊക്കം നെലവിളിച്ച് വൈത്യരേ തൊറക്കീം. പിഞ്ചുപാലകനാണ്. പഞ്ചിപ്പാലിനിക്കും[1] പൈതൽ. എത്തറ ചെമ്മം കണ്ടും കേട്ടും വളരേണ്ടോൻ. ഓരോ ചെമ്മത്തിനും കാണും കാണിക്കേം കണക്കുംല്ലേ. അപ്പൈ തലെന്ത് ചെയ്ത് തെറ്റ്. തൊറക്കീം മൂപ്പരേ തൊറക്കീം. ഇക്കണ്ടായ കാതം താണ്ടി വന്നോരെ കാപ്പാത്ത്.

നീലച്ച് ചുണ്ടില് എളംപാല് മൊലപ്പാല് തെളങ്ങണ്.

തൈവങ്ങളേ, ആരിവൻ നീച ചെമ്മോ.

വന്നവയി[2] കണ്ണീരെത്ര;
ശപിച്ച് മുടിച്ച്
വെളുത്ത നെലവിളിച്ചു
തേയി അരുംപ്'രാക്ക് പ്'രാകി.
ഒച്ച പൊന്ത്യേല്ല. ചെലപാനമില്ല
പെറ്റവയറ്റില് ആതികേറി
ആര് തൊറക്കും ചെറ്റ

ഇത്തറകാലം ഇത്തറ നാള് അവമ്പറയണകേട്ട് അരുമ. ഇന്നിപ്പം അവന്റെ വാക്ക് പെറ്റ വയറ്റിന്നെതിരി ആവോ.

വെളുത്ത കാത്തിരുന്നു.

തേയി മിണ്ടണില്ല.

എടം കൊടുത്ത വയറ് പതയ്ക്കണ്. നോക്കിയിരിപ്പാൻ കാത്തിരുപ്പാൻ പാങ്ങില്ല; എനീം.

ചെന്നു.

തൊട്ടു.

ചെറ്റമാറി.

വെളുത്തേ പൂണ്ടടങ്ങിപ്പിടിച്ച് നാറ്റം.

ആതിച്ചനില്ല.

കുമളച്ച് പൊട്ട്യാ കുരുപ്പ്.

ആതിയന്തമില്ലാതെ
പെറ്റമ്മച്ചീട കാച്ചോട്ടിലേക്ക് പുയുനെര.

കുഞ്ഞിരാമന് കഥ മടുക്കണില്ല.

---

1. ആദ്യമുലപ്പാൽ. 2. വന്നവഴി

•

വേങ്കൊയലൂതി കറുമ്പൻ വന്നു.

'തേയീ' എന്നൊറക്കെ വിളിച്ച്; അടുത്ത്ന്ന് പച്ചേ തുരുതുരേണ് രണ്ടാം വിളിക്ക് ചെവി കോർക്കാൻ തേയി കാത്ത്. കറുമ്പൻ വിളിച്ചേല്ല.

"തോം തോം തിത്തൈ

താകിടതകി

തക്കുതിക്കു തക തിത്താം.." ചിന്നൻ

കറുമ്പന് കാവലാള്. അറിഞ്ഞില്ലേ. മണ്ണാറമ്പാറ മുടിപ്പൊരേ കാക്കാരിസ്സി. കോയിന്നാര് തമ്പ്രാനും കാണി. തകർക്കും. ആള് വന്ന് മറിയുമ്പം. കാക്കാൻ കലാചോം ചവിട്ടി പന്തോം ചൊയറ്റി വരും. അന്നേരം കോയിന്നാർക്ക് പിന്നാമ്പൊറത്തൊരു തൊയി. മ്മളേറ്റ് ങ്ങളും വരൂല്ലേ ചിന്നൻ പോണ്.

അപ്പനാണ്; ചൂണ്ടേം ഒറ്റാലുംല്ലാത കൈതരിശ്. കയമായ കയമൊക്കെ കാലി. ഒയുക്കായ ഒയുക്കിലൊന്നും തടയണൂംല്ല. കള്ളുകടേ ഒരു കോമ്പല്ല് മീനില്ലാത പോണതെങ്ങന. മാങ്കുടി മുത്തപ്പനും കനിയണില്ല. അപ്പൻ മുടി മാന്തിപ്പറിക്കണ്. നെലം പറ്റക്കുനിഞ്ഞ് പുല്ല് പിയ്ത് വേരെടുത്ത് കാറ്റിപ്പറത്തണ്.

ആരുണ്ട്. ആരുംല്ല. അമ്മച്ചി, തലേ ഇരുവെരല്പരതീ പേനെടുക്കണ്. കൈയയച്ച് വെരല് ചേർത്ത് പരതുമ്പം കണ്ണടയണ്. അമ്മച്ചീട മടി കണ്ണടച്ച് കെടക്കുമ്പം യെന്തര് സൊകം.

"കോക്കോതമങ്കലത്തു റാണി. കോതറാണി. കോതറാണിക്കൊരു മോള്. ഒന്നു നോക്ക്യാ കറുത്തയ്. രണ്ടു നോക്ക്യാ എയയക്. നീളമ്മുടി നെലത്തെയയും.

വേളാമ്മാര് മങ്കലം വെൺകലം കൊണ്ട് വന്ന്. ആണ്ടോടാണ്ടു പടിക്കലെത്തി. കലങ്കൊടുത്ത് വിത്തെടുത്ത് നെമ്മണി പൊമ്മണി വിത്ത് വാങ്ങി.

വിത്തിടുമ്പം വേളാമ്മാര് കണ്ണെടുക്കാ നോക്കീമ്പോയി. ആരിത്. എന്തിത് എന്നനുണ്ണി. കോതറാണിക്കുട്ടി മുമ്പിലൊണ്ട്. മണ്ണമർന്ന് മനതലിഞ്ഞ് വേളാമ്മാരോ നോക്കിനിന്ന്. വിത്തിടുമ്പം പെട്ടുപോയി റാണിക്കൊച്ചിൻ മുടിയൊരെണ്ണം.

വേളാമ്മാര് നാട് പൂകി, നെല്ലെടുത്ത് പതമളന്ന്. കാണാണെന്ത് മുന്നിലതാ നീണ്ടു പെട്ട മുടിയൊരെണ്ണം. കണ്ണറിഞ്ഞ് കാതറിഞ്ഞ് നാടുവായിത്തമ്പുരാനും കേട്ടറിഞ്ഞുംപോയി. കാണണമാ മുടിയതെന്ന് തമ്പുരാനും മൊയിഞ്ഞു.

വേളാമ്മാരോ ഓടിയെത്തി, മുടിയെടുത്ത് മുന്നിലിട്ട്. മുടികണ്ട് മുടിയേറ്റ്യോൻ മൊയിമൂളി, "മുടിയുള്ളോൾ എന്റയച്ചി." എയുത്തോല വാറാല പള്ളിമൂളി എത്തിടുന്നു. കോതയമ്മ, വീരയമ്മ മനതാരിൽ കാണാണല്ലോ. അതിമോകച്ചതിയാണ്, വീയൊല്ലാ, വീണീടുല്ല. ആട്ടേറ്റ് ദൂതികളും ഞെരിപിടിയാൽ പിന്നോട്ട്.

അങ്കം മൂളി വരണതാര്. ആറ്റിങ്ങല് കൊച്ചമ്പ്രാൻ. കോതയമ്മ കൂട്ടരുമായ് ഒറ്റ നിന്ന് പോരടിച്ചേൻ. കൊതിക്കെറുവിൽ തുള്ളിയോനെ, പടച്ചോനോ കൈതാങ്ങി കോതയമ്മേം പരിവാരോം ചത്തടിഞ്ഞേ ആ മണ്ണിൽ.

മണ്ണേറും മകിമയല്ലോ കോതറാണി പറേണത്."
പെരുമാളിന് കതയോതി, അമ്മച്ചി പേനെടുക്കണ്
പെരുമാളിന മടീ ഇരുത്തി അമ്മച്ചി പാടണ്.
"അപ്പം ചുടുചുട് ചെട്ടിച്ചീ. എനിക്കൊരപ്പം തന്നില്ലങ്കി
കെയക്കുതിക്കും പകവാനാണ, നെന്നക്കെട്ടാനാളുവരൂല്ല."

പെരുമാള് വിത്ത് നടന്ന്. ഒന്നല്ല. രണ്ടല്ല. നടുന്തോറും കൂനകൂടണ വിത്ത്. നട്ട് നട്ട് വെയർത്ത് വെയർത്ത്.

അമ്മച്ചി ഒരു പാള വെള്ളോം രണ്ട് കാന്താരീം കൊണ്ട് ചെന്നു.

കൊച്ചിപ്പം വെള്ളം കുടിക്കേണ്. അമ്മച്ചി കത പറയേണ്. കളിയോ കാര്യോ കളിവട്ടം തന്ന.

"നീ കേളപ്പീ.." അമ്മച്ചി പറേണ്.

"എവിടേപ്പോണ്."

അയിനു ചുട്ട മറുപടി.

വണ്ടുപ്പോണ്.

എന്തിന് പോണ് - അരത്തം കാണാൻ
എന്തരത്തം - കോയിയരത്തം
എന്തര് കോയി - കാട്ട് കോയി
എന്തര് കാട് - എടക്കാട്
എന്തരെട - കല്ലെട
എന്തര് കല്ല് - സൂത്രക്കല്ല്
എന്തര് സൂത്രം - എലിസൂത്രം
എന്തരെലി - ചുണ്ടെലി
എന്തര് ചുണ്ട് - കാക്കച്ചുണ്ട്
എന്തര് കാക്ക - പനങ്കാക്ക
എന്തര് പന - ഓലപ്പന
എന്തരോല - വെട്ടോല
എന്തര് വെട്ട് - ചേമ്പ് വെട്ട്
എന്തര് ചേമ്പ് - കടിച്ചേമ്പ്
എന്തര് കടി - ചന്തികടി

മുത്തീം ചെറുപിള്ളേം ചിരിയോ ചിരി
തമ്മീപ്പാടി ചിരികളി
അമ്മച്ചിപ്രാന്തി, പെരുമാള് പൊടിക്ക, ചോതൃക്കാരൻ
പ്രാന്തീ, പ്രാന്തീ എന്തര് നോക്കണ്? സൂയി നോക്കണ്

സൂയിയെന്തിന്? ചീലതയ്ക്കാൻ
ചീലയെന്തിന്? ചക്കറമിടാൻ
ചക്കറമെന്തിന് കോടാലി വാങ്ങിക്കാൻ
കോടാലിയെന്തിന് എല്ലാരേം വെട്ടിക്കൊല്ലാൻ

തേയി മുടിയയിച്ചിട്ട് കൊശവർകോട്ടെ കുന്നീന്ന് തായേക്ക് പറന്നെറങ്ങി.

മുക്കവലേന്ന് നടുവരമ്പിലെറങ്ങണ് വേലായ്യന്നാര്. തേയി മുന്നീ

യെത്തി. രണ്ടാം മുണ്ടീപിടിച്ച് കയുത്തില് ഞാന്ന് വേലായ്വന്നാരോട് തേയി ചോതിച്ച്.

"ന്റപ്പനാര്. ന്റ കെട്ട്യോന കൊന്നാര്. യ്ക്ക്, ചെമ്മാവകായം തന്നിട്ട് പോടാ കയുവേറി."

കവലമൊരണ്ട്.

ഇമ്മണ്ണീ മുഞ്ഞേമ്മ്യേ ശോത്യം ചെയ്തതാര്?

നടവയി തടഞ്ഞ് തേയി അലറി.

"പറഞ്ഞിറ്റ് പോ. തന്നിറ്റ് പോ"

വേലായ്വന്നാര് മൗനി.

പിടിച്ചുനിക്കാമ്പറ്റാതെ വാവിട്ടലറി. പുലിപ്പാറ നോക്കി നടവരമ്പിലോടി, വേലായ്വന്നാര്.

തേയ്യേ കണ്ടോരൊക്കേം അച്ചാലും മുച്ചാലും അടി; പേപ്പട്ടിയെ കണക്ക്.

എന്നിട്ടും അവളെന്ത് അലമൊറയിടണില്ല.

കൂനിപ്പിടിച്ച് നടന്ന് ആറ്റീ ചേറ് കയ്‌വി. മോന്തി പാരമായപ്പം കൊശവര്കോട്ടെത്തി.

"അമ്മച്ചീ, ആതിച്ചനെത്ത്യാ."

വന്നപാട് തെരക്കി.

ചെറ്റമാടത്തിന്റുള്ളി നോക്കി വെളുത്ത നെലവിട്ടു.

"അവമ്പോയില്ലേ, നാട്ടാരിക്കൊണ്ടാക്കി, അവരവന എടുത്തേ.."

ഇരുളു നെറവില് അമ്മച്ചീം മോളും കരയണ്.

വെളുത്ത ചോതിച്ചു.

"എന്ത് പറ്റിയപ്പീ."

"ന്നയൊര് ഊരണ* കടിച്ച്."

"മുറിവായ കാണട്ടപ്പീ, ഊരണേ കണ്ടാ ചെതുമ്പൂരനാണങ്കി തരിപ്പ് നേരത്തോട് നേരം. പച്ചേ... യേതിനും ച്ചിരി നീരിറ്റിക്കാൻ മ്മട ആതിച്ചനില്ലല്ലോ."

വെളുത്ത ഇരുട്ടില് പച്ചെല തെരക്കിയെറങ്ങി.

കൈയീ തടഞ്ഞേമായി വെളുത്ത വന്ന്.

തേയി അണലേ്യപ്പോല ചുരുണ്ട് കെടക്കണ്. അനക്കോറ്റ്.

•

കോളനിക്കുന്ന് ഒരുങ്ങി.

തെക്കതിൽ കൊടുതി.

വിളക്ക് നേദ്യം കോഴിച്ചോര. ചാരായം. ചുട്ടമീന്. അവല്, മലര്.

ഇന്നൊക്കെ മാറി.

കോളാമ്പി മുരണ്ടു. തമിഴ് ഭക്തിപ്പാടൽ; ത്യാഗരാജ ഭാഗവതർ കെ ബി സുന്ദരാംബാൾ.

സംഘാടക സെക്രട്ടറി കൃഷ്ണൻ വന്നു. തിരക്കിൽനിന്നും അല്പനേരം കൂടെനിന്നു.

---

* ഇഴജന്തു

“കാണാം. ഇനിയും വരാനുണ്ട് ഉറ്റോർ. ബന്ധുക്കൾ”

ഉത്സവമല്ല. കൂടിച്ചേരൽ സ്കന്ദപഞ്ചമി.

കണ്ണെത്താദൂരത്തേക്ക് കെട്ടിയും കെട്ടാതെയും പോയവർ.

പ്രതിഷ്ഠയെന്ത്?

തെക്കതിൽ കുരുത്തോല തോരണം. പട്ട്ചീന്തുകൾ. ചെറിയൊരറ യിൽ ഒരു ചിത്രം. തുളസിക്കതിർമാല. ചന്ദനത്തിരി. നിലവിളക്ക്.

ആരത്?

കൃഷ്ണൻ തോളിൽ തോണ്ടി പറഞ്ഞു.

“സുബ്രഹ്മണ്യൻ”

“മുരുകൻ-ശിവപാർവ്വതി”

“അല്ല. ഞങ്ങള നയിച്ചവൻ. ഈ മണ്ണിലെങ്കിലും ഞങ്ങൾക്കിരിപ്പു തന്നവൻ.”

കുഞ്ഞിരാമൻ പറഞ്ഞില്ല. ഇക്കഥ. കുഞ്ഞിരാമനെവിടെ?

“കുഞ്ഞിരാമനെക്കണ്ടോ?”

“ഏത് കുഞ്ഞിരാമൻ?”

കുഞ്ഞിരാമന്മാർ മുന്നിൽ വന്നു.

“ഇതിലേത് കുഞ്ഞിരാമൻ” കൃഷ്ണൻ ആവർത്തിച്ചു.

“ഇല്ല. ഇവരല്ല. കുഞ്ഞിരാമനുണ്ട്. ഞാൻ കാണിച്ചുതരാം. തീർച്ച യായും കൃഷ്ണൻ കുഞ്ഞിരാമനെ അറിയും. അതുപോട്ടെ. ഉത്സവത്തി രക്ക് കഴിയുമ്പോൾ ഞാൻ പറയാം.”

കുഞ്ഞിരാമൻ?

കൃഷ്ണൻ വന്നു. ലഹരിമണം.

തെക്കതിൽ ഒരുകോണിൽ കുത്തിയ പന്തം. വെളിച്ചം ധാരാളം.

“ഇവിടിരിക്കാം.”

“പ്രശ്നമില്ലല്ലോ.”

“ഉണ്ടായാലെന്ത്. ഇത് തന്ന സ്വർഗ്ഗം.”

“നിങ്ങൾ?”

“വാദ്ധ്യാർ. ഇപ്പോൾ. ഇവിടിവർക്ക് തൂണും തുണയും. എല്ലാം പഞ്ച പാവങ്ങൾ. കണ്ടില്ലേ കുട്ടിക്കുറുമാലുമായി. അവിടന്നോടിച്ചാൽ ഇങ്ങോട്ട് ഇവിടെന്നെങ്കിൽ അങ്ങോട്ട്. ചോദ്യമേയില്ല....

സ്വൈര്യംകൊടുക്കില്ല. കൊടുത്തിട്ടില്ല. ഇന്നെന്നല്ല എന്നും. ഇപ്പോ ഴിതാ ശവക്കാട്ടിൽ. മണ്ണില്ലാഞ്ഞിട്ടല്ല. അവരാണ് മണ്ണിനധിപരെന്ന് അറി യില്ല. പറഞ്ഞാലൊട്ട് മനസ്സിലാക്കേം ഇല്ല. ഓരോന്നിന്റെ തനിമയിൽ ആരെയും നില നിർത്തില്ല.

നോക്കൂ, കൊച്ചിലേ, കന്നാലിമേപ്പായിരുന്നു. പൂട്ടാൻ അപ്പൻ പഠി പ്പിച്ചു. കന്നാല്യേളക്കൂട എരുത്തിലീ കെടക്കും. തുല്യപ്രായക്കാർ പഠി ക്കാൻ പോകുമ്പോൾ ഞാൻ കന്നാലിമേച്ചു. ഒരു രാത്രി ജന്മീട എരുത്തി ലീന്ന് ഒളിച്ചോടി വീട്ടിപ്പോയി. എനിക്ക് പഠിക്കണോരുന്നു. അപ്പനെന്ന അടിച്ച്. അമ്മച്ചി സങ്കടപ്പെട്ട്. ‘ഞാനിനി ജന്മീന്റ മോത്ത് എങ്ങന നോക്കും.

ആരെനിക്ക് പണി തരും. എന്റെ വായീ മണ്ണീട്ടില്ലേ' ന്നും പറഞ്ഞ് അപ്പൻ കേറി തൂങ്ങി.

പഠിക്കുന്നതിനൊപ്പം പണിക്കും പോയി. അല്ലെങ്കിൽ പണിക്കൊപ്പം പഠിക്കാൻ തുടങ്ങി.

ജന്മി പറഞ്ഞു. കങ്കാണി പറഞ്ഞു

കൂടെപ്പണിയണോരും പറഞ്ഞു.

"എന്തിന് ചക്കീ, നെന്റെ മോനേ വേണ്ടാത്ത കാര്യങ്ങള് പടിപ്പിക്കണെ. മേലാളാക്കാനാ. കാക്ക കുളിച്ചാ കൊക്കാവോ."

"നാലച്ചരം കൂട്ടിപ്പിടിച്ചാ നെന്റേപേരും യെന്റേപേരും അവനെയുതോങ്കി അതൊന്നു കാണാമ്മോകം. അല്ലാത പാറുവത്യാരാക്കാനല്ല."

അമ്മച്ചിക്ക് പണിയോട് കൂറ്. പണിതരുന്നവനോടും. മഴ ചെനത്തു പെയ്യുന്ന ഞാറ്റടിക്കാലം. ഞാറ് നട്ട് ഉച്ചക്കഞ്ഞി കുടിക്കാൻ ജന്മിമുറ്റത്ത് ഇലക്കുമ്പിള് കുത്തി ഇരുന്നു. കഞ്ഞീംകറീം എളക്കി കുടിക്കുമ്പോ, കഞ്ഞിക്ക് വേറെ ചൊവ[1]. എലകീറിയ വെടവിലൂടെ കലങ്ങിക്കലെങ്ങി.. തൊട്ടടുത്ത് എന്റെ സമപ്രായം കൊച്ചോമാന്റെ തീട്ടം.

കഞ്ഞി കുമ്പിളോടെ ദൂരേക്കെറിഞ്ഞത് ധിക്കാരം. അമ്മച്ചി അടിച്ചു. ജന്മി ജോലി നിഷേധിച്ചു. എനിക്ക് മാത്രമല്ല. അമ്മച്ചിക്കും. ചെയ്ത ജോലിക്ക് കൂലി ചോദിച്ചതും തെറ്റ്. ആരാന്റെ തീട്ടം നാറുന്ന എന്റെ വായും വയറും നിങ്ങൾ കാണുന്നുണ്ടോ.

പട്ടിണി കിടന്നു പഠിച്ച് നേടിയതാണ് വാദ്ധ്യാർപണി.

ജന്മി ചോദിച്ചു. "നിന്റ മോനെന്തിന്റെ കൊറവാണ്. അവനിവിടെ മേയ്ക്കാൻ കന്നാലിയില്ലേ. പൂട്ടാൻ കലപ്പയില്ലേ."

അമ്മ തല ചൊറിഞ്ഞു. അതാണ് പതിവ്. "അവന്റ നിർവ്വന്തം."

"തൊണ്ടയൊണങ്ങുമ്പോ അവൻ വരും. അന്ന് ഞാൻ വേണ്ടിവരും. അവനോട് പറഞ്ഞേക്ക്."

ഞാൻ പഠിച്ചു. എന്നെ പഠിപ്പിക്കാൻ സുബ്രഹ്മണ്യൻമാമനും ഉണ്ടായി. പഴകുറ്റിയിൽ ശ്രീനാരായണമന്ദിരത്തിൽ എത്തിച്ചു. അവിടത്തെ പാഠ്യ ക്രമങ്ങൾ അനുവർത്തിക്കാൻ എന്നോട് പറഞ്ഞു. ഗുരുവചനപ്രകാരത്തിൽ മനസ്സർപ്പിക്ക്. ഞാനപ്രകാരം ചെയ്തു. പിന്നീട്, ഹിന്ദുമിഷൻ പ്രചാരണ ത്തിലും രവി വാരയോഗം ചേരുന്നതിലും ഗുരുവചന സഞ്ചാരം സഹാ യിച്ചു. പക്ഷേ, അവിടത്തെ എന്റെ യുവനേതൃത്വത്തെ ചോദ്യം ചെയ്യലു ണ്ടായി. യോഗത്തിൽ പങ്കെടുത്തവരുടെ അപ്പനമ്മമാർക്ക് ജന്മിമാർ വേല നിഷേധിച്ചു. സംഘയോഗങ്ങൾക്കറുതി.

നിരാശനായില്ല. പഠിച്ചു ജയിച്ചു. വാദ്ധ്യാരായി. എന്റെ ഉദ്യോഗനിയ മന ഉത്തരവും കൊണ്ടുവന്നു അഞ്ചൽ ശിപായി. ഉടമ കൈപ്പറ്റേണ്ട കടലാസ് വ്ളാത്തെ[2]റിഞ്ഞു. അമ്മച്ച്യോട് പറഞ്ഞു: ചക്കീ നെന്റെ മോൻ പടിപ്പി ക്കാമ്പോയാ ആര് കേക്കും; അവന്റെ കൊറഅക്ഷരം നാറും. കൈപ്പറ്റു രസീത് ഒപ്പിട്ടുവാങ്ങിയില്ല. അശുദ്ധം. അയാളെക്കാളും കൂടുതൽ ചക്രം

1. രുചി 2. വിളയിൽ പറമ്പിൽ

വാങ്ങാൻ പോകുന്ന വാദ്ധ്യാർപ്പണിയുടെ കടലാസിന്. ശുദ്ധജനയിതാവ്. ശിപായിയുടെ അഞ്ചുമക്കളെ ഞാൻ പഠിപ്പിച്ചു. നാറുന്ന അക്ഷരം കൊണ്ട്"

കൃഷ്ണൻ ബീഡികത്തിച്ചു. പതുക്കെപ്പതുക്കെ പുകയെടുത്തു. എന്റെ കുട്ടിക്കാലം. പഴകുറ്റിയിൽ നെഹ്റു വന്നു. കാണാൻ കുഞ്ഞുകുട്ടി പരാധീനങ്ങൾ.

ആരാണ് നെഹ്റു "ആ" അമ്മച്ചി പറഞ്ഞു. "നെവ്റു ആരാന്ദ്രാ രാസാവാ."

വില്ലുവണ്ടീ ഒറ്റക്കുതിര പൂട്ടി മണിയൊച്ച ദൂരക്കേക്കാം. കാണാമ്പ റ്റൂല. പൊന്നൊടയതേ, എന്നുമണ്ണീ നമിക്കും. ഒച്ചയടങ്ങ്യാ എയുന്നേറ്റ് ഒറ്റ ചാട്ടം. പൊന്നുതിരുമേന്യ ആരെങ്കിലും കണ്ടാ തീന്ന്.

അതുകൊണ്ട് നെഹ്റുവിനെ കാണാനും ഭയന്നു.

അമ്മച്ചി നോക്കുമ്പം എല്ലാരും പോണ്.

അമ്മച്ചി കാണുമ്പം എല്ലാരും നോക്കണ്.

അമ്മച്ചി പറഞ്ഞു. "ചൂരിയൻ ഉതിച്ച് നിക്കണ് പെരമ്മാവേ."

എല്ലാരും വിളിക്കണ് "നെഹ്റു സിന്ദാബാദ്"

അമ്മച്ചീം വിളിച്ചു. "ചിണ്ടാവാറ്. ചിണ്ടാവാറ്....'

ഒരു ഹാരം ആകാശം കറങ്ങി എന്റെ കഴുത്തിൽ വീണു.

ഉന്ത്, തള്ള്. ചവിട്ട്.

പ്രമാണിമാരുടെ മുമ്പിൽ. കാരണോമ്മാരുണ്ട്. ഖദറിട്ട സ്വദേശികൾ. നെഹ്റുവിന്റെ ഉപഹാരം എനിക്ക്. സഹിക്കോ.

അമ്മച്ചി അലറി വിളിച്ചു. "കൊല്ലല്ലേ, ന്റ, കൊച്ചിന."

കൃഷ്ണൻ നെറ്റിയിലേക്ക് വീണ മുടിയൊതുക്കി. പന്തം എടുത്തു മുഖത്തേക്കു ചേർത്ത്. "നോക്ക്.'

ഉഴവുചാൽ പോലെ ഒരു കീറൽ.

"നെഹ്റു തന്നത്."

വെളിച്ചത്തിലേക്ക് ഇടതുകൈപ്പത്തി ചേർത്തു. പാമ്പുവിരൽ അനു സരണ കെട്ടുകിടന്നു.

കൃഷ്ണൻ എഴുന്നേറ്റു. മുണ്ടകത്തി. വള്ളിയഴിച്ചു. നിക്കർ താഴേക്ക് ഊർന്നിറങ്ങി. "നോക്ക്."

പന്തം തിളങ്ങി. വലിയൊരു കുരിച്ചിക്കട്ട

"ഇതാണെന്റെ സ്വാതന്ത്ര്യത്തിന്റെ കഷണം."

അയാൾ പന്തം കുത്തിയണച്ചു

•

അദ്ദേഹമാണോ സുബ്രഹ്മണ്യൻ.

ചിത്രത്തിൽ നോക്കിയാണ് ചോദ്യം.

ഇടനില മാനേജ്മെന്റ് സ്കൂൾ തുടങ്ങി; വലിയ ജന്മി.

അദ്ദേഹം പറഞ്ഞു: "കാളയടിച്ചു നടക്കണ്ട. സുബ്രഹ്മണ്യന സ്കൂളിൽ വിട്ടേക്ക്."

"അപ്പൻ സമ്മതിച്ചു.

കയറ്റം കിട്ടിയപ്പോൾ ദിവസം പത്തിരുപത് നാഴിക നടന്നു. ഇരുവഴി പള്ളി ക്കൂടമെത്തിവരാൻ. മലകൾ. കാടുകൾ. വലിയപള്ളിക്കൂടം അവിടെയാ

ണ്. ആന്നാട്ട്.

വലിയമലയിൽ നിന്നും ആന്നാട്ടേക്ക് ഒറ്റയ്ക്ക്

നടത്തം കഠിനമായി

അപ്പനോട് പറഞ്ഞു. "എനിക്ക് പഠിക്കണം. എനിക്ക് സൈക്കിൽ വേണം."

വലിയമല കരിങ്ങയിൽ എട്ടു പത്തേക്രസ്ഥലം. ദേഹണ്ഡം.[1]

"നീ പടിക്കണോന്നെനിക്കില്ല. മണ്ണീ നട്ടു നനപ്പാൻ കൂട്ടിനുവാ."

'പഠിച്ചേ പറ്റൂ. സൈക്കിളും വേണം."

രണ്ടു നാൾ ജനപാനമില്ല.

മൂന്നാം നാൾ.

ജടാധാരി. ഊന്നുവടി. ഓലക്കുട. മുന്താറ്

മുറ്റത്തുനിന്നു.

അങ്ങനരൂപം ആദ്യം. കണ്ടു.

"വെള്ളം" അയാൾ ചോദിച്ചു.

അപ്പൻ അമ്മച്ച്യേ വിളിച്ചു

ഒരു ചട്ടി വെള്ളം. ഒറ്റക്കുടി. മിച്ചം സുബ്രഹ്മണ്യന് നീട്ടി. "കുടി."

അപ്പന നോക്കി. "കൊച്ചിന്റ മനതിനിട്ടപ്പെട്ട ചെയ്യ്. പടിക്കണം. കൊര നായി[2] തണുക്കുംവര. പടിച്ചേ പറ്റൂ."

അദ്ദേഹം നടന്നു.

"അതാരാപ്പാ"

അപ്പൻ പറഞ്ഞു: "ആതിച്ചൻവൈത്യന്റോട ഒന്നും ചോതിച്ചുംല്ല; പറഞ്ഞുംല്ല."

സൈക്കിളിൽ സുബ്രഹ്മണ്യൻ ഒഴുകി. പത്തമ്പത് പണിക്കാരുള്ള വീട്ടിലെ കൊച്ചന്മാർ മുറുമുറുത്തു. "കൊറവന്റെ കറുത്ത സൈക്കിള്."

കാടുംമേടും താണ്ടി, ഇടവഴിയിലെത്തി, പൊതുവഴിയിലിറങ്ങി സുബ്രഹ്മണ്യൻ "കിണിം കിണിം."

പോകുംവഴി മാന്തോപ്പിൽ കേറി. നല്ല മൊളവ് അടുത്തുനോക്കി. കുളങ്ങളിലെ ഓളത്തലപ്പെണ്ണി. എല്ലാത്തിനോടും കിണ്ണാരം ചൊല്ലി. പഠിക്കാനും മിടുക്ക്.

ഇലങ്കത്ത് തേവർക്ക് നേർച്ച. സൈക്കിൾ കിട്ടിയാൽ തേവർക്ക് ഒരു പഴക്കുല.

ഇലങ്കത്തെത്തി. തേവര മുന്നിൽ കാഴ്ചവച്ചു. ഒരാൾപ്പൊക്കം വാഴക്കുള. തൊഴുതു. സാഷ്ടാംഗം. എഴുന്നേല്ക്കാൻ കഴിയുന്നില്ല. കൈപ്പത്തികൾ കാലുകൾ പുകയുന്നു. മണ്ണിലമരുന്നു.

"കുണ്ടക്കൊറവന്മാർക്ക് കേറി നെരങ്ങാനാടാ. ഇലങ്കം."

നാലാൾ; നാലു ദിക്കുകൾ ചവിട്ടിയമർത്തുന്നു. കൈകാൽ മണ്ണിലിറുന്നു പോവ്വോ. കൊള്ളി[3]യിരുട്ടുമ്പോല ചവിട്ടിയുരുട്ടി. പഴക്കുല പെടലിക്കുവീണു.

---

1. അദ്ധ്വാനം, 2. തൊണ്ട, കഴുത്ത്, 3. തടിക്കഷണം

എഴുന്നേറ്റു, എങ്ങോട്ടെന്നില്ലാതെ നടന്നു.
ചുള്ളിമാനൂർ.
പള്ളി. പള്ളിക്കാർ. പുതിയമതക്കാർ.
കുറവൻ പറയൻ പുലയൻ
പള്ളിക്കൂട യാത്രയിൽ കണ്ടിരുന്നു.
വേഷം നടത്തം പ്രാർത്ഥന
സുബ്രഹ്മണ്യൻ പള്ളിക്കവാടത്തിൽ, ഒരാൾകൂടി പുതിയ മതത്തിൽ
സുബ്രഹ്മണ്യൻ, സാമുവേൽ
വീടില്ല. അപ്പനമ്മമാരില്ല. രക്തവഴികളെല്ലാം അടഞ്ഞു
സ്നാനശേഷം അച്ചൻ ചോദിച്ചു.
“നിനക്കാരാകണം മകനേ.”
“മനുഷ്യൻ”
“ഇനീ, നീ ദൈവത്തിന്റെ കുഞ്ഞാട്. അവന്റെ നയിപ്പിൻ വഴിയിൽ നീ.”
“അച്ചോ, എനിക്ക് പഠിക്കണം.”
പള്ളിയോട് ചേർന്ന് പഠനമുറി. സാമുവേൽ പഠിച്ചു.
ബൈബിൾ വായിച്ചു. പള്ളിക്കാര്യങ്ങളിൽ ശ്രദ്ധിച്ചു. പള്ളിപ്പരിസരം ശുചിയാക്കി.
ചുള്ളിമാനൂർ അന്തിച്ചന്ത.
കാണുന്നവരൊക്കെ. ഒരിക്കൽ ബന്ധുക്കൾ പരിചിതർ.
അടുത്തുചെന്നു.
“ഛീ, ചെറ്റേ. തന്തേം തള്ളേം തിരിച്ചറിയാത്തോൻ. കറുപ്പുനൂലും കെട്ടി നടക്കണ്.”
സാമുവേൽ പറഞ്ഞു:
“നിങ്ങൾ എന്നെ ആട്ടുക. നിങ്ങളുടെ തെറികളാൽ അഭിഷേകം ചെയ്യുക. നിങ്ങളുടെ തുപ്പലിൽ സ്നാനം ചെയ്യിക്കുക. എന്നിട്ടു കേൾക്കുക. ക്രിസ്തുവിന്റെ വഴി. നമുക്ക് മോചനചന്ത. മതം മാറ്റുക. അക്ഷരം പഠിക്കുക. അടിമയുടെ ഇരുൾക്കുഴിയിൽ നിന്നും നിങ്ങൾക്ക് ഉയിർപ്പ്.”
സാമുവേലിനു പിന്നാലെ ചിലർ നടന്നു.
സാമുവേൽ കൈക്കാരനായി ഉയർത്തപ്പെട്ടു.
അന്തിച്ചന്തയിൽ നിന്നും കുപ്പമാടങ്ങളിൽ നിന്നും കൂടുതൽപേർ സാമുവേലിനോടൊപ്പം പള്ളിയിലെത്തി. അടിമയുടെ മനസ്സിളക്കാൻ സാമുവേലിന്റെ മന്ത്രമേത്!
സാമുവേൽ ശ്രദ്ധിച്ചു.
ചന്തയിൽ പുതൂത്. കൈയില്ലാ ഉടുപ്പ്. കൈലി. തോൾത്തോർത്ത്. ചെറുപ്പം.
“കണ്ടിട്ടില്ല.”
“കാണാഞ്ഞിട്ട്.”
“പേര്.”
“വെളുത്ത കുഞ്ഞ്

"വീട്."

"വീണ്ടേടം."

"നാട്."

"ഇപ്പോ ഇവിടെ. ജന്മപ്പൊര പാറ്റൂർ. നൂറനാട് ആലപ്പൊഴ. വരുന്നത് എഴുക്കാട് എടയാറന്മുള."

"അങ്ങനെ."

"കൊല്ലം പെരിനാട് കേട്ടിട്ടൊണ്ടോ? പൊലേന്റേം പറേന്റേം പെണ്ണുങ്ങക്ക് വഴി നടക്കാൻ മേല. കഴുത്തില. കല്ല്മാല കെട്ടാൻ മേല. വലിച്ചുപൊട്ടിച്ച് അപമാനിച്ചു. വഴീത്തടഞ്ഞ് ബലാല്ക്കാരം ചെയ്തു. ചോദിക്കാൻ തുനിഞ്ഞപ്പോ, മാടങ്ങള് കത്തിച്ചു. ആക്രമിച്ചു. ആന്തരി[1] ഇല്ലാനാട്. പെറന്ന് വീണ ആങ്കുഞ്ഞും ചോദ്യം ചെയ്യപ്പെട്ടു. ലഹള ഞങ്ങട ജന്മസ്ഥലത്തേക്കും വന്നു. പൊലേനും പറേനും ഒത്തുക്കൂടാന്തൊടങ്ങി; നാട്ടിലെറങ്ങാൻ മേലെങ്കിലും ഞങ്ങട അപ്പനുമമ്മേം രായ്ക്കുരാമാനം നൂറനാട്ടന്ന് വിട്ടു. എടയാറന്മുള ജന്മിവീട്ടിൽചെന്നു. ഞങ്ങളുടേതുപോലെ നൂറുകണക്കിന് കുടിക്കാർ പിന്നേം വന്നു. ഇടം ധാരാളമുണ്ട്. ആറന്മുള ആറ്റില് വെള്ളംകേറ്യാ മുങ്ങുന്ന പുഞ്ചയ്ക്കരികെ. നൂറനാട്ടും അപ്പനുമമ്മേം ചെയ്തിരുന്നത് ചക്രം ചവിട്ടുതന്നെ. ഇവിടേം നടക്കുമ്പോ, ചക്രം ചവിട്ടി നടന്നു. ഇരിക്കുമ്പോ ചക്രം ചവിട്ടും മാതിരി ഇരുന്നു.

"ഇനി പറേനല്ല സാംബവൻ" കണ്ടൻ കൊമരൻ. ഞങ്ങട മൂപ്പൻ പറഞ്ഞു. "സാംബവരൊന്നിക്കണം. എഴുക്കാട് ഉറപ്പിച്ചോ" എന്നും. ചക്രം ചവിട്ടിൽനിന്നും ചേറിൽ നിന്നും എഴുന്നേറ്റ് ഈറ്റക്കൊട്ട നെയ്യാനാരംഭിച്ചു. കൊട്ട, വട്ടി, പായ. സാംബവ മഹാസഭ പിറന്നു.

വെങ്ങാനൂരെ അയ്യങ്കാളിമൂപ്പീന്നാണ്, ഞങ്ങട മൂപ്പനോട് എല്ലാ കീഴ്ജാതീം സംഘടിക്കണമെന്നു പറഞ്ഞത്.

കണ്ടൻ കൊമരൻ മൂപ്പൻ, കല്ലേം മാലേം ലഹള ആറിത്തണുപ്പിക്കാൻ അയ്യങ്കാളി മൂപ്പിൽ ചെയ്ത ത്യാഗം പറയും. പെരിനാട് നിന്നും കാൽനട വെങ്ങാനൂർക്ക് ഒരു സംഘം. അയ്യങ്കാള്യേ കണ്ടു. സങ്കടം പറഞ്ഞു. വരാമെന്നേറ്റു. ഒരാൾ നില്ക്കാനും മറ്റുള്ളോരെ പോകാനും പറഞ്ഞു.

കൊല്ലം വലിയ മൈതാനീൽ പതിനായിരങ്ങൾ.

അരങ്ങില് അയ്യങ്കാളീം എടനെലക്കാരും. രണ്ട് കൊമരി[2]കളെ അരങ്ങിലേക്ക് വരാൻ അദ്ദേഹം പറഞ്ഞു.

അവർ ചെന്നു. അരയില് അരിവാള്.

അയ്യങ്കാളി പറഞ്ഞു. "നിങ്ങള കഴുത്തില കല്ലേം മാലേം നിങ്ങള വഴി തടയോങ്കി, അന്യനൊരുത്തൻ കീഴ്പ്പെടുത്താൻ തുനിയോങ്കി, നിങ്ങക്കതു വേണ്ട. ഇവിടിരിക്കുന്നോരെല്ലാം നിങ്ങള കഴുത്തില കല്ലേം മാലേം അറുത്തു കളയാൻ സമ്മതിച്ചിരിക്കുന്നു. നിങ്ങള സ്വതന്ത്രിരജീവിതത്തിന് അതിനി തടസ്സമാവൂല്ല."

കൊമരികൾ, അരിവാളെടുത്ത്, നെല്ല് കൊയ്യുമ്പോല, കൈതോല

---

1. ആൺതരി, ആണുങ്ങൾ. 2. കുമാരി. കന്യക.

വെട്ടുമ്പോല, കഴുത്തറുക്കുമ്പോല കല്ലേം മാലേം മുറിച്ച് അരിങ്ങിന്നോരത്ത് ഇട്ടു.

കണ്ടിരുന്ന പതിനായിരങ്ങൾ അരിവാളുയർത്തി കൊയ്ത്തുതാളത്തില് കഴുത്തിലമർത്തി. തലമുറകളുടെ അഴിയാക്കെട്ട് അറുത്തെറിഞ്ഞു.

അയ്യങ്കാളി കൊളുത്തിയ വെളക്ക്.

കണ്ടൻ കൊമരൻ, സാംബവസമുദായത്തിലേക്ക് പകർന്നു.

ഏഴകളുടെ ഇടങ്ങളിലേക്കെല്ലാം, അവനവന തിരിച്ചറിയണവെട്ടമെത്തണം.

ഇരുട്ടിൽ, സുബ്രഹ്മണ്യന്റെ കണ്ണുനിറഞ്ഞത് വെളുത്തകുഞ്ഞ് കണ്ടില്ല. അവർ പിരിഞ്ഞു.

വട്ടീം കുട്ടേം വില്ക്കാൻ വന്നവരോടൊപ്പം വെളുത്തകുഞ്ഞ് നടന്നു.

•

പുതിയ അച്ചൻപട്ടം വന്നു. എശക്കിയേൽ നാടാർക്ക് നല്കി.

സാമുവേൽ തിരക്കി. “അതെന്തച്ചോ, സീനിയറായ ഞാൻ നില്ക്കുമ്പോൾ മറ്റൊരാൾ.”

അച്ചൻ പറഞ്ഞു. “എശക്കിയേൽ പാറശ്ശാലേന്നു വന്ന ഒരു തീവ്ര ക്രിസ്ത്യാനിയാകുന്നു.”

അച്ഛൻ സ്വജാതിപക്ഷം പറഞ്ഞു.

സാമുവേൽ ചോദിച്ചു.

“അച്ചോ, ക്രിസ്ത്യാനിയിൽ തീവ്രം ലഘു വേർതിരിവെന്തിന്. എനിക്കുശേഷം വന്നവനേക്കാൾ യോഗ്യൻ ഞാനെന്ന് അച്ചൻ പറഞ്ഞിട്ടുണ്ടല്ലോ.”

“കർത്താവിന്റെ തിരുമുമ്പിൽ അവന് യോജ്യനായവനെ അവൻ തന്നെ തെരഞ്ഞെടുക്കുന്നു.”

“അതു തന്നച്ചോ. അവന്റെ കൂട്ടരല്ലേ. ഇപ്പള്ളീൽ കൂടുതൽ. കർത്താവിന് അവൻതന്നെ യോഗ്യൻ. അങ്ങനെയുള്ള കർത്താവിനെ പിന്തുടരാൻ എനിക്കു വയ്യ. എന്റെ സീനിയോറിറ്റി മറികടക്കുന്ന ക്രിസ്തുവിനെ എനിക്കു വേണ്ട.”

നൂലഴിച്ചു. കുരിശിറക്കി വച്ചു.

സുബ്രഹ്മണ്യൻ ചുള്ളിമാനൂർ വിട്ടു.

നടന്നലഞ്ഞ് പുളിമാത്തെത്തി.

പുളിമാത്ത് കൃഷ്ണപിള്ളയെ കണ്ടുമുട്ടി. ഹിന്ദുമിഷനും നെയ്ത്തുമായി തിരിച്ചുവരും വഴി കല്ലറയെത്തി. ചെല്ലപ്പൻ വൈദ്യരുണ്ട്. കല്ലറ ചന്തപ്പിരിവിനെതിരെ സംഘടിക്കുന്ന തിരക്കിലായിരുന്നു. ഒരുനാൾ സമരത്തിൽ പങ്കു കൊണ്ടു. യാത്രയിലാകയാൽ ഇത്രമാത്രമേ ശക്തിപകരാനാകൂ എന്നു പറഞ്ഞു തിരിച്ചു. ഒളിവഴി പാതി പിന്നിട്ടപ്പോൾ അറിഞ്ഞു കല്ലറ വെടിവയ്പ്. രണ്ടു പേർ മരിച്ചു.

യാത്ര തുടരുകതന്നെ.

വേങ്കവിളയെത്തി. നെയ്ത്തുശാല ആസ്ഥാനമാക്കി. കുട്ടികളെ കൂട്ടി ബാലസമാജം. ഹിന്ദുമിഷനിലേക്ക് ആളെ ചേർത്തു. ആബാലവൃദ്ധം

നൂൽനൂറ്റ് പരുക്കനിട്ടു. കുട്ടികളും മുതിർന്നവരും രവിവാരയോഗം. കേരള ഹിന്ദുമിഷന്റെ ശാഖ വളരുന്നു. നെയ്ത്തുശാല വിപുലമാകുന്നു.

പോരാ, നാടെമ്പാടും ഖദറണിയുന്ന കാലം. സുബ്രഹ്മണ്യൻ പ്രയ ത്നിച്ചു. വഴിയാരാഞ്ഞു. താസിൽദാരുടെ ധനസഹായത്തിന് യത്നിച്ചു.

താസിൽദാർ പറഞ്ഞു.

“ധനം സഹായിക്കാം. അതിനുമുമ്പ് ദൗത്യം എത്രത്തോളം എന്നറി യണം. നെയ്ത്തുശാല സന്ദർശിച്ച് വിശദാംശം ആരായട്ടെ.”

താസിൽദാർ വന്നു. വില്ലുവണ്ടിയിൽ.

അന്നുവരെ കാണാത്ത ജനക്കൂട്ടം; നെയ്ത്തുശാലയ്ക്ക് പുറത്ത് വഴി യിൽ. താസിൽദാരെ ആദരിച്ച് ഉപചരിച്ചു കൊണ്ടുപോയി; പ്രമാണിമാർ.

ഇളനീര്. വിശ്രമം. വിശറി.

നെയ്ത്തുശാലയിൽ ആരും വന്നില്ല.

നെയ്ത്തുശാല സുബ്രഹ്മണ്യനുമുന്നിൽ അടഞ്ഞു...

താസിൽദാരുടെ ധനസഹായത്തോടെ പുതിയ നെയ്ത്തുശാല പ്രവർത്തനം ആരംഭിച്ചു.

രവിവാരയോഗം അവസാനിച്ചു.

കുറവന്റെ കുമ്പിളിൽ ഖദറില്ല.

ഇനിയെന്ത്?

സുബ്രഹ്മണ്യൻ. സ്വജാതിക്കുടിലുകളിൽ കയറി ഇറങ്ങി. ശ്രീനാരാ യണമന്ദിരത്തിൽ നിന്നും കൃഷ്ണനെ കൂട്ടി. “വെറുതെ ഇരിക്കണ്ട. കുട്ടി കളെ വിടൂ. ആൺപെൺഭേദമില്ലാതെ വരട്ടെ. ഇനിയത്തെ കാലം അവരു ടേതല്ലേ. ആളും അനക്കോം കണ്ട് ജീവിക്കണം. നമുക്കുംവേണം നെയ്ത്തു ശാല. രവിവാരയോഗങ്ങൾ. സ്വയം തിരിച്ചറിയട്ടെ.”

തറി ചലിച്ചു. യോഗം ചേർത്തു.

മൂന്നാം നാൾ ആരുമില്ല. എന്തുപറ്റി. സുബ്രഹ്മണ്യനും കൃഷ്ണനും കുടിലുകളിൽ ചെന്നു. ആരും പണിക്ക് പോയിട്ടില്ല. “ഞങ്ങള അരിത്തി[1]ക്കഞ്ഞീ മണ്ണിടല്ലും. ചുപ്രോണ്യന്റ നെയ്ത്തോപ്പീച്ചിലും യോക ത്തിലും ഞങ്ങള മക്കള വിടൂല്ല. മക്കള വിട്ടാ, യമ്മിമാര്, മ്മക്ക്, വേല തരൂല്ല.”

“എല്ലാം നല്ലേരുന്നു പക്ഷേ.....” കുട്ടികൾ പറഞ്ഞു.

സുബ്രഹ്മണ്യൻ പോയി.

കൂടെ കൃഷ്ണനും.

“നമുക്കൊരു സഭ വേണം. നമ്മുടാൾക്കാർ മാത്രം. എല്ലാരേം നന്നാ ക്കാൻ നടന്നാൽ. നമ്മുടാളേള് മണ്ണടിയും. എവിടെയൊക്കെയോ, ആരെ ക്കൊയോ ഒത്തുകൂടുന്നു. തെരക്കാം.”

കുറവർ മഹാസഭ രൂപപ്പെട്ടു.

അതീവ രാവിലെ ഇറങ്ങി.

സുബ്രഹ്മണ്യൻ, കൃഷ്ണൻ വാദ്ധ്യാർ. മഹാസഭക്കാർ.

കിള്ളിയാർ. ആറ്റിൻകരയിൽ തൂറി. ചവിരിച്ചു. വായിൽ വെള്ളം കൊണ്ടു.

---

1. അല്പമാത്രം

തുപ്പി. ചിരട്ടകളുമായി ചായയ്ക്കു കാത്തിരിക്കുന്നു. കൂടപ്പിറപ്പുകൾ.

കൃഷ്ണനൻ വാദ്ധ്യാർ പറഞ്ഞു. "എന്തെര് കൂടെപ്പെറപ്പുകളാ."

സുബ്രഹ്മണ്യൻ ആണ്ടിച്ചെട്ടിയോട് പറഞ്ഞു.

"പല്ലു തേക്കാതേം, കുളിക്കാതേം, മുടിവെട്ടാതേം വരണോർക്ക് ചായ കൊടുക്കണ്ട. പിന്ന, ഈ ചെരട്ടപ്പരിപാടീം നിർത്തണം. നാലാളപ്പോല അകത്തിരുത്തി. കുപ്പിഗ്ലാസില് ചായകൊടുത്തേപറ്റൂ. അല്ലെങ്കി കട ഞങ്ങള് പൂട്ടിക്കും."

പിറ്റേന്ന് ചെന്നു.

"കയ്യിൽ നീളൻ പത്തൽ[1]. ചിരട്ടയുമായി ഇരിപ്പുണ്ട്. പത്തൽ മുരണ്ടു പെരട്ടത്തിൽ പതിഞ്ഞു. "നെന്നോടൊക്കെ പറഞ്ഞാ മനസ്സിലാവൂല്ലേ."

വേങ്കവിള, പഴകുറ്റി, കൊല്ലങ്കാവ്, നെടുമങ്ങാട്, മഹാസഭക്കാർ ഊരുചുറ്റിയ പുലർകാലം.

മഹാസഭ പുന്നിലത്ത് പുറമ്പോക്കിൽ ചായക്കട തുടങ്ങി. ബാർബർ ഷോപ്പും.

"വരൂ, കൂടപ്പിറപ്പുകളേ, ആരാന്റ തുപ്പല് കുടിക്കുന്നതിനേക്കാളും ഇഷ്ടംപോലെ വയറു നിറയ്ക്കൂ. ചക്രമില്ലേ. കിട്ടുമ്പം തന്നോളൂ. വൃത്തിക്ക് വാ. അപ്പുറം ചെല്ല്. മുടി വെട്ടി കുളിച്ചുവാ. നന്നായി നടക്ക്."

കടംകേറി, രണ്ടാംമാസം ചായക്കടപൂട്ടി. തിന്നുന്നോൻ തിന്നുക മാത്രം.

തല വെളുത്തപ്പോൾ ബാർബർ ഷോപ്പിൽ കേറാതായി.

ഇപ്പോൾ ചിരട്ടയില്ല. നാലാൾക്കൊപ്പമിരുന്ന് ചായകുടിക്കാം. പറ്റ് കൊടുക്കാൻ ചായക്കടക്കാരനും.

മനുഷ്യച്ഛായ കിട്ടി.

സുബ്രഹ്മണ്യൻ തിരിച്ചറിയുന്നു.

മണ്ണില്ലാത്ത, മണ്ണിൽ പണിയാളികൾ. ഏക്കറുകൾ അദ്ധ്വാനിച്ച് ക്ഷയിച്ചവർ. കുന്നുകളിൽ താഴ്വാരങ്ങളിൽ കുടികിടപ്പ്.

ചെറുതുണ്ടുകൾ നല്കാൻ തീരുമാനം.

ആട്ടിപ്പായിച്ച് ഓരോരത്താക്കണം.

സുബ്രഹ്മണ്യൻ ഇടഞ്ഞു.

പറ്റില്ല. ഞങ്ങളാണ് മണ്ണിന്നുടയോൻ. കാൽത്തുണ്ട് മുക്കാൽത്തുണ്ട് ഭൂമി ഞങ്ങൾക്കുവേണ്ട. മരിച്ചാലെങ്കിലും നീണ്ടുനിവർന്നു കിടക്കണം.

വലിയമല. കരിങ്ങ, മലമ്പ്രദേശം മണ്ണിന്നുടയോർക്ക്.

നിലയ്ക്കാതെ ഓടി. ആരൊയൊക്കെയോ കണ്ടു. വാദിച്ചു. സംസാരിച്ചു. നിവേദനം നല്കി. ക്ഷോഭിച്ചു. എതിരിട്ടു. അഞ്ചേക്കർ വീതം ആളൊന്നുക്ക് വിധി നേടി. എവിടെ? എന്റെ ചോരയെവിടെ? നേരിട്ടു കണ്ടെടുത്തു. മണ്ണ് നേടി. കുടിയിരുത്തി. ഇക്കണ്ടകാലം ആർക്കാനും മണ്ണറഞ്ഞതിന്. ഇക്കണ്ട പച്ചപ്പിനെ ലാളിച്ചതിന്.

സുബ്രഹ്മണ്യൻ കേട്ടു. അറിഞ്ഞു.

വലിയമല മാത്രമേ, സമാപ്തമായുള്ളൂ.

---

1. വേലിക്കമ്പ്.

അതാ, ഇടങ്ങൾ വിളിക്കുന്നു.

കൊശവർകോട്, പാളയംകുന്ന്, കൊടിപ്പുറം, അരുവിക്കര, പേരയം, പറണ്ടോട്....

നേട്ടങ്ങളെ നശിപ്പിക്കാനേ ഞങ്ങൾക്കറിയൂ.

സുബ്രഹ്മണ്യൻ.

അദ്ദേഹം വളർത്തിയ മക്കൾ പോയി.

പുതിയ രൂപങ്ങളായി. മണ്ണ് വാർന്ന് പോയി. ഒറ്റയ്ക്കും പെട്ടയ്ക്കും ചേരിയിലെത്തി.

ഒടുവിലിതാ കോളനിക്കുന്നിൽ. മുൻകാലകർമ്മങ്ങളല്ല. രീതികളല്ല. ദൈവങ്ങളിൽ നിന്നും മനുഷ്യദൈവങ്ങളിലേക്കുള്ള മാറ്റത്തിൽ ഞങ്ങളും പങ്കാളികളായി.

സുബ്രഹ്മണ്യൻ ഇപ്പോൾ മണ്ണില്ലാത്തവന്റെ ദൈവം.

ഒരുപക്ഷേ, വക്കു പൊട്ടിയ ഉന്നത ദൈവങ്ങളക്കാൾ ഈ ദൈവ മാവാം കോളനിക്കുന്നിന് കൂട്ട്.

രഘൂത്തമന് ഒന്നും തിരിച്ചറിയാനാവുന്നില്ല. പിന്നെയുമെത്ര മഹാ സഭകൾ, സമാജങ്ങൾ, സംഘങ്ങൾ, ഇവർക്കിടയിലേക്ക്. ബഹുമുഖകല്പ നകളുമായി അവർ വരുന്നു. വിശ്വാസ്യത നേടുന്നു. ചേക്കേറുന്നു. തമ്പടിക്കുന്നു. കോളനിയുടെ നിഷ്കളങ്ക അർത്ഥനകളെ സ്വീകരിക്കുകയും പകരം കോള നിയിൽ ഒളിച്ചോട്ടങ്ങളോ താല്ക്കാലിക വിവാഹമോ, അനാഥക്കുഞ്ഞു ങ്ങളുടെ പിറവികളോ. സംഘകോലാഹലങ്ങൾ അവസാനിക്കുന്നു. ബാക്കി യാവുന്നത് കോളനിവാസികളുടെ അനാഥത്വത്തിന്റെ വിലാപങ്ങൾ മാത്രം.

വീണ്ടും നാളേക്ക് ചിരിച്ച മുഖവുമായി നോക്കാൻ അവരെ പ്രേരിപ്പി ക്കുന്നതെന്ത്?

ആരാണ് അവരുടെ ശുഭകാമനങ്ങളെ ഉണർത്തുന്നത്.

കൃഷ്ണൻവാദ്ധ്യാരാണ് കോളനിക്കുന്നിന്റെ ഇപ്പോഴത്തെ ശുഭന ക്ഷത്രം.

രഘൂത്തമന്റെ ഉറക്കം കോളനി വിഴുങ്ങി. എന്നിട്ടും അയാൾ കോള നിയെക്കുറിച്ച് ഒന്നും എഴുതിയില്ല.

•

കൃഷ്ണൻവാദ്ധ്യാർക്ക് പെരുമാളിനെ അറിയില്ല. രഘൂത്തമന്റെ സംശ യങ്ങൾ ദൂരീകരിക്കാൻ കുഞ്ഞിരാമൻ തന്നെ വേണം.

കോളനിയിലില്ല.

നദിക്കരയിലില്ല.

ലോഡ്ജിലേക്ക് വരവില്ല.

കുട്ടികളുടെ പാർക്കിൽ കണ്ടിട്ടേയില്ല.

അവിടക്കണ്ട സവിശേഷത; പാർക്കിനു നടുവിലെ സിമന്റ് ശില്പ ത്തിനു ചുറ്റും തിളങ്ങുന്ന നീലപ്പൂക്കൾ. ശില്പച്ചുവട് തുളച്ച് നാലുപാടും നിറയുന്നു.

രഘൂത്തമന്റെ ഉള്ളിൽ ഒരു കുളിരോടി.

സിമന്റ് ഇരിപ്പിടങ്ങളും കുട്ടികളുടെ കളിക്കോപ്പുകളും ഒഴിഞ്ഞുകിടന്നു. അവിടേക്കു ആരും വരുന്നില്ല. പുല്ലു വളർന്ന നടവഴി. അലക്ഷ്യമായി വളരുന്ന അലങ്കാരച്ചെടികൾ. ഒരുകോണിൽ ആരോ കൊണ്ടിട്ട ചവറുകൾ.

ഈ കാഴ്ചയിൽ നിന്നും ഇനിയെങ്ങോട്ട് എന്ന ചിന്ത അയാളെ ഇനിയും സന്ദർശിക്കാത്ത കുന്നുകളിലേക്ക് നയിച്ചു.

തിരിച്ചിട്ടപ്പാറ.

കടയ്ക്കാടും ഞറുങ്ങണവും വള്ളിപ്പടർപ്പും വളർന്ന താഴ്വര കയറി. പുരാതനഗന്ധം. സസ്യഗന്ധങ്ങളുടെ അപൂർവ്വത രഘൂത്തമനെ അഹങ്കരിപ്പിച്ചു. തിരിച്ചിട്ടപ്പാറയുടെ ഉച്ചിയിലേക്ക് നോക്കുമ്പോൾ പലമടങ്ങ് പകർന്നു പോകുന്ന പാറകളിലൊന്നിൽ ഒരാൾ നില്ക്കുന്നു.

ഓലക്കുട. ഊന്നുവടി. അരയിൽ തുണിച്ചീന്ത്. വലിയൊരു പൊതിക്കെട്ട് അതിനോട് ചേർന്നു. അയാൾ രഘൂത്തമനെ രൂക്ഷമായി നോക്കിയ ശേഷം പാറകളിലൂടെ ഒഴികിയൊഴുകിപ്പോയി.

പിന്നത്തെ കയറ്റത്തിന് കാലനങ്ങിയില്ല.

തിരികെയിറങ്ങാൻ തുടങ്ങുമ്പോൾ കുഞ്ഞിരാമനുണ്ട് മുന്നിൽ.

"ഉച്ചനേരത്തിനെന്തിനിവിട.."

കിതപ്പടങ്ങാൻ മരത്തണലിലെ പാറപ്പുറത്തിരുന്നു.

"ഞാനൊരാളെക്കണ്ടു."

"ആതിച്ചൻ വൈതൃനായിരിക്കും." അയാൾ ശാസിക്കുംപോലെ പറഞ്ഞു "ഇന്നേരത്ത് ഇവട വരണ്ടേരുന്നു."

"കുഞ്ഞിരാമൻ എന്തിനിവിടെ വന്നു."

"ഓ."

"കൊടുതിക്ക് കണ്ടില്ല. ഞാൻ തിരക്കിത്തുടങ്ങിയിട്ട് കുറച്ച് നാളായി.

"ലോക്കപ്പിലായിരുന്നു."

പേരയ്ക്കപോലെ ഉരുണ്ടുരുണ്ടു നില്ക്കുന്ന മുതുകു കാണിച്ചു അയാൾ.

"എന്തിന്."

"എനിക്ക് പാർട്ടിയില്ലെന്ന് പറഞ്ഞേന്."

"ഏതു പാർട്ടി.

"എല്ലാ..."

കുഞ്ഞിരാമനെ എന്തു പറഞ്ഞാശ്വസിപ്പിക്കും.

"ആരുമില്ലാപ്പാർട്ടി ഞാനൊണ്ടാക്കും. എല്ലാരിക്കും ഞാൻ വേണോരുന്നു. എന്ന വേണ്ടാത്തോര എനിക്കും വേണ്ട."

"പെരുമാള് മുത്തപ്പനപ്പോലാരുന്നെങ്കി."

നിയന്ത്രിക്കാനാകാതെ രഘുത്തമൻ ചോദിച്ചു. "തേയിയുടെ മകൻ പെരുമാള്"

കുഞ്ഞിരാമൻ അയാളെ നോക്കി മിണ്ടാതിരുന്നു.

ആ മുഖത്ത് നിറഞ്ഞ് മാറുന്നത് എന്താണ്.

ഒടുവിൽ നിറകുടം പോലെ തൂവി.

•

പെരുമാൾ പേരയംദേശത്തെ കാട്ടിറമ്പിൽ അരനാൾ വലം വച്ചു. കോണ് മുക്ക് വക്ക് നോക്കി അടയാളം നാട്ടി. ഇതെന്റെ മണ്ണ് എന്നുറച്ചു പണപിടിച്ചു. കാടെരിച്ചു. മണ്ണു മറിച്ചു. നാനാദിക്കിൽ ചെന്ന് കണ്ടുപിടിച്ചു തൊഴുതുവാങ്ങി വിത്തിനങ്ങൾ.

കാടറിഞ്ഞു മുളകുകേറി. തോട്മാറി വയലെടുത്തു. തടമെടുത്തു വാഴ വെച്ചു. മഞ്ഞളിഞ്ചി, അടിക്കിഴങ്ങ്, ചേന, ചേമ്പ്, കാച്ചിൽ, മുക്കെഴങ്ങ് നനകെഴങ്ങ്.

ഒട്ടുമിക്കരൊത്തുകൂടി. നോക്കിൻ കാണിൻ ചെറുപ്പം തെറുതെറുക്കണ്.

മാടമൊഴിച്ച് കുടില്. കുടിലഴിച്ച് വീട്. അറപ്പുരയില്ല. എരുത്തിലുണ്ട്. വിത്തിനങ്ങൾ കാഴ്ചയായി നെടുമ്പുര. കൂനകൂടി നെല്ല്. നല്ലമൊളവ്. നടുതിനങ്ങൾ.

ആരാണെന്താണ്?

ദേശകീഴാളർ അതിശയിച്ചു.

പഞ്ഞ*ക്കാലം. ഒന്നും രണ്ടും പത്തും വന്നു. എന്തുവേണം ചോദ്യമില്ല. നെടുമ്പുര ചൂണ്ടി ചെന്നെടുത്തോ എന്നു മാത്രം.

ആവലാതി വന്നവർ മുക്രയിട്ടു. വാരി, കോരി, നിറച്ചു. ഈശ്വരൻ എന്ന് കല്പിച്ചു.

പെരുമാൾ ചിരിച്ചു.

മണ്ണിൽ നോക്ക്.

പേറൊഴിയാത്ത മണ്ണ്. അവളെ കോരിയെടുത്തണയ്ക്കുമ്പോൾ അമിതാവേശം. അരുത്. നാളേക്കും വേണം എന്നേ നിനയ്ക്കാവൂ. എന്തുവേണമെങ്കിലും എടുത്തോ. ഒന്നെടുത്തു പത്താക്കി മാറ്റിയെടുക്ക്. എന്തിന് ആരാന്റെ മണ്ണീ വെറുതെ നടുവൊടിക്കണം.

ഞാൻ വരുമ്പോൾ മണ്ണില്ല. അരിശം കൊണ്ട കാട്. ആഞ്ഞെടുത്തു. വലിച്ചു പിടിച്ചു കുലുക്കി ഒതുക്കി നിർത്തി. അവളടങ്ങി. ഞാനിപ്പോൾ സൂക്ഷിച്ചേ ഇടപെടൂ. അവളെയല്ല എന്നെയാണ് നിയന്ത്രിക്കേണ്ടത്.

കരിനിറത്തിൽ എണ്ണമെഴുക്കിൽ നാലാൾ.

“ആരാണ് പെരുമാൾ”

ചിരിയോടെ “കണ്ടിട്ടില്ല. വരിൻ ഇരിക്കിൻ”

ഉച്ചനേരം.

ദാഹം തീർക്കാൻ കരിക്കിൻവെള്ളം. ഉപ്പിഞ്ചി, കാന്താരി, കരിവേപ്പില ചേർത്ത് മോര്. അല്ല തൈര്.

മിണ്ടിയില്ല.

“കൊണ്ടുവരൂ. കുടിക്കട്ടെ.”

ഇളനീർ നീട്ടുമ്പോൾ, കറുമ്പന്മാരുടെ അരയിൽ പെരുക്കം, ചിരിയിൽ

* പട്ടിണിക്കാലം. ക്ഷാമകാലം.

കുടിലത.

അരയിൽ നിന്നും തിളങ്ങുന്ന മിന്നൽ ലാപ്പൊറ*ത്തേക്ക്. ഇളനീര് തടഞ്ഞു. കരിക്കിൻമോടതാണ് പിടിക്കാറാര.

"നില്ക്ക്. എന്തുവേണം. പറഞ്ഞോളൂ നാലുപേർക്ക് ഞാനാളില്ല. ഒരുത്തന് കീറി വിടാനേയുള്ളൂ. ഒരു ചാൺ വയർ. പെരുവിരലാഴത്തിൽ ചങ്ക്. പറഞ്ഞോളൂ."

"കോയിന്നൻ ജന്മീട മോന്റ ആൾക്കാർ. പകരത്തിനു പകരം."

"ജീവനെടുത്താൽ നിങ്ങൾക്കെന്ത്."

"ഒരു കിഴിപ്പണം. ആളൊന്നുക്ക്."

"ശരി. അതിലിരട്ടി. ആളൊന്നുക്ക്. നിങ്ങൾ തിരിച്ച് പൊയ്ക്കോ. അല്ലെങ്കിൽ..."

കരിക്ക് പിളർന്ന് കഠാര. പിടിച്ചവന്റെ നെഞ്ചിൽ.

ഇടയില്ലാ ആഴത്തിൽ അവന്റെ ചങ്ക് കീറാം.

പെരുമാൾ പറഞ്ഞു. "വിശ്വസ്തർ. നല്ല സേവകർ. കേൾക്കൂ. ഞാൻ തരുന്ന ജീവനുമായി പോവുക. അല്ലെങ്കിൽ ഇവിടെ കൂടുക."

നാടാന്മാർ, അഭ്യാസികൾ മൺവെട്ടിയെടുത്തു.

പെരുമാൾ തിരക്കൊഴിഞ്ഞ വേളയിൽ അവരോട് തിരക്കി. "നിങ്ങൾക്കറിയോ എന്റമ്മച്ചിയെ."

"മരിച്ചു."

"കൊന്നു അല്ലേ."

അവർ ഉരിയാടില്ല.

പാടത്തിൻകര. നെല്ലോലത്തലപ്പിൽ വിരലോട്ടി പെരുമാൾ നിറഞ്ഞു പറഞ്ഞു. "ഇതെല്ലാം ആർക്കു വേണ്ടിയാണമ്മച്ചീ."

സമ്മന്തം[1] പലവഴി. മുന്തിയ ദേശക്കാർ.

തീരുമാനമായില്ല.

കറ്റയടിക്കേ, കളത്തിൽ കറ്റയിട്ടു നടക്കുന്ന പൊന്നുവിനോട് നില്ക്കാൻ പറഞ്ഞു. "കൊയ്ത്തും മെതീം കയിഞ്ഞു നീയെങ്ങും പോണ്ട."

പൊന്നു പേടിച്ചു. മുത്തി ചോദിച്ചു. "നാലാളറിയേ, കാണേം വിളിക്കേം നാട്ടാചാരോം ചെയ്യാത അതെങ്ങന."

അന്തിക്ക് കളപ്പൊരയിൽ പെരുമാൾ വിളിച്ചറിയിച്ചു. "ഇന്നുമുതൽ പൊന്നു എന്റെ പെണ്ണ്."

പുന്നെല്ലരിപ്പുട്ടും പുവമ്പഴോം കട്ടഞ്ചായേം അരക്കലാമ്പ് വെട്ടത്തിൽ രാക്കല്യാണസദ്യ.

സദ്യ തീരുമ്പോ പെരുമാൾ പറഞ്ഞു. "എന്നു കരുതി പൊന്നു നാളെ കൊയ്യാൻ വരാതിരിക്കൂല."

കൊയ്തെടുത്ത അവസാന കറ്റ പിടികെട്ടുമ്പോൾ പൊന്നു തെരണ്ടു.

പെറ്റതും പത്തും ചാപിള്ള.

പൊറാതപെറ്റതു ശങ്കരനെ.

പാതിവഴിയിലെ പൊന്നു പോയി.

---

* പിന്നാമ്പുറം. 1. വിവാഹം.

'തള്ളേക്കൊല്ലി' പെരുമാൾ പ്രാകി.

പെണ്ണൊഴിഞ്ഞ ദുഃഖം പൊറാഞ്ഞ്. നാടടച്ചു നാലിടത്ത് പെണ്ണ്. നാലു പെണ്ണിൽ നാലു ദിക്കിൽ മക്കൾ.

ശങ്കരൻ മദ്ധ്യ ഏകൻ. കേൾപ്പോരും കേഴ്‌വിക്കാരുമില്ല.

അപ്പൻ, ദേഹണ്ഡം. അന്തിക്ക് ദിക്ക് തേടിപ്പോക്ക്. ശങ്കരൻ ആവും വിധം മണ്ണിലിഴഞ്ഞു പണിയെടുത്തു.

രണ്ടാംകെട്ടിൽ സീമന്തപുത്രി വയസ്സറിയിച്ചു.

അപ്പനറിയാതെ ശങ്കരൻ കുഞ്ഞമ്മേട വീട്ടിപ്പോയി. ഒടപ്പെറന്നോള[1] വിശേഷം തെരക്കി. വേണ്ടുംവണ്ണം സഹായിച്ചു.

തെരണ്ടു കല്യാണം. സദ്യ കെങ്കേമമെന്നു നിനച്ചു.

സദ്യയ്ക്കെന്തുണ്ട്. നാട്ടാചാരം കടന്നും സദ്യവേണം. വാർപ്പുരുളി ചെമ്പു കിടാരങ്ങൾ വേണം.

നാട്ടുപ്രമാണിക്ക് മുന്നിൽ ആളയച്ചു. "പെരുമാൾ പറഞ്ഞെന്ന് പറയ്."

"ഏത് പെരുമാൾ. എന്തു പെരുമാൾ. പരുന്തിന്മീതെ പണമില്ല. ജാത്യാ ഒള്ളത് തൂത്താ തീരോ."

കൊറവ് തീരുംവര പെരുമാള് പെരുമാള് തന്ന. എത്ര മലകേറി നിന്നാലും എത്ര നെഴലളന്നു പോയാലും.

"ഏഴുകുളി.... വരട്ടെ" പെരുമാൾ കല്പിച്ചു.

മുണ്ടുടുത്തു. രണ്ടാംമുണ്ട് തോളിലിട്ടു. കല്ക്കടുക്കൻ തിളങ്ങി. ഒന്നിരുത്തി മൂളി. മുറുക്കാൻ ചവച്ചു. നീട്ടിത്തുപ്പലിന്റെ ചോരച്ചീന്ത് പൊട്ടി വീണു. മുറ്റമിറങ്ങി, ഇടവഴിയെത്തി, കുന്നിൻചോട്ടിലെത്തി പുല്ലാനിപ്പടർപ്പ കറ്റി പെരുമാൾ നീങ്ങി.

പത്താംനാൾ കുന്നിളക്കി ഇടവഴിയിളക്കി കുടമണി കിലുക്കി ഒറ്റക്കാളവണ്ടി കിതച്ചെത്തി. കാഴ്ചക്കാരുടെ മുന്നിലേക്ക് ചാടിയിറങ്ങി.

പിന്നിൽ, കടുക്കനിട്ട് കുടുമ്മി കെട്ടി ഒരാൾ. അയാൾ ചിരിച്ചു. വെറ്റക്കറ. ഇരുണ്ട പല്ലുകൾ. ഒരാൾ കൂടി അതാ. ഒരു കൊച്ചൻ. അരത്തോർത്ത് വേഷം. ഒരു ഭാണ്ഡം. ചെമ്പ് പിത്തള ഓട്. ലോഹക്കൂട്ടുകൾ ഭാരമിറക്കി.

കണ്ടു നില്ക്കേ, മാടമൊന്നു മടങ്ങിവന്നു. ആല. മൂശാരീം ശിഷ്യനും ആലയിൽ കൂടി. പെരുമാളൊഴികെ ആരെയും ആലയിൽ കയറ്റിയില്ല. പെരുമാൾ വ്രതശുദ്ധിയിലായി. ഉലയൂതിയുരുക്കി മൂശയിൽ പകർന്ന് ഓട്ടുരുളി, മൊന്ത, കിണ്ടി, ചെമ്പുകിടാരങ്ങൾ.

മാസം മൂന്നു കഴിഞ്ഞു.

"കുളിക്കല്യാണം നടക്കട്ടെ" പെരുമാൾ പറഞ്ഞു.

മൂശാരീം ശിഷ്യനും കാളവണ്ടി കയറി.

ശിഷ്യനെ കാണാതെ ശങ്കരന് ഇരിക്കപ്പൊറുതി വന്നില്ല. എന്നോ എപ്പോഴോ അവരുറ്റവരായി. കടയ്ക്കാട് താണ്ടി വണ്ടി പായുമ്പോ ശങ്കരൻ കൂടെയെത്തി. മൂസാരി ഗുണദോഷിച്ചു. അവൻ തിരിഞ്ഞു. അപ്പനോടൊരുത്തരത്തിനു കാത്തുനില്ക്കാതെ ശങ്കരൻ കാളവണ്ടിയിൽ കയറി.

1. സഹോദരി.

ശങ്കരൻ നാഗർകോവിലിൽ പോയി വന്നശേഷം മണ്ണുനോക്കി നടത്താൻ അപ്പനൊപ്പം കൂടി.

ശങ്കരൻ പ്രാപ്തനെന്ന് പെരുമാളിന് തോന്നി.

നാടടച്ച് പേമാരി.

പെരുമാൾ മഴയത്തിറങ്ങി. കുടമൊഴിക്കുമ്പോലെ മഴ.

വീടിനു തെക്കുകിഴക്കേ മൂലയിൽ മുതുക്കി വരിക്കപ്ലാവ്. വേരിളക്കി പാഞ്ഞുവരണ്. പെരുമാളിനും വീടിനും നേരെ.

"പൊന്നുടയതേ കാപ്പാത്ത്." പെരുമാൾ അലറി.

പ്ലാവ് അനക്കമറ്റു. പതുക്കെ ചായ്വ് മാറ്റി. കിഴക്കേ കുഴിപ്പോക്കിലേക്ക് ആർത്തലച്ചു വീണു. പ്ലാഞ്ചോട്ടിലേക്ക് പെരുമാൾ ഓടിയെത്തി.

മഴമറയിൽ മിന്നൽത്തെളിച്ചത്തിൽ ഒരാൾ. താടി. ജട. പെറന്നപടി, നനവേശാതെ. മുന്നിൽ എരിയുന്ന കുത്തുവിളക്ക്.

പ്ലാങ്കൊമ്പുകൾ അലച്ചിൽ നിർത്തിയിട്ടില്ല.

രണ്ടാംവട്ടം നോക്കുമ്പോൾ ആളില്ല. വിളക്കെരിയുന്നു. വേരിൽ നിന്നും ഇളകി മാറുന്നു മണ്ണടരുകൾ.

മഴ മാറിയപ്പോൾ, പ്ലാഞ്ചോട്ടിൽ, പെരുമാൾ വിളക്കുമാടം പണിതു.

പെരുമാൾ പറഞ്ഞു.

"എന്റെ നാളുകൾ ഇനി കാശിയിൽ. വിളക്കുമാടത്തിൽ എന്നും അന്തിത്തിരി."

ദിക്ക് നാലിലും ഒപ്പാരി.

കാശിയെവിടെ?

ആർക്കറിയാം.

ജീവനർപ്പിക്കാൻ അവിടവര പോണോ. കെട്ടിയോർ നാലുപേർ തിരക്കി. ആശ്രിതർ നാടാന്മാർ ചോദിച്ചു. മക്കളിൽ ശങ്കരനും. "അപ്പൻ പോയാൽ"

"പോയേ പറ്റൂ. അത് ദൈവനിശ്ചയം." എന്നുരിയാടി മുണ്ടുടുത്തു. ഭസ്മം പൂശി. ഒറ്റമുണ്ട് തോളിലിട്ടു. ഭാണ്ഡമൊന്നു തോളിലാക്കി. വിളക്കുമാടം തൊഴുതു യാത്ര തുടങ്ങി.

മക്കളൊറ്റയ്ക്കലറി.

കൂടെക്കിടന്നവർ നെഞ്ചിലിടിച്ചു.

ഇന്നുവരും. നാളെവരും. കാത്തിരിപ്പിന്നറുതിയില്ല.

തെക്കത്തദിക്കർ ഒരു നാളെത്തി. കിണ്ടിയെടുത്തു. നോമ്പുനോല്ക്കാൻ തീർത്ഥം വയ്ക്കാൻ.

കിഴക്കുന്നു വന്നോർക്ക് നിലവിളക്ക്. പൊങ്കോലയ്ക്ക് നിറദീപം.

വടക്കുന്നും പടിഞ്ഞാട്ടുന്നും എത്തിയോർക്ക് കണ്ണിൽ തടഞ്ഞത് വാർപ്പുരുളി.

പിന്നെയും വന്നും പോയും ചെമ്പുകിടാരങ്ങൾ വാർപ്പുരുളി. അറകളൊക്കേം കാലി. നെടുമ്പുരയൊക്കേം പുല്ലാർത്തു. മണ്ണായമണ്ണൊക്കേം കീറിയെടുത്തു. കൂട്ടുനിന്നോരും കൂടെക്കിടന്നോരും തമ്മീക്കണ്ടാ കീരീം പാമ്പും.

ശങ്കരൻ, ദിക്കൊന്നും നോക്കാതെ മണ്ണൊന്നും കിട്ടാതെ ആരാരും

കാണാതെ ചുറ്റിത്തിരിഞ്ഞു.

കൂടപ്പിറപ്പില്ല. കൂട്ടിരിപ്പിന്നില്ല. അപ്പനുമമ്മേം പോയിത്തൊലഞ്ഞു.

പെരുമാൾ വന്നു.

ദീക്ഷ. ജട. കൗപീനം. യോഗദണ്ഡ്. ഭസ്മലേപനം. കമണ്ഡലു.

വിളക്കുമാടം തേടി. മണ്ണടിഞ്ഞേപോയി.

മുറ്റത്തുവന്നു.

അകത്തോർക്ക് പുറത്തുള്ളാളെ തിരിഞ്ഞില്ല.

"ആരാ, എന്തുവേണം."

മിണ്ടിയില്ല.

മണ്ണിലൂടെ നടന്നു. വേലിക്കല്ല്. അതിരുകൾ വഴി തടഞ്ഞു. പിന്തിരിച്ചു. ഇറക്കമിറങ്ങി. വയൽക്കര, ഒറ്റപ്പാടം; കഷണങ്ങൾ. വയലിപ്പോൾ അമ്മച്ചിയെ വിളിക്കുന്നു. വെളുത്ത മുത്തിയെ വിളിക്കുന്നു. കാതിന്നിമ്പം കൂട്ടി കാറ്റ് ആരവം കൂട്ടുന്നു. വയൽനടുവിൽ കാറ്റ് കലമ്പം തകൃതിയാക്കി. പെരുമാൾ തിരിച്ചറിയുന്നു. ചടുലചലനം; കമണ്ഡലു. യോഗദണ്ഡ്. ദൂരേക്ക് നെല്ലിന്മീതെ ഉയർന്നു മറിഞ്ഞു. കറങ്ങിത്തിരിഞ്ഞു. ഉറക്കെയലറി. "നിനക്കറിയില്ല, ഇതെങ്ങന നെന്മണി വിളയിച്ചെന്ന്."

വയൽ നടുവിൽ രണ്ടു മല്ലന്മാർ. യുദ്ധം.

കഴുത്തിൽ വട്ടം ചുറ്റി ചെളിയിൽ മറിച്ചിടുമ്പോൾ പന്നിത്തേറ്റ പള്ളയിൽ തറഞ്ഞു. യുദ്ധം മുറുകി. കിതച്ചു. കൈകൊടുത്തു. പന്നി ചെളിയിൽ പൂണ്ടു. നെന്മണി മീതെ വേവലാതിയിൽ ഇഴഞ്ഞു. കരപറ്റിയില്ല. പെരുമാൾ.

കതിരുകൾ വീശി അമ്മത്താരാട്ടിൽ മുനിഞ്ഞു, നെല്ല്.

കുഞ്ഞിരാമൻ എപ്പോഴാണ് രഘൂത്തമന്റെ അരികിൽ നിന്നും പോയത്.

•

കുഞ്ഞിരാമൻ ആര് എന്നത് കൃഷ്ണൻ വാദ്ധ്യാർക്ക് സമസ്യ.

"താങ്കൾ വർണ്ണിക്കുന്ന തരത്തിൽ ഒരാൾ കോളനിയിൽ ഇല്ല."

കൃഷ്ണൻ വാദ്ധ്യാർക്ക് നിത്യപരിചിതർ, കോളനിക്കുന്നിലെ കുഞ്ഞിരാമന്മാർ. ഒരുവട്ടമെങ്കിലും രഘൂത്തമന്റെ മുന്നിൽ വന്നുപോയിക്കഴിഞ്ഞു, അവർ. എന്നിട്ടും കുഞ്ഞിരാമനെ കണ്ടില്ല.

കുഞ്ഞിരാമൻ പകർന്ന കഥകളുമായി, രഘൂത്തമനും കൃഷ്ണൻ വാദ്ധ്യാരും കോളനിക്കുന്നും കുന്നുകളും താഴ്വരയും നദിയും പിന്നിട്ടു. നഗരവാസികൾക്കു വേണ്ടാത്ത പാർക്കിൽ ഒരു മൂലയിൽ അവർ ഇരുന്നു. പാർക്ക്, നഗരമാലിന്യ നിക്ഷേപ കേന്ദ്രമാകുന്നു. ഒരു ഘനഭൂതകാലത്തെ നിഷ്പ്രയാസം മലിനമാക്കിയ വർത്തമാനം.

"നിങ്ങൾക്കറിയോ കൂട്ടായ്മയുടെ സാമീപ്യമായിരുന്നു ഇവിടം. പുറംലോകർ ചേരി എന്നുവിളിച്ചു. ചേരേണ്ടവരുടെ ഇടം. പൊതുധാരയിൽ നിന്നും ആട്ടിയിറക്കപ്പെട്ടവരാണ് ഇവിടെ കൂടിയത്. ഭൂമിയിൽനിന്നും നേടിയെടുക്കേണ്ടതൊന്നും അവരിവിടെ കൊണ്ടുവന്നില്ല. പരസ്പരം സ്നേഹിച്ചും കലഹിച്ചും.... ഒരു നിലവിളിയിൽ ഒത്തുകൂടിയും. ചേരി

കൾക്ക് ഒരിടത്തും സ്വസ്ഥതയില്ല. ഇന്നിവിടെ നാളെ ചേരിക്കുന്നിൽ. പിന്നെ മറ്റൊരിടത്ത്. തലമുറകളെ മണ്ണിന്റെ തുറസ്സിലാകെ നിക്ഷേപിച്ചു കൊണ്ടിരിക്കും. ഇവിടെന്റെ പെറ്റമ്മയുണ്ട്. ഇവിടെ, എന്റെ കുഞ്ഞുണ്ട്. അച്ഛനുണ്ട്. മകനുണ്ട്. മകളുണ്ട് എന്ന അവകാശവുമായി നാളെ ആർക്കിവിടം സ്വതന്ത്രമായി സമീപിക്കാനാവും. ഏതൊരു നിക്ഷേപചിഹ്നത്തെയും ഉന്മൂലനും ചെയ്തുകൊണ്ടിരിക്കും. ആര്?"

കൃഷ്ണൻ നദിയിലേക്ക് നോക്കിയിരുന്നു.

"നാളെ, ഈ നദി നിങ്ങളെയും എന്നെയും പ്രതിബിംബിക്കില്ല. നോക്കണം. ശ്മശാനപുകമേലാപ്പിലാണ് കോളനിക്കുന്ന്. ദഹനം സഹിക്കാം. അന്തി മയങ്ങുമ്പോൾ കൈകാലുകൾ എടുത്തു കബന്ധങ്ങൾ വലിച്ചിഴച്ചു പട്ടികൾ വരും അനാഥശവക്കുഴികളിൽ നിന്നും. എന്നെയും നിങ്ങളെയും എതിർത്ത് തോല്പിക്കാൻ കെല്പുള്ള നായ്ക്കൾ.

കഴിഞ്ഞ ദിവസം കോളനിയിൽ മൂന്നുമാസം പ്രായമുള്ള ഒരു കുഞ്ഞിനെ... അഞ്ചു ചാപിള്ളയ്ക്കൊടുവിലെ ഓമനയെ... തള്ള വന്നപ്പോൾ തലമാത്രം ബാക്കി. തള്ളയ്ക്കു നേരെ മുരണ്ടു നിന്നു നായ്ക്കൾ കുഞ്ഞിത്തലയുമെടുത്ത്...."

"നിങ്ങളുടെ ദുഃഖങ്ങൾ എന്റേതാണ്. നിങ്ങളെക്കുറിച്ച് എനിക്ക് ചിലതെഴുതണം."

"നിങ്ങളെഴുതുന്നത് ആരെക്കുറിച്ച്...

ഇന്നലെ കുറച്ചാൾക്കാർ വന്നു, ഞങ്ങളോടവർ ഒന്നും പറഞ്ഞില്ല. ഞങ്ങളുടെ ചോദ്യങ്ങൾക്ക് മറുപടി തന്നില്ല. കുന്നിൻമുകൾവരെ പോയി തിരികെ വന്നു. കണ്ടാലറിയാം. അവർക്ക് കോളനിക്കുന്നിന്റെ നാറ്റം സഹിക്കാൻ കഴിയുന്നില്ല.

അവിടെനിന്നും ഞങ്ങളെ ആട്ടിയോടിക്കാൻ ഒരു പദ്ധതി വരുന്നുണ്ട്. അന്താരാഷ്ട്ര മാർക്കറ്റ്. അതിന്റെ ആസൂത്രകർ; നവാഗതർ. ഞാനറിയുന്നു. മണ്ണറയുന്ന യന്ത്രങ്ങൾ കോളനിക്കുന്നിനെ വലംവയ്ക്കും മുമ്പ് എനിക്കെന്റെ കൂടപ്പിറപ്പുകളെ കാണണം. അറിഞ്ഞനേരം മുതൽ എനിക്കിരിപ്പുറയ്ക്കുന്നില്ല. അവരെ ഒത്തുചേർക്കണം. മണ്ണടിയുംവരെ ആരും മാറില്ലെന്നു വാദിക്കണം. ചെറുത്തുനില്പിനായി യുദ്ധം ചെയ്യണം. പക്ഷേ, നിങ്ങൾ ആരെക്കുറിച്ചെഴുതും.

കോളനിക്കുന്നിൽ, പാവങ്ങൾ, നാളെയുടെ അപകടമറിയാതെ ജീവിതം ആഘോഷിക്കുന്നു.

നിങ്ങൾ ആരെക്കുറിച്ചാണ് എഴുതുന്നത്."

രഘൂത്തമന്റെ ശ്രദ്ധ കൃഷ്ണനിൽനിന്നും പാർക്കിലെ കൈവരി പിടിച്ചു ആറ്റിലേക്ക് നോക്കി നില്ക്കുന്ന വൃദ്ധയിലേക്കായി.

ആരാണിവർ.

അയാൾ അവരുടെ അരികിൽ ചെന്നു. അതിയായ കൂന്. വെള്ള മുടി. രഘൂത്തമൻ തിരിച്ചറിയുന്നു.

"കുഞ്ഞിരാമനയച്ചേണ്."

"കുഞ്ഞിരാമനെവിടെ."

"യിനി, വരൂല്ല."

"അതെന്ത്."

"കേക്കീം."

കൃഷ്ണൻവാദ്ധ്യാരെ രഘൂത്തമൻ അരികിലേക്ക് വിളിച്ചു. അയാൾ അവിടെങ്ങുമില്ല.

അവർ പറഞ്ഞു തുടങ്ങി.

"കൊശവര്കോട്ട് നാനും തേയീം മാത്രോയി. യമ്മീന്റ ആളേള് ഊത്തരം[1] കൂട്ട്യേപ്പം, നാൻ തിരീച്ച്, ആളും പേരുംല്ലാത്ത് കൊറേത്തങ്ങളെ[2] കൂടെ താമതിക്കാൻ ബിളിക്കാം. കൊറച്ച് കുടീങ്കുട താമതോയി. മ്മളപ്പോല, കേപ്പോരും കേവീംല്ലാത്തോര്. വീണേടം കെടപ്പാടാക്ക്യോര്. യെന്തിനും യേതിനും യെന്റ മുമ്പീ പില്ലറുപ്പോത്ത്യായിട്ട് നിക്കേണ് തേയി. ന്റ, ആതിച്ചതും ചിന്നനും കറുമ്പനും പക്കരോയിട്ട് കണ്ണീന്നെറങ്ങിപ്പോയ പെരുമാളിന്റ നെന്നവായിട്ട്

പോരടിച്ച് പോരടിച്ച് ആത്തൂങ്ങക്കെല്ലാം മണ്ണിലേടേങ്കിലും തൊന്തോന്ന് പറയാന് മണ്ണൊണ്ടാക്ക്യേപ്പം, അവുത്തള കൂട്ടത്തോട ഓടിച്ച് ഒരു മൂലേലാക്കി. പൂമിന്റ അറ്റത്ത്; നാൻ പറഞ്ഞ്, യ്ക്ക് ഈട കെടക്കണം. ന്റ, ആമ്പെറന്നോന്റ വെയർപ്പ് മറക്കണെ മണ്ണ്. യിത്, ന്റ തൊന്തം.

തേയീങ്കുട പോയേപ്പിന്ന, യ്ക്കാര്.

മൂലേലെറിഞ്ഞ് ഒതുക്ക്യ,ന്റ ചോരപ്പെറപ്പേള, കാണാൻ, നാൻ കുന്നും മലേം കേറ്യേറങ്ങാന്തൊടങ്ങി. ന്റ, ചങ്കരന, ചിന്നന, പെരുമാളിന തെരക്കിത്തെരക്കി, നടത്തം തന്ന നടത്തം. ഇക്കുന്നീച്ചെല്ലുമ്പം തോന്നും ഈടേല്ല അപ്പറത്ത്, അതിന്റപ്പറത്ത്, ഒരെടത്തും, ല്ല, ഒരെടത്തും.

അങ്ങനേരിക്കുമ്പോണ് ആണും തൂണുംല്ലാത്ത കുഞ്ഞിരാമന കിട്ടണ. പിന്ന നാനും അവനുമ്മാത്ത്റം.

അപ്പയാണ് ക്നാവെറങ്ങി വന്നോല ചങ്കരൻ....

ചങ്കരന കണ്ടേപ്പിന്ന, യ്ക്ക്, ഒറക്കം വന്നില്ല. കണ്ണടച്ചാ അവ്രൊക്കേം വന്ന് നിക്കും. തലക്ക, കാക്ക, എന്തരമ്മച്ചീന്നും പറഞ്ഞ്. തേയി, ആതിച്ചൻ..

കറുമ്പൻ വേങ്കൊയലൂതും. അത് കേക്കേം കാണേം ബേണം.

ചിന്നന്റ കൈയീ, ചപ്ലാംകട്ട. കൊയലൂത്ത്, പിന്നെന്തരക്കേ...

അന്നേരം ചാമ്പോരിമാങ്ങാച്ചൂര്. അത്, യ്ക്ക്, മത്തടിക്കും.

"കുഞ്ഞിരാമാ, അപ്പീ ഇങ്ങ് താടാ ഒരു പൂള്.[3] കൊതി വിളിക്കും. അവന്തരൂല്ല.

കുഞ്ഞിരാമൻ, ചങ്കരന്റ പിന്നിക്കൂടി.

ചങ്കരൻ, നിക്കൂല. യ്ക്കറിയാം. മൂടൊറയ്ക്കാത്തോൻ. അപ്പനമ്മയില്ലാത്തോൻ. ചങ്കരന കാണുമ്പം, ഞാ, യെല്ലാം മറക്കും. യെന്ത്, യേത്, എന്നക്ക

ഒരുനാള് അവമ്പോയി.

കുഞ്ഞിരാമനൊറ്റ.

നാനും.

ചങ്കരനീന്ന് അവനെന്തര് നേടി.

കുഞ്ഞിരാമനീന്ന് ചങ്കരീനന്തെര് കിട്ടി.

---

1. ഉപദ്രവം. 2. കുറെ ആളുകളെ 3. കഷ്ണം

കുഞ്ഞിരാമൻ ചെയ്തോസം പ്നാറ്റി നടന്ന്, ചങ്കരന് പെറകേ, ന്നിട്ടും ചങ്കരമ്പോയി.

യ്ക്കറിയാം. അവനിരിപ്പൊറയ്ക്കൂല. അവൻ പൊയ്ക്കൊണ്ടിരിക്കും. ചങ്കരൻ പോയേപ്പിറ്റേന്ന് രാത്ത്രി, വെളുക്കുംവര കുഞ്ഞിരാമൻ കുട്ടക്കണ ക്കിന് ചാമ്പോരിക്കമൊങ്ങ കൊണ്ടന്നു. യെവ്ടന്നെന്ന് എത്തറ ചോയിച്ചിട്ടും മിണ്ടീല്ല. വരും പോവും. മുറി മുയ്യോൻ മാങ്ങ. എമ്പാടും മാങ്ങാച്ചൂര്; ചൊന. നല്ല വെളഞ്ഞ് പയ്ക്കാറായ മാങ്ങ. കണ്ണ് തൊറന്നാമാങ്ങ. കണ്ണടച്ചാ മാങ്ങ.

കണ്ടിരിക്കേ, ചൊമട് തീന്ന് കുഞ്ഞിരാമൻ പെടഞ്ഞിരുന്ന്, തളന്നു പോയി. പാവം.

ഇത്തറേം മാങ്ങ, ഞാ,യൊറ്റയ്ക്ക് യെങ്ങന തിമ്മാൻ. ഒന്നെടുത്ത് കുഞ്ഞിരാമന് കൊടുക്കാം. പറ്റണില്ല. മാങ്ങ മുയ്യോൻ, ന്റ, മേത്തല്ലേ തട്ട്യേക്കണത്.

കുഞ്ഞിരാമാ...

അവൻ മിണ്ടീല്ല.

വരാന്ത കൈക്കോലീ, കയറ് ഞാത്തി, കയ്ത്ത് അതീക്കേറ്റി കുഞ്ഞി രാമൻ ഊഞ്ഞാലാടാണ്.

അവനാടട്ട്.

യ്ക്ക്, മാങ്ങ മുയ്യോൻ തിമ്മണം."

•

"നിങ്ങൾ ഏത് കുഞ്ഞിരാമനെയാണ് തെരക്കണത്. എനിക്കിപ്പോൾ തോന്നുന്നു. അങ്ങനെയൊരു കുഞ്ഞിരാമൻ ഉണ്ടായിരുന്നിരിക്കണം."

കൃഷ്ണൻ വാദ്ധ്യാർ പറഞ്ഞിട്ടുണ്ട്.

കുന്നുകളിലേക്ക് ഒരു വയസ്സൻ കാലൊച്ച പകർന്നുമാറുന്നു എന്നത് രഘൂത്തമന്റെ തിരിച്ചറിവ്.

കുഞ്ഞിരാമൻ താൻ തന്നെയാകാം എന്നത് രഘൂത്തമന്റെ നേരറിവ്.

"എന്റെ മുത്തപ്പമ്മാരേ എന്നോട് പൊറുക്കണേ..."

രഘൂത്തമൻ നിലവിളിച്ചു.

നാട്ടുമൊഴിക്കൂട്ടം

അക്കിത്ത്റാണം	–	അത്യാഗ്രഹം
അച്ചരക്കുരു	–	അക്ഷരഗുരു
അച്ചി	–	ഭാര്യ
അച്ചിപ്പൊര	–	ഭാര്യ വീട്
അച്ച്യാര്	–	ഭാര്യ
അണ്ടിയാപ്പീത്	–	കശുവണ്ടി ഫാക്ടറി
അപ്പടി	–	അങ്ങനെ
അപ്പറം	–	അപ്പുറം, മറുവശം
അപ്പി	–	കുഞ്ഞ്, കുട്ടി
അപ്പില്	–	പാറമട, പാറവിടവ്
അനത്തിത്തരാൻ	–	ചൂടാക്കിത്തരാൻ, പാചകം ചെയ്തുകൊടുക്കാൻ
അനുവാതം	–	അനുവാദം
അന്നംപന്നക്കം	–	പുലമ്പൽ
അയണി	–	ആഞ്ഞിലിമരം
അയാന്ത	–	അഴാന്ത (ഒരു മരം)
അയിന്	–	അതിന്
അരിത്തി	–	അല്പമാത്രം
അരുംപ്രാക്ക്	–	കൊടുംശാപം
അവകായം	–	അവകാശം
ആക്രയം	–	ആഗ്രഹം
ആക്രാന്തം	–	ആക്രമണം
ആണ്ടപോണ്	–	ഇതാ പോകുന്നു
ആത്തറ	–	ആൽത്തറ
ആതികേറി	–	ആധികൂടുക, ഉൽക്കണ്ഠ വർദ്ധിക്കുക

ആന്തരി	–	ആൺതരി, ആണുങ്ങൾ
ആമം	–	വിലങ്ങ്
ആയാൻ	–	ആശാൻ
ആയിമൊയങ്ങണ ചങ്ക്	–	ആഴിമുഴങ്ങുന്ന ശംഖ്
ആവലാതി	–	പരാതി
ആളോടി	–	കിണറിന്റെ ചുറ്റുകൈവരി
ഇനിപ്പ്	–	മധുരം
ഇലങ്കം	–	കോവിൽ, ദേവീക്ഷേത്രം
ഇളീക്കെട്ടിയ	–	അരയിൽ കെട്ടിയ
ഈക്കീക്കിത്തമ്പരം	–	നീളത്തിൽ പൂഴി കൂട്ടി ഈർക്കിൽതുണ്ട് ഒളിപ്പിച്ചുകളി.
ഈച്ചുവലിക്കൽ	–	എരിവു കൂടിയ ഭക്ഷണം കഴിക്കുമ്പോൾ ഉണ്ടാകുന്ന അവസ്ഥ.
ഈത്തുങ്ങളോട്	–	ഇവരോട്
ഈരെയതോർത്ത്	–	ഈരിഴതോർത്ത്
ഉമ്പിടി	–	കുഞ്ഞ്
ഉരുവം	–	രൂപം
ഉളുപ്പേലാത	–	സങ്കോചം കൂടാതെ
ഉഴിഞ്ഞു	–	ചുറ്റി
ഊത്തരിക്കണൊ	–	ഉപദ്രവിക്കുന്നുവോ
ഊത്തരം	–	ഉപദ്രവം
ഊയ്യ്യവേല	–	ഊഴിയവേല, കൂലി നല്കാതെ വേല ചെയ്യിക്കൽ
ഊരണ	–	ഇഴജന്തു
ഊരാന്ത	–	ഇടുങ്ങിയ
എട്പിടീന്ന്	–	ധൃതഗതിയിൽ
എതിരി	–	ശത്രു
എമ്പാടും	–	എല്ലായിടത്തും
എയുതിരി	–	എഴുതിരി
എരുത്തിൽ	–	തൊഴുത്ത്
എളനീര്	–	ഇളനീര്, കരിക്ക്
എറമ്പില	–	ഇറമ്പ്
എറാത്ത്	–	ഇറയത്ത്
ഏറ്റി	–	അടിച്ചു
ഏലാ	–	വയൽ, പാടം
ഒടവല	–	വയൽ, ആറ്റുമീൻ
ഒടപ്പെറന്നോള്	–	സഹോദരി.
ഒപ്പാരി	–	ഗുണഗണങ്ങൾ പ്രകീർത്തിച്ചു കൊണ്ടുള്ള വിലാപം
ഒയത്ത്യ	–	ഉയർത്തിയ
ഒയികയൊയിക	–	ഒഴിയുന്തോറും

ഒളിയോൻ	–	ഒറ്റുകാരൻ, ചാരൻ
ഓട്ടത്തറ	–	ഉത്സവപ്പറമ്പ്
ഓലി	–	നീർച്ചാല്
ഓവ്	–	നീരൊഴുക്കുള്ള ചാല്
കക്കി	–	ഛർദ്ദിച്ചു
കടമ്പ്	–	ഞാറു നടാൻ വയലൊരുക്കി തടം പിടിച്ചത്.
കടവം	–	വലിയ വട്ടി; ഈറ്റപ്പൊളിയോ പനയോല കൊണ്ടോ ഉണ്ടാക്കിയത്
കടിഞ്ഞൂൽ	–	ആദ്യഗർഭം
കനപ്പ്	–	കട്ടി
കന്യാവ്	–	കന്യകയായ ആത്മാവ് (ചാവ്)
കമ്പം	–	വെടിക്കെട്ട്, കരിമരുന്നു പ്രയോഗം
കയിലി	–	ചെറു ആറ്റുമീൻ
കരട്ടി	–	വയൽ, ആറ്റുമീൻ
കരിക്കോം	–	കാടെരിച്ച് യോഗ്യമാക്കുന്ന കരക്കൃഷി
കരുവാട്	–	ഉണക്കമീൻ
കലാചം	–	കലാശം
കാക്ക	–	കാല്ക്കൽ
കാക്കോട്ടപ്പാള	–	പാളകൾ തുന്നിച്ചേർത്ത വലിയ പാത്രം കൃഷിക്ക് വെള്ളം കോരാൻ ഉപയോഗിക്കുന്നു.
കാനേപ്പോയി	–	നീർച്ചോലയിൽ പോയി
കാണ്യേൾ	–	കാഴ്ചക്കാർ
കാപ്പാത്ത്	–	രക്ഷിക്കൂ
കായ്ച്ചേള്	–	കാഴ്ചദ്രവ്യങ്ങൾ
കാരണോൻ	–	കാരണവൻ
കാലനാട്ടി	–	കമ്പ് നാട്ടി
കാറ്റാൻ	–	എലിയുടെ രക്ഷാമാർഗ്ഗം
കിണ്ണാണം	–	കിന്നാരം.
കിയിച്ചില	–	മടിശ്ശീല, തുണികൊണ്ടുള്ള കിഴി
കീത്തല	–	കീഴ്ത്തല, കീഴ്വശം
കുച്ചീം	–	കുടിക്കിൻ
കുഞ്ചിന	–	കുഞ്ഞിനെ
കുരു	–	വസൂരി
കൂങ്ങാപ്പാക്ക്	–	ഇളംപാക്ക്, കുഞ്ഞടയ്ക്ക
ക്രാവി	–	മങ്ങി, വെളിച്ചം കുറഞ്ഞ് കത്തുക
കൃശ്യേടത്തില്	–	കൃഷിസ്ഥലത്ത്
കെടുമ്മതിക്കാരൻ	–	ആവലാതിക്കാരൻ
കെണവതി	–	ഗണപതി
കെളേൽ	–	കിളയൽ

കൊച്ചപ്പി	–	കുഞ്ഞ്
കൊച്ചിക്ക	–	കുഞ്ഞ്
കൊണതോയം	–	ഗുണദോഷം
കൊത്തങ്കല്ലാടൽ	–	ചെറുകല്ലുകൾ ഉയർത്തിയിട്ട് പിടിച്ചുകളി
കൊമരി	–	കുമാരി, കന്യക
കൊയ	–	കൊഴ (ആടിന് തിന്നാനുള്ള പച്ചിലകൾ)
കൊയല്	–	കുഴൽ
കൊരനായി	–	തൊണ്ട, കഴുത്ത്
കൊലനെച്യം	–	കുലത്തിന്റെ നിശ്ചയം
കൊള്ളി	–	തടിക്കഷണം
കൊഴുന്ന്	–	തോവാളപ്പച്ച, സുഗന്ധവാഹിയായ ചെടി
കൊവേത്തങ്ങള	–	കുറേ ആളുകളെ
കോമാളി	–	എരുത്തിലിലെ അഴുക്ക്
ക്നാവ്	–	സ്വപ്നം
ക്റിയ	–	ക്രിയ, കർമ്മം
ചങ്കീ	–	നെഞ്ചിൽ
ചങ്ക്	–	ശംഖ്
ചങ്കെറച്ചു	–	നെഞ്ചുരുകി
ചവിരിച്ചു	–	പൃഷ്ഠം കഴുകി
ചാണാവറളി	–	ചാണകം വട്ടത്തിൽ ഉണക്കിയെടുത്തത്
ചാമ്പൽ	–	ചാരം.
ചാവാളിത്തരം	–	വഷളത്തരം
ചാവ്	–	ആത്മാവ്
ചാവ്തോസം	–	ചാവുദോഷം
ചിക്കെന്ന്	–	പെട്ടെന്ന്
ചിങ്കിട്യേൾ	–	അനുയായികൾ
ചിങ്ക്	–	കുരുമുളകിന്റെ പരിപ്പില്ലാത്ത ചെറിയ താര്
ചിട്ടോന്തര്	–	ബാക്കിയെന്ത്
ചീത്സ	–	ചികിത്സ
ചീവ്യേളും	–	ജീവികളും
ചുയി	–	ചുഴി
ചൂര്	–	ഗന്ധം
ചെടാപാരത്താ	–	ജടാഭാരത്താൽ
ചെത്തം	–	ശബ്ദം
ചെതുമ്പുരാൻ	–	ചാക്കാണി, പഴുതാര
ചെമ്മം	–	ജന്മം
ചെമ്മാവകായം	–	ജന്മാവകാശം
ചെയ്തോസം	–	ചെയ്ത ദോഷം (ചെയ്വന)
ചെയ്വനേണ്	–	ചെയ്തതാണ്

ചെലപാനം	–	വെള്ളം കുടിക്കുക
ചെവിച്ചോതി	–	ജപിച്ചോതി
ചെളുക്കനെ	–	പെട്ടെന്ന്
ചേറ്	–	ആറ്റുമീൻ
ചൊന	–	കറ
ചൊയലി	–	ചുഴലി
ചൊവ	–	രുചി
ചൊവട്താങ്ങി	–	ചുമടുതാങ്ങി
തട്ടപുലു	–	50 രൂപ, തരവന്മാർക്കിടയിലെ വ്യവഹാര ഭാഷ, ചാവ് (1) തോവ്(2) തില്(3) പാത്ത് (4) തട്ടല് (5) തടവല് (6) നൊളയ്ക്കല്(7) വലിവ് (8) തായ (9) പുലു (10), പുളച്ചി(25) തട്ടപുലു (50) നുളയ്ക്കപുലു (70) തങ്ങാൻ (500) പുലുപുലു (1000)
തങ്കടം	–	സങ്കടം
തമതാരം	–	സംസാരം
തമരം	–	സമരം
തമ്മതിച്ചൂംല്ല	–	സമ്മതിച്ചില്ല
തമ്മാനം	–	സമ്മാനം
തറുവ	–	അമ്പ്
താങ്ങേണ്ടോര്	–	താങ്ങ് ആകേണ്ടവർ
താന്നില്ല	–	താഴ്ന്നില്ല
താമതിച്ചു	–	താമസിച്ചു
താവം	–	ദാഹം
ത്ലാപ്പ്	–	തളപ്പ്
തിക്ക്	–	ദിക്ക്
തിക്ക്കെട്ട്	–	ദിക്ക്കെട്ട്, ലക്ഷ്യം തെറ്റി
തിട്ടോംല്ലേ	–	നിശ്ചയമില്ല.
തിമ്മട്ട്	–	തിന്നട്ട്
തിരിവ	–	ഓലയ്ക്കാൽ വളച്ച് ഈർക്കിൽ കുത്തിയുണ്ടാക്കുന്ന വളയം,
തിരുന്നൂറ്	–	ഭസ്മം
തിരുപ്പൻ	–	മുടിപിരിച്ച് ചേർത്തുണ്ടാക്കുന്നത്.
തീണ്ടാരിക്കുടിൽ	–	മാസമുറ, പ്രസവം തുടങ്ങിയ അശുദ്ധ കാലങ്ങളിൽ സ്ത്രീകൾ താമസിക്കുന്ന കുടിൽ
തീർത്തം	–	തീർത്ഥം
തുക്കം	–	ദുഃഖം
തുനിയമ്പം	–	തയ്യാറാകുമ്പോൾ
തുമ്പെല	–	തൂവനില

തുള്ളി	–	വെളിപ്പെട്ടു
തു	–	തുല്ല്, രാജിയാവുക
തുളി	–	ധൂളി, പൊടി
തുമ്പ്	–	ഓവ്, കുഴൽ
തെരണ്ട	–	ഋതുമതിയായ
തെളപ്പാറി	–	തിളയ്ക്കൽ അവസാനിച്ചു
തെള്ളി	–	കുന്തിരിക്കപ്പൊടി
തെവവരുക	–	തിളയ്ക്കുക
തെവസി	–	ദിവസം
തെറമാടി	–	തിറയാടി
തേശയെച്ച്യോൾ	–	ദേശയക്ഷികൾ
തേളപാറ്റി	–	വയറൊട്ടി, വിശന്ന്
തൊത്ത്	–	സ്വത്ത്
തൊണ	–	തുണ, സഹായം
തൊയി	–	തൊഴി
തോയം	–	ദോഷം
ദേഹണ്ഡം	–	അദ്ധ്വാനം
നമത്തേനി	–	ആദ്യമായി
നയിച്ച്	–	നശിച്ചു
നല്ലമൊളവ്	–	കുരുമുളക്
നല്പ്തില്പ്	–	നല്ലതും ചീത്തയും
നാക്കാലി	–	നാല്ക്കാലി
നിച്ചം	–	നിശ്ചയം
നീറ്റടയ്ക്ക	–	വെള്ളത്തിൽ അഴുക്കിയ അടയ്ക്ക
നീറ്റിൽ	–	വെള്ളത്തിൽ
നീറ്റൊലിവ്	–	നീരൊഴുക്ക്
നുരി	–	നെൽവിത്ത് ചാണകത്തിൽ കുഴച്ചെടുത്ത ചെറു ഉരുള
നെങ്ങക്ക്	–	നിങ്ങൾക്ക്
നെടിമീൻ	–	ആറ്റുമീൻ.
നെടുമ്പുര	–	നെടുതായ പുര, നീണ്ടപുര
നെമത്ത്യേത്	–	നികത്തിയത്
നെരിപ്പോട് മാടൻ	–	നെരിപ്പോട് തലയിൽ ഏന്തിയമാടൻ
നെരിമ	–	നേർമ്മ
നെരീച്ചത്	–	വിചാരിച്ചത്, ചിന്തിച്ചത്
നേത്യം	–	നിവേദ്യം
നൗന്ത്	–	തീരെ ചെറിയ കീടം
പങ്കം	–	നാണം.
പടുക്ക	–	പഴം, പൊരി (മലര്), അവില്, തിരി, വിളക്ക്, ശർക്കര, ഇവ തൂവനിലയിൽ നേദിക്കാൻ വയ്ക്കുന്നത്.

പഞ്ഞക്കാലം	–	പട്ടിണിക്കാലം, ക്ഷാമകാലം
പഞ്ചിപ്പാല്	–	ആദ്യമുലപ്പാൽ
പതം	–	ധാന്യം കൊയ്ത്ത് കൂലിയായിക്കൊടുക്കുന്ന തോത്
പത്തൽ	–	വേലിക്കമ്പ്
പ്ടാക	–	ഉറ്റബന്ധുക്കളില്ലാത്ത വിശിഷ്ടർ
പ്നാറ്റുക	–	പുലമ്പുക
പയമ്പാള	–	പഴക്കമുള്ള പാള
പയമ്പെട്ടി	–	പഴയ പെട്ടി
പയിഞ്ഞ്യോള്ളം	–	പഴങ്കഞ്ഞിവെള്ളം
പയിഞ്ഞി	–	പഴങ്കഞ്ഞി
പയുക്കാ	–	പഴുക്കാത്ത
പാങ്ങുകേട്	–	ഇല്ലായ്മ
പവുതി	–	പകുതി
പവോപ്പറ്റം	–	പക്ഷിക്കൂട്ടം
പാഞ്ചിവേപ്പുമെത്ത	–	പാഞ്ചി/പാണൽ ഇലയും വേപ്പിലയും ചേർന്ന മെത്ത
പാണ്ടി	–	മാങ്ങയണ്ടി
പാത്തി	–	ചാല്
പായ്ക്കണ്ണേള്	–	ചീത്തക്കണ്ണുകൾ
പായാരം	–	പരാതി
പാരോണെന്ന്	–	കൂടുതലാണെന്ന്
പാറവള്ളി	–	ഒരുതരം കാട്ടുവള്ളി
പാറുവത്യാർ	–	വില്ലേജ് ആഫീസർ
പിരിയക്കല്ല്	–	പിരിയൻകല്ല്
പുക്കറ്റ്	–	ധാരാളം
പുട്ടമൃത്	–	ക്ഷേത്രനിവേദ്യം
പുന്നരിച്ച്	–	കൊഞ്ചിച്ച്
പുന്തക്കണ്ടം	–	ചതുപ്പുനിലം
പുല്ലറുപ്പോത്തി	–	അരിവാൾ
പൂമാത്	–	ഭൂമിദേവി
പൂയി	–	പൂഴി
പൂള്	–	കഷണം
പെടോട	–	പുടവകൊടുക്കൽ, കല്യാണം.
പെണ്ടാട്ടി	–	ഭാര്യ
പെമ്പണം	–	വിവാഹത്തിന് പെണ്ണിന് കൊടുക്കുന്ന പണം.
പെമ്പ്രാക്ക്	–	പെൺശാപം
പെരച്ചൻ	–	പ്രശ്നം നോക്കുന്നയാൾ, മന്ത്രവാദി
പെരുമാള്	–	സൂര്യൻ
പെരുമ്പെട്ട	–	പേരുകേട്ട, കീർത്തികേട്ട

പെറം	–	ശരീരം
പെറപ്പുരുവം	–	പിറന്നപോലുള്ള രൂപം (നഗ്നശരീരം)
പെറാൻ	–	പ്രസവിക്കാൻ
പെറിപ്പില	–	ജനിച്ചപ്പോഴത്തെ
പേണി	–	സൂക്ഷിച്ച്
പേരപ്പൻ	–	അച്ഛന്റെ ജ്യേഷ്ഠൻ
പേരേത്തമ്പഴം	–	ഈന്തപ്പഴം
പേടിക്കുമറണ്	–	ഭയം വർദ്ധിക്കുന്നു
പേറ്	–	പ്രസവം
പേറ്റിച്ചൂലി	–	ഗർഭിണി
പൊടവ	–	പുടവ
പൊടിക്കൊച്ച്	–	തീരെ ചെറിയ കുഞ്ഞ്
പൊത്ത	–	വയൽ, ആറ്റുമീൻ
പൊന്ത	–	കുറ്റിക്കാട്
പൊരി	–	മലര്
പൊലി	–	നെല്ല് സമ്മാനം
പൊളവൻ	–	നീർപ്പാമ്പ്
പോഞ്ഞൂട്ടി	–	ദഹനക്കേട്
മച്ചമ്പിപ്പണം	–	പെണ്ണിനെ കൈയേല്ക്കുന്നതിന് അളിയനു കൊടുക്കേണ്ടുന്ന പണം
മടന്ത	–	ചതുപ്പിൽ വളരുന്ന ഒരിനം ചേമ്പ്
മടവ	–	വരമ്പ് പൊട്ടി വെള്ളമൊഴുകുന്ന ഇടം
മപ്പാറടിക്കുക	–	നെഞ്ചിലിടിച്ചു നിലവിളിക്കുക.
മണത്തിട്ട	–	മണൽത്തിട്ട
മയച്ചാലും	–	മഴച്ചാൽ
മലടി	–	വന്ധ്യ
മറുള്ള	–	മറുപിള്ള; ഗർഭസ്ഥശിശുവിനെ മൂടിയിരിക്കുന്ന ചർമ്മം
മ്മള	–	നമ്മുടെ
മാഞ്ചാതി	–	മനുഷ്യജാതി
മാന്തല	–	മാവിന്റെ തലപ്പ്
മാറാടൽ	–	പാമ്പുകളുടെ ഇണചേരൽ
മിയിച്ചു	–	മിഴിച്ചു
മുക്കണ്ണൻ	–	തേങ്ങ
മുക്കൂട്ട് ലോഹം	–	മൂന്ന് ലോഹക്കൂട്ടുകൾ (വെള്ളി, പിത്തള, ചെമ്പ്)
മുപ്പൂലകം	–	മൂന്നുലോകവും
മുഞ്ഞി	–	മുഖം.
മുയ്യോൻ	–	മുഴുവൻ
മൂക്കൻ	–	മൂർഖൻ
മേപ്പൊങ്ങി	–	മുകളിൽ ഉയർന്നു

മൊറപ്പടി	–	മുറപോലെ
മോട്	–	നാളികേരത്തിന്റെ മുകൾഭാഗം
മോന്തി	–	സന്ധ്യ
യമ്മി	–	ജന്മി
രായമുക്കൻ	–	രാജവെമ്പാല
രാത്ത്രീം	–	രാത്രിയും
ലാപ്പൊറം	–	പിന്നാമ്പുറം
വങ്ക്	–	മാളം
വന്നവയി	–	വന്നവഴി
വട്ടപ്പെട്ടി	–	ചതുരപ്പെട്ടി, വേകൊണ്ടു മെടഞ്ഞത്, അടപ്പോടുകൂടിയത്
വട്ടീലൊട്ടി	–	പുളി
വയറ്റാട്ടി	–	പ്രസവമെടുക്കുന്നവർ
വയറ്റിച്ചൂലി	–	ഗർഭിണി
വയീകൊളന്ത	–	ചീര
വയുവയുക്കനെ	–	വഴുവഴുക്കനെ
വരാന്ത്യോളം	–	വരാന്തയോളം
വരിസം	–	വർഷം
വ്ളാത്ത്	–	വിളയിൽ, പറമ്പിൽ
വാതടിച്ച്	–	വാക്കുതർക്കം നടത്തി
വാതവെയ്ക്കുക	–	ദുഷ്ടാത്മാക്കളെ ആവാഹനം ചെയ്ത് ഉപദ്രവിക്കാൻ വിടുക
വാത്തി തുതിച്ച്	–	വാഴ്ത്തിസ്തുതിച്ച്
വായ്വത്	–	വാഴേണ്ടത്, ജീവിക്കേണ്ടത്
വായ്ക്കരി	–	മരണാനന്തരകർമ്മം
വാളിയടിച്ച്	–	തോന്നിയതുപോലെ
വിത്തരിച്ച്	–	വിസ്തരിച്ച്
വിളുമ്പ്	–	അരിക്, അറ്റം
വെന്തുവെലം	–	ബന്ധുബലം
വെയപ്പ്	–	വിശപ്പ്
വെലാക്കാരേണ	–	ബലാത്ക്കാരത്തിൽ
വെഷം തീണ്ടി	–	വിഷസ്പർശമേറ്റു
വെസ്മം	–	വിഷമം
വെളുത്താവ്	–	വെളുത്തവാവ്
വെറി	–	വേനൽ
വേ	–	ഈറ്റ
വേണ്ടാതീനം	–	ആവശ്യമില്ലാത്തകാര്യം
വേതി	–	അസുഖം
വേത്	–	പച്ചില മരുന്നുകൾ ഇട്ടുതിളപ്പിച്ച വെള്ളം
സമ്മന്തം	–	വിവാഹം
സാസ്സി	–	സാക്ഷി
സിത്തമ്മാർ	–	സിദ്ധിയുള്ളവർ

www.ingramcontent.com/pod-product-compliance
Lightning Source LLC
LaVergne TN
LVHW100539051026
849519LV00003B/826